我的第一本
圖解 越南語單字

VIETNAMESE
Photo Vocabulary!

Mục lục
目錄

越師親錄單字 MP3，道地越南語南、北音
單字全部收錄，清楚易學。檔名 B 開頭為
北部音、N 開頭為南部音。

十大主題下分不同地點與情境，
一次囊括生活中的各個面向！

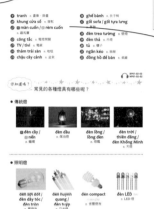

南、北部用語不同之處都有明確標示，
南符號即為南音、北符號即為北
音，未標示者即為越南全國普遍通
用。並有詳細的詞性標示，標有 n. 的
為名詞、v. 為動詞、adj. 為形容詞，
ph. 則為詞組，即為短句。

實景圖搭配清楚標號，生活中隨
處可見的人事時地物，輕鬆開口
說！有更多未出現在情境圖中的補
充表現時，便會以●符號呈現。

除了單字片語，還補充越南
人常用的越南語慣用語，
了解語義才能真正活用！

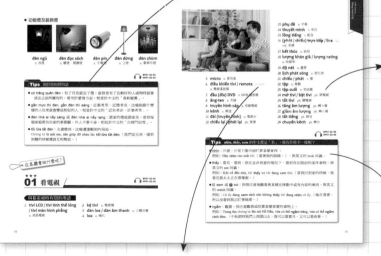

一定要會的充補單
字，讓你一目了解、
瞬間學會。

中文相似，但越南語的真
正意義卻大不同，詳細
解說讓你不再只學皮毛。

生活中有些單字越南語會直接採英文用字，但是念法是採越
南語式的發音法，此時書中以橘色小字標示音標。

除了各種情境裡會用到的單字片語，常用句子也幫你準備好。
越南語中依對象輩分不同稱呼也不一樣。例句中人稱代名
詞的部分都標上淺藍色加以提醒，人稱代名詞的選用請參考
「Phần 1, Chương 1（第 1 部分的第 1 章）」，讓您與不同對象
談話時自然應用。

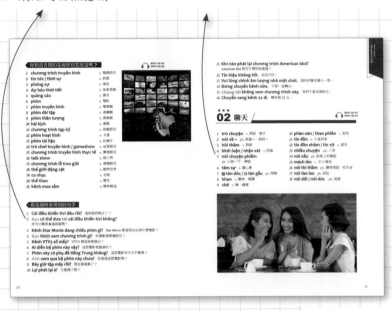

就算連中文都不知道，只要看到圖就知
道這個單字是什麼意思，學習更輕鬆。

當單字中一部分有（ ）時，代表（ ）內
的字可有可無，意思不變。

Phần 1

Nhà cửa và cuộc sống 居家生活

Gia đình 家庭

BP01-01-01
NP01-01-01

這些應該怎麼說？

家庭關係

1. **ông bà** n. 祖父母
2. **vợ chồng** n. 夫妻
3. **chồng** n. 先生
   南 **ông xã** n. 老公
4. **vợ** n. 太太
   南 **bà xã** n. 老婆
5. 南 **cha mẹ** / 南 **ba mẹ** / 南 **ba má** /
   北 **bố mẹ** n. 父母
6. 南 **cha** / 南 **ba** / 北 **bố** n. 爸爸
7. **mẹ** / 南 **má** n. 媽媽
8. **cháu** n. 孫子

9. **cháu nội** n. 內孫
10. **cháu ngoại** n. 外孫
11. **con** n. 孩子
12. **con trai** n. 兒子
13. **con gái** n. 女兒
14. **anh chị em** n. 兄弟姊妹
15. **anh trai** n. 哥哥
16. **em trai** n. 弟弟
17. **chị gái** n. 姊姊
18. **em gái** n. 妹妹
19. 南 **anh hai** / 北 **anh cả** n. 大哥

20. 南 **chị hai** / 北 **chị cả**　n. 大姊
21. **em út**　n. 么弟、么妹
22. **con rể**　n. 女婿
23. **con dâu**　n. 媳婦
24. **con ruột**　n. 親生的孩子
25. **con nuôi**　n. 養子
26. **con một**　n. 獨生子
27. **con đầu lòng**　n. 頭一胎（的孩子）

28. **cháu đích tôn**　n.（長男生的）長孫
29. 南 **cha dượng** / 北 **bố dượng**
　　n. 繼父
30. **mẹ kế**　n. 繼母
31. **sinh đôi**　n. 雙胞胎
32. **con riêng**　n. 私生子、配偶在前一段婚姻
　　裡所生的孩子

貼心小提醒　由於 con riêng 一詞不具貶意，故
不適用「拖油瓶」一詞。

01 親戚

親戚的稱呼怎麼叫呢？

BP01-01-02
NP01-01-02

父系家族		母系家族	
1. **ông nội** n.	爺爺	**ông ngoại** n.	外公
2. **bà nội** n.	奶奶	**bà ngoại** n.	外婆
3. 南 **cha chồng** / 南 **ba chồng** / 北 **bố chồng** n.	公公	南 **cha vợ** / 南 **ba vợ** / 北 **bố vợ** n.	岳父
4. **mẹ chồng** / 南 **má chồng** n.	婆婆	**mẹ vợ** / 南 **má vợ** n.	岳母
5. **anh chồng** n.	大伯	**anh vợ** n.	大舅子

6. chị chồng n.	大姑	chị vợ n.	大姨子
7. em chồng n.	小叔、小姑	em vợ n.	小舅子、小姨子
8. cháu chồng n.	姪子、姪女	cháu vợ n.	外甥、外甥女
9. chị dâu n.	嫂嫂	anh rể n.	姊夫
10. em dâu n.	弟媳	em rể n.	妹夫
11. bác n.	伯父	南 cậu / 北 bác n.	（媽媽的哥哥）舅舅
12. bác n.	伯母	南 mợ / 北 bác n.	（媽媽的嫂嫂）舅媽
13. chú n.	叔叔	cậu n.	（媽媽的弟弟）舅舅
14. thím n.	嬸嬸	mợ n.	（媽媽的弟妹）舅媽
15. cô n.	（爸爸的姊姊）姑姑	南 dì / 北 bác n.	（媽媽的姊姊）阿姨
16. 南 dượng / 北 bác n.	（爸爸的姊夫）姑丈	南 dượng / 北 bác n.	（媽媽的姊夫）姨丈
17. cô n.	（爸爸的妹妹）姑姑	dì n.	（媽媽的妹妹）阿姨
18. 南 dượng / 北 chú n.	（爸爸的妹夫）姑丈	南 dượng / 北 chú n.	（媽媽的妹夫）姨丈
19. 南 anh chị em bà con / 北 anh chị em họ n.	堂兄弟姊妹	南 anh chị em bà con / 北 anh chị em họ n.	表兄弟姊妹

★★★ 02 婚姻

貼心小提醒　更多與婚姻相關的內容，請翻閱 340 頁，P10-01【婚禮】。

與婚姻相關的表現有哪些呢？

BP01-01-03
NP01-01-03

1. độc thân n. 單身
2. hẹn hò / 南 cặp bồ v. 談戀愛
3. chia tay v. 分手
4. bạn trai n. 男朋友
5. bạn gái n. 女朋友
6. người yêu / 南 bồ / 南 ghẹ n. 情人
7. chồng sắp cưới / vị hôn phu n. 未婚夫
8. vợ sắp cưới / vị hôn thê n. 未婚妻
9. hỏi cưới / hỏi vợ ph. 提親

10. cưới / lấy (~ vợ) v. 娶
11. lấy (~ chồng) v. 嫁
12. đính hôn v. 訂婚、文定
13. đám hỏi / lễ đính hôn n. 訂婚典禮、訂婚儀式
14. kết hôn v. 結婚
15. đăng ký kết hôn ph. 登記結婚
16. đám cưới / tiệc cưới n. 喜酒、婚宴
17. lễ cưới / hôn lễ n. 婚禮
18. chú rể n. 新郎

19. **cô dâu** n. 新娘
20. **có thai** / 南 **có bầu** / 北 **có mang** / 北 **mang thai** ph. 懷孕
21. **sinh con** ph. 生小孩
22. **nhận con nuôi** ph. 領養
23. **ngoại tình** v. 外遇
24. **vợ bé** / 南 **bồ nhí** n. 小三
25. **ly thân** v. 分居
26. **ly hôn / ly dị** v. 離婚

🎧 BP01-01-04
NP01-01-04

Tips 跟老公、老婆及情人有關的慣用語

- 「ông xã」和「bà xã」分別是「老公」「老婆」親密的稱呼。年輕人常把這兩個字簡寫成「ox」和「bx」。另外，現在流行也把 chồng（先生）寫成「ck」、vợ（太太）寫成「vk」。

- Gấu 是「熊」的意思。在當下的流行語中，就將「gấu」引申「情人」的意思。例：**Anh** có **"gấu"** chưa? 你有女朋友了嗎？

- thả thính：放餌。Thính 是指在釣魚時，為了引誘魚過來而額外撒下的餌。就像這樣的撒餌一樣，指人用美照或甜言蜜語等讓某人迷上自己，即相近於中文的「勾引」。

- 南 cua gái / 北 tán gái：把妹。反過來女倒追男的情況時，就可以說「南 cua trai / 北 tán trai」。

★★★
03 外表

外表的狀況有哪些呢？

🎧 BP01-01-05
NP01-01-05

đẹp
adj. 漂亮
xấu
adj. 醜陋

đẹp gái / 北 **xinh gái**
adj. 美麗
đẹp trai
adj. 帥

dễ thương / 北 **đáng yêu**
adj. 可愛

già
adj. 老
trẻ
adj. 年輕

thấp
adj. 矮
cao
adj. 高

南 ốm / 北 gầy
adj. 瘦
南 mập / 北 béo
adj. 胖

lực lưỡng
adj. 強壯

mảnh mai / thon thả
adj. 苗條

**da ngăm /
da bánh mật**
adj. 黝黑
da trắng
adj. 白晰

tóc xoăn
adj. 捲髮的
tóc thẳng
adj. 直髮的

mắt một mí
adj. 單眼皮的
mắt hai mí
adj. 雙眼皮的

mũi thấp / mũi tẹt
adj. 扁鼻子的
mũi cao
adj. 高鼻子的

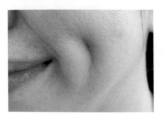

**(má lúm)
đồng tiền**
n. 酒窩

hói
adj. 禿頭

nốt ruồi
n. 痣

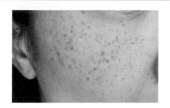

tàn nhang
n. 雀斑

nếp nhăn
n. 皺紋

râu
n. 鬍子

🎧 BP01-01-06
NP01-01-06

Tips 與外表有關的慣用語

● trông mặt đặt tên：看臉取名。這句俗語說按照一個人的外貌來判斷他的個性。常用在負面的語感。相當於中文的「以貌取人」。

因臉很兇，所以取名：「壞人!?」

★★★
04 個性

一般有哪些種類的個性呢？

🎧 BP01-01-07
NP01-01-07

1. **tốt bụng** adj. 慈祥、慈藹、好心
2. **xấu tính** adj. 壞心
3. **hiền (lành)** adj. 溫柔
4. **(hung) dữ** adj. 兇惡
5. **ngoan (ngoãn)** adj. 乖巧
6. **lì (lợm)** adj. 不聽話

7. 南 **nghe lời** / 北 **vâng lời** adj. 聽話
8. **nghịch ngợm** adj. 調皮
9. **hướng nội** adj. 內向
10. **hướng ngoại** adj. 外向
11. **thông minh** adj. 聰明
12. **ngu ngốc** adj. 愚笨

13. **dễ tính** adj. 隨和、溫厚
14. **khó tính / nghiêm khắc** adj. 嚴格
15. **ôn hòa** adj. 溫和
16. **nóng nảy** adj. 暴躁
17. **chăm chỉ / siêng năng** adj. 認真
18. **lười biếng / lười nhác** adj. 懶惰

19. **chịu khó** adj. 吃苦耐勞
20. **cẩn thận / tỉ mỉ** adj. 細心
21. **cẩu thả / ẩu** adj. 粗心
22. **đảm đang** adj. 賢慧
23. **hậu đậu / vụng về** adj. 笨手笨腳
24. **tiết kiệm** adj. 節儉
25. **phung phí** adj. 奢侈

26. **rộng rãi / hào phóng / phóng khoáng** adj. 大方
27. **keo kiệt / bủn xỉn** adj. 小氣
28. **ích kỷ** adj. 自私
29. **tham lam** adj. 貪心
30. **khiêm tốn** adj. 謙虛
31. **khoe khoang** adj. 誇耀、愛現

32. **kiêu ngạo / kiêu căng / ngạo mạn** adj. 傲慢

33. **thân thiện** adj. 友善

34. **nhiệt tình** adj. 熱情

35. **hiếu thảo / có hiếu** adj. 孝順

36. **bất hiếu** adj. 不孝

37. **dũng cảm / can đảm** adj. 勇敢

38. **nhút nhát** adj. 膽小

39. **mạnh mẽ** adj. 堅強

40. **yếu đuối** adj. 軟弱

41. **thật thà** adj. 老實

42. **thảo mai / giả tạo** adj. 虛偽

43. **tự tin** adj. 有自信

44. **tự ti** adj. 自卑

45. **lạc quan** adj. 樂觀

46. **bi quan** adj. 悲觀

47. **vui tính / hài hước** adj. 幽默

48. **lạnh lùng** adj. 冷漠

49. **trầm lặng / ít nói** adj. 文靜

50. **nói nhiều** adj. 呱噪、愛講話

51. **lễ phép** adj. 有禮

52. **hỗn / vô lễ** adj. 無禮、沒大沒小

53. **lịch sự** adj. 斯文

54. **thô lỗ** adj. 粗魯

55. **kiên nhẫn** adj. 有耐心

56. **chung thủy** adj. 始終如一

57. **gia trưởng** adj. 大男人主義、沙文主義

Chương 2

Phòng khách 客廳

這些應該怎麼說？

客廳的擺飾

① **trần nhà** n. 天花板
② **tường** n. 牆壁
③ **sàn gỗ** n. 硬木地板
④ **cửa sổ** n. 窗戶
⑤ **bàn trà / bàn sofa** n. 茶几；咖啡桌
⑥ **ghế sofa / ghế salon** n. 長沙發椅
⑦ **ghế đẩu** n. 軟墊凳
⑧ **lò sưởi** n. 壁爐

⑨ **tranh** n. 畫像、掛畫

⑩ **khung cửa sổ** n. 窗框

⑪ 南 **màn cuốn** / 北 **rèm cuốn**
n. 羅馬簾

⑫ **công tắc** n. 電燈開關

⑬ **TV / tivi** n. 電視

⑭ **thảm trải sàn** n. 地毯

⑮ **chậu cây cảnh** n. 盆栽

⑯ **ghế bành** n. 扶手椅

⑰ **gối sofa / gối tựa lưng**
n. 靠墊

⑱ **đèn treo tường** n. 壁燈

⑲ **đèn thả** n. 吊燈

⑳ **tủ** n. 櫃子

㉑ **ngăn kéo** n. 抽屜

㉒ **đồng hồ để bàn** n. 桌鐘

BP01-02-02
NP01-02-02

你知道嗎？

常見的各種燈具有哪些呢？

● 傳統燈

南 **đèn cầy /**
北 **nến**
n. 蠟燭

đèn dầu
n. 煤油燈

đèn lồng /
lồng đèn
n. 燈籠

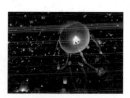

đèn trời /
thiên đăng /
đèn Khổng Minh
n. 天燈

● 照明燈

đèn sợi đốt /
đèn dây tóc /
đèn tròn
n. 電燈泡

đèn huỳnh
quang /
đèn tuýp
n. 日光燈

đèn compact
/com-pắc/
n. 省電燈泡

đèn LED /lét/
n. LED 燈

● 功能燈及裝飾燈

đèn ngủ	đèn đọc sách	đèn pin	đèn đứng	đèn chùm
n. 夜燈	n. 檯燈、閱讀燈	n. 手電筒	n. 立燈	n. 豪華吊燈

 BP01-02-03
NP01-02-03

Tips 關於燈的慣用語

● có trăng quên đèn：有了月亮就忘了燈。意指當有了比較好的人或物時就會淡忘之前所擁有的，常用於愛情方面。相當於中文的「喜新厭舊」。

● gần mực thì đen, gần đèn thì sáng：近墨者黑，近燈者亮。比喻說跟什麼樣的人往來就會變成相似的人。相當於中文的「近朱者赤，近墨者黑」。

● đèn nhà ai nấy sáng 或 đèn nhà ai nấy rạng：誰家的燈就誰家亮。意指每個家庭都有自家的事要顧，外人不要干涉。相似於中文的「自掃門前雪」。

● tối lửa tắt đèn：火盡燈消。比喻遭逢艱困的局面。
Chúng ta là anh em, nên giúp đỡ nhau lúc tối lửa tắt đèn. （我們是兄弟，碰到困難的時候應該互相幫助。）

 在客廳會做什麼呢？

★★★
01 看電視

BP01-02-04
NP01-02-04

與看電視時有關的用語

1. **tivi LCD / tivi tinh thể lỏng / tivi màn hình phẳng**
   n. 液晶電視

2. **kệ tivi** n. 電視櫃

3. **dàn loa / dàn âm thanh** n. 立體音響

4. **loa** n. 喇叭

5. **micro**　n. 麥克風

6. **điều khiển tivi / remote** / rì-mót /
　　n. 電視遙控器

7. **đầu (đĩa) DVD**　n. DVD 播放器

8. **ăng-ten**　n. 天線

9. **truyền hình cáp**　n. 有線電視

10. **kênh**　n. 頻道

11. **đài (truyền hình)**　n. 電視台

12. **chiếu lại / phát lại**　ph. 重播

13. **phụ đề**　n. 字幕

14. **thuyết minh**　v. 旁白

15. **lồng tiếng**　v. 配音

16. **(phát / chiếu) trực tiếp / live** / lai /
　　adj. 直播

17. **kết thúc**　n. 結局

18. **lượng khán giả / lượng rating**
　　n. 收視率

19. **độ nét**　n. 畫質

20. **lịch phát sóng**　n. 節目表

21. **chiếu / phát**　v. 播

22. **tập**　n. 集數

23. **tập cuối**　n. 完結篇

24. **mở tivi / bật tivi**　ph. 開電視

25. **tắt tivi**　ph. 關電視

26. **tăng âm lượng**　ph. 轉大聲

27. **giảm âm lượng**　ph. 轉小聲

28. **tắt tiếng**　ph. 靜音

29. **chuyển kênh**　ph. 轉台

　BP01-02-05
　　　NP01-02-05

Tips　nhìn, thấy, xem 的中文都是「看」。那有什麼不一樣呢？

● nhìn：注視。注意力集中地盯著某樣東西。
　例如：Hãy **nhìn** vào mắt **tôi**.（看著我的眼睛。），與英文的 look 同義。

● thấy：看見、看到。指在並非刻意的情況下，看到存在眼前的某件事物。與
　英文的 see 同義。
　例如：Khi về đến nhà, **tôi thấy** vợ tôi đang xem tivi.（當我回到家的時候，我
　看見我太太正在看電視。）

● 北 xem 或 南 coi：指很注意地觀看著某樣在移動中或有內容的東西。與英文
　的 watch 同義。
　例如：**Cô ấy** đang **xem** sách nên không **thấy** tôi đang **nhìn cô ấy**.（她在看書，
　所以沒看到我正盯著她看。）

● ngắm：觀賞。指注意觀看或欣賞某樣喜愛的事物上。
　例如：Trung thu **chúng ta** lên núi Hổ Đầu, vừa có thể **ngắm** trăng, vừa có thể **ngắm**
　cảnh đêm.（中秋節時我們上虎頭山去，既可以看賞月，又可以看夜景。）

你知道各類的電視節目怎麼說嗎？

1.	chương trình truyền hình	n. 電視節目
2.	tin tức / thời sự	n. 新聞
3.	phóng sự	n. 專訪
4.	dự báo thời tiết	n. 氣象預報
5.	quảng cáo	n. 廣告
6.	phim	n. 電影
7.	phim truyền hình	n. 電視劇
8.	phim dài tập	n. 連續劇
9.	phim thần tượng	n. 偶像劇
10.	hài kịch	n. 喜劇
11.	chương trình tạp kỹ	n. 綜藝節目
12.	phim hoạt hình	n. 卡通
13.	phim tài liệu	n. 紀錄片
14.	trò chơi truyền hình / gameshow	n. 益智節目
15.	chương trình truyền hình thực tế	n. 實境節目
16.	talk show	n. 脫口秀
17.	chương trình lễ trao giải	n. 頒獎節目
18.	thế giới động vật	n. 動物世界
19.	ca nhạc	n. 音樂
20.	thể thao	n. 體育
21.	kênh mua sắm	n. 購物頻道

看電視時會用到的句子

1. **Cái điều khiển tivi đâu rồi?** 遙控器到哪去了？

2. **Bạn có thể đưa tôi cái điều khiển tivi không?**
   你可以幫我拿遙控器嗎？

3. **Kênh Star Movie đang chiếu phim gì?** Star Movie 頻道現在在演什麼電影？

4. **Bạn thích xem chương trình gì?** 你喜歡看哪種節目？

5. **Kênh VTV3 số mấy?** VTV3 頻道是第幾台？

6. **Ai diễn bộ phim này vậy?** 這部電影是誰演的？

7. **Phim này có phụ đề tiếng Trung không?** 這部電影有中文字幕嗎？

8. **Anh xem qua bộ phim này chưa?** 你看過這部電影嗎？

9. **Bây giờ tập mấy rồi?** 現在第幾集了？

10. **Lại phát lại à?** 又重播了嗎？

11. **Khi nào phát lại chương trình American Idol?**
American Idol 節目什麼時候重播？

12. **Tín hiệu không tốt.** 收訊不好。

13. **Vui lòng chỉnh âm lượng nhỏ một chút.** 請你把聲音關小一點。

14. **Đừng chuyển kênh nữa.** 不要一直轉台。

15. Chúng tôi **không xem chương trình này.** 我們不看這個節目。

16. **Chuyển sang kênh 22 đi.** 轉到第 22 台。

★★★
02 聊天

BP01-02-07
NP01-02-07

1. **trò chuyện** v. 閒談、聊天
2. **nói về ~** ph. 談論～、談到～
3. **hỏi thăm** v. 問候
4. **bình luận / nhận xét** v. 評論
5. **nói chuyện phiếm**
   ph. 小談一下、寒喧
6. **tâm sự** v. 講心事
7. 南 **tán dóc** / 北 **tán gẫu** ph. 閒聊
8. **khen** v. 讚美、稱讚
9. **chê** v. 嫌、嫌棄

10. **phàn nàn / than phiền** v. 抱怨
11. **tin đồn** n. 小道消息
12. **tin đồn nhảm / tin vịt** n. 謠言
13. **nhiều chuyện** adj. 八卦
14. **nói xấu** ph. 說某人的壞話
15. **mách lẻo** v. 打小報告
16. **nói thì thầm** ph. 講悄悄話、咬耳朵
17. **nói tào lao** ph. 胡扯
18. **nói dối / nói dóc** ph. 說謊

Tips 關於聊天的慣用語

● Tám 在越南語中除了是「八」的意思之外，在流行語中也是指「打屁」的意思。
例如：Tối nay chúng ta tụ tập "**tám**" đi.（我們今晚聚一聚聊天打屁吧！）。
另外，bà tám 意為「八婆」，指「八卦的女人」。可以當名詞，也可以當形容詞。
Nó "**bà tám**" lắm, đừng kể bất cứ chuyện gì cho nó nghe.（她很八婆耶！任何事情都別跟她講。）

● Chém gió 直譯為「斬風（把風斬開）」。在流行語中是指打屁好玩的，意指將事情假造或誇大一點。
例如：Nó "**chém gió**" đó, đừng nghe nó.（他在鬼扯，別聽他亂講。）

聊天時常說的句子

1. **Có chuyện gì vậy?** 發生了什麼事？

2. **Bạn sao vậy?** 你怎麼了？

3. **Bạn có tâm sự à?** 你有心事嗎？

4. **Bạn không sao chứ?** 你還好吧？

5. **Tôi không sao / Tôi ổn.** 我沒事。

6. **Rất lấy làm tiếc khi nghe tin này.** 聽到這個消息我很難過。

7. **Đừng lo, mọi chuyện sẽ ổn thôi.** 別擔心，一切都會好的。

8. **Bạn nghĩ nhiều quá đấy!** 你想太多了！

9. **Tôi hiểu cảm giác của bạn.** 我能體會你的感受。

10. **Khó mà nói hết được.** 說來話長；一言難盡。

11. **Thời gian sẽ trả lời.** 時間會回答一切的。

12. **Tôi nghĩ xem.** 我想想看。

13. **Để tôi xem.** 我看看。

14. **Tôi suy nghĩ lại đã.** 我先考慮一下。

15. **Tôi nghe bạn.** 聽你的，你說的算。

16. **Tôi nói thật.** 我是認真的。

17. **Bạn nói sao cũng được.** 隨便你怎麼說。

18. **Tùy bạn.** 你決定就好。

19. **Sao cũng được.** 都可以；無所謂。

20. **Điều này rất khó nói.** 這很難說。

21. **Động não đi.** 動動腦筋吧。

22. **Không nghi ngờ gì cả.** 無庸置疑。

23. **Vào vấn đề chính đi.** 直接談正事吧。

24. **Nói phải giữ lời.** 說話算話。

25. **Tôi hứa.** 我保證。

26. **Tôi thề.** 我發誓。

27. **Tôi không tin.** 我不信。

28. **Biết chết liền.** 我如果知道的話就死給你看（我不知道）。

29. **Tôi nói rồi mà.** 我就說了嘛！

30. **Có mới lạ.** 有才怪！

★★★
03 做家事

BP01-02-09
NP01-02-09

quét nhà
ph. 掃地

lau nhà
ph. 拖地

hút bụi
ph. 吸地

**南 chà sàn nhà /
北 cọ sàn nhà**
ph. 刷地板

dọn giường
ph. 鋪床

**南 phơi đồ /
北 phơi quần áo**
ph. 曬衣服

**sấy đồ /
sấy quần áo**
ph. 烘衣服

🔲 **xếp quần áo /**
🔲 **xếp đồ /**
🔲 **gấp quần áo**
ph. 摺衣服

🔲 **ủi quần áo /**
🔲 **ủi đồ /**
🔲 **là quần áo**
ph. 燙衣服

nấu ăn / làm đồ ăn
ph. 煮飯

dọn cơm
ph. 擺盤

lau bàn
ph. 擦桌子

🔲 **rửa chén /**
🔲 **rửa bát**
ph. 洗碗

phân loại rác
ph. 垃圾分類

đổ rác
ph. 倒垃圾

rửa xe
ph. 洗車

🔲 **làm cỏ /** 🔲 **nhổ cỏ**
ph. 除草

tưới cây
ph. 澆水

做家事時會用到的用具有哪些？

 BP01-02-10
NP01-02-10

chổi
n. 掃把

thùng rác / sọt rác
n. 垃圾桶

chổi lông gà
n. 雞毛撢子

máy hút bụi
n. 吸塵器

**南 ky hốt rác /
南 đồ hốt rác / 北 hốt rác**
n. 畚斗、畚箕

cây lau nhà
n. 拖把

thùng rác tái chế
n. 資源回收桶

máy giặt
n. 洗衣機

bột giặt
n. 洗衣粉

nước giặt
n. 洗衣精

nước xả (vải)
n. 柔軟精

bàn chải
n. 刷子

giỏ quần áo / sọt quần áo
n. 洗衣籃

máy sấy quần áo
n. 烘衣機

móc (treo) quần áo
n. 衣架

kẹp quần áo
n. 曬衣夾

南 bàn ủi / 北 bàn là
n. 熨斗

dây phơi quần áo
n. 曬衣繩

南 máy rửa chén / 北 máy rửa bát
n. 洗碗機

南 nước rửa chén / 北 nước rửa bát
n. 洗碗精

南 miếng rửa chén / 北 miếng rửa bát / 北 mút rửa bát
n. 菜瓜布

南 nùi giẻ / 北 giẻ lau
n. 抹布

thuốc tẩy
n. 漂白劑

bột thông cống
n. 水管疏通劑

BP01-02-11
NP01-02-11

你知道嗎？

Giặt、rửa 和 gội 一樣都是「洗」，有什麼不一樣呢？

giặt：是用水搓揉布類物品的動作，常用於搭配洗衣粉使用的場合。例如：giặt quần áo（洗衣服）、giặt chăn（洗被單）、giặt giẻ lau（洗抹布）…等等。

Mỗi tuần tôi giặt quần áo ba lần.
我每個禮拜洗三次衣服。

rửa：使用某種液體來清洗東西。例如：rửa chén（洗碗）、rửa xe（洗車）、rửa mặt（洗臉）、rửa chân（洗腳）…等等。

Con gái đang rửa chén, mẹ đang giặt chăn màn, còn ba thì đang rửa xe.
女兒在洗碗，媽媽在洗寢具，而爸爸在洗車。

gội：洗（頭髮）。全部的洗只有「洗頭」時用 gội 這個字，請特別注意。

Gội đầu, rửa mặt xong, tôi đi giặt quần áo.
洗完頭、臉之後，我就去洗衣服。

vo：洗。一般用於洗滌大量的小型粒狀物時會使用 vo 這個詞。例如：vo gạo（洗米）、vo đậu（洗豆子）。

BP01-02-12
NP01-02-12

Tips 關於打掃的慣用語

● nhà sạch thì mát, bát sạch ngon cơm：房子乾淨就涼爽，碗乾淨飯就比較美味。這句俗語是勸人家保持住宅的環境衛生，這樣的生活才能舒服、愉快。（成語是固定的，內容字即使出現了南、北音不同的用詞，亦並不可自行替用。）

★★★ Chương 3
Nhà bếp 廚房

BP01-03-01
NP01-03-01

這些應該怎麼說？

廚房的擺設

1. **tủ lạnh** n. 冰箱
2. **máy hút khói /**
   máy hút mùi n. 抽油煙機
3. **bếp điện** n. 電爐
   bếp ga n. 瓦斯爐
4. **lò vi sóng / lò vi ba** n. 微波爐
5. **lò nướng** n. 烤箱
6. **bệ bếp** n. 流理台
7. **tủ bếp** n. 碗櫃、食品櫥櫃
8. **gia vị** n. 調味料、佐料
9. 南 **bồn rửa (chén) /**
   北 **chậu rửa (bát)** n. 水槽
10. **vòi nước** n. 水龍頭
11. **bàn ăn** n. 飯桌
12. 南 **bình bông /** 南 **bình hoa /**
    北 **lọ hoa** n. 花瓶

máy xay sinh tố
n. 果汁機；攪拌器

南 **máy ép trái cây /**
北 **máy ép hoa quả**
n. 蔬果榨汁機

máy xay thực phẩm
n. 食物調理機

máy nướng bánh mì
n. 烤麵包機

máy làm bánh mì
n. 製麵包機

máy pha cà phê
n. 咖啡機

máy lọc nước
n. 飲水機

tủ đông
n. 冷凍櫃

nồi cơm điện
n. 電鍋

bếp (điện) từ
n. 電磁爐

南 **bình đun siêu tốc /**
北 **ấm đun siêu tốc**
n. 快煮壺

南 **máy rửa chén /**
北 **máy rửa bát**
n. 洗碗機

★★★ Chương 3
Nhà bếp 廚房

tạp dề
n. 圍裙

kéo
n. 剪刀

dao
n. 菜刀

dao bào
n. 削皮刀

dụng cụ mài dao
n. 磨刀器

thớt
n. 砧板

🔳 **muỗng xới cơm /**
🔳 **muôi xới cơm /**
🔳 **thìa xới cơm**
n. 飯匙

🔳 **cái vá /**
🔳 **cái muôi /**
🔳 **cái môi**
n. 湯勺

🔳 **cái sạn /**
🔳 **muôi xào**
n. 鍋鏟

bếp ga
n. 瓦斯爐

nồi
n. 鍋子

nồi áp suất
n. 壓力鍋

giấy bạc
n. 鋁箔紙

đồ khui (bia)
n. 開瓶器

đồ khui rượu
n. 軟木塞開瓶器

**南 chảo chiên /
北 chảo rán**

n. 平底鍋

chảo xào

n. 炒菜鍋

ấm (đun) nước

n. 熱水壺

**南 bình thủy /
北 phích nước**

n. 保溫壺

vỉ nướng

n. 烤網

kẹp gắp

n. 夾子

**găng tay nhà bếp /
miếng nhấc nồi**

n. 隔熱手套

**đế lót nồi /
miếng lót nồi**

n. 隔熱墊

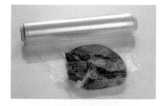

màng bọc thực phẩm

n. 保鮮膜

dụng cụ mở nắp hộp

n. 開罐器

dụng cụ xay tiêu

n. 研磨器

**búa dần thịt /
búa đập thịt**

n. 肉錘

dụng cụ vắt cam

n. 榨汁器

chày và cối

n. 研磨棒及研磨鉢

**南 kệ chén /
南 sóng chén /
北 kệ bát / 北 giá bát**

n. 碗架

你知道嗎？

Lò 跟 bếp 都是「爐」的意思。但有什麼不一樣呢？

● Lò 這個字一般指用耐熱材料所製成的設備，可以用在煮東西或發熱取暖的器物上。在使用 lò 的時候，把要煮的東西放在 lò 的裡面。例如：lò sưởi（壁爐）、lò nướng（烤爐）、lò vi ba（微波爐）等。

● Bếp 原意指「廚房」的意思。但是在越南語中，bếp 也可以指煮東西的工具。使用 bếp 的時候，把要煮的東西放在 bếp 上面。例如：bếp ga（瓦斯爐）、bếp điện（電爐）等。

Tips　與廚房工具有關的慣用語

● nồi nào (úp) vung nấy：指哪種鍋子就有適合它的蓋子能蓋。比喻一對夫妻很登對。相當於中文的「爛鍋自有破蓋配」。

● cá nằm trên thớt：在砧板上的魚，比喻陷入一場找不到出路的困境，命運掌握在他人手裡。相當於中文的「魚游釜中」。

● chơi dao có ngày đứt tay：玩刀子總有一天會傷到手。比喻一直做冒險的事，總有一天會出事的。相似於中文的「夜路走多了，總會碰到鬼」。亦有「玩火自焚」之意。

● muốn ăn thì lăn vào bếp：想吃就滾到廚房去。比喻若想要得到某些成果時，就要自己主動去做。

● ra lò：出爐。原本的意思是指某樣食品經過烘烤剛完成後不久，進而被流行語引申為最新出現的產品或消息。即相似中文的「最新出爐」。

在廚房會做什麼呢？

★★★
01 烹飪

各種烹飪的方式有哪些？

nấu
v. 煮

luộc
v. 白煮

南 trụng / 北 nhúng
v. 汆燙

hầm
v. 燉

kho
v. 滷

hấp
v. 蒸

hâm
v. 微波加熱

rang
v. 烘焙

xào
v. 炒

南 chiên / 北 rán
v. 煎

**南 chiên ngập dầu /
北 rán ngập dầu**
v. 炸

nướng
v. 烤

quay
v. （將肉用鐵棒串起後旋轉
的）烤

trộn
v. 攪

nêm (gia vị)
v. 調味

BP01-03-07
NP01-03-07

Tips　與餐食有關的慣用語

● cơm chẳng lành, canh chẳng ngọt：飯不香，湯不鮮。比喻夫妻之間的關係
不好。

Họ mới cưới nhau được mấy tháng thôi mà **cơm chẳng lành canh chẳng ngọt**
rồi.（他們剛結婚幾個月而已，但關係卻已經開始變差了。）

● gạo đã (nấu) thành cơm：米已經煮成熟飯。比
喻事情已經做了，沒辦法改變了。相當於中文的
「木已成舟」、「箭在弦上」、「生米煮成熟飯」。

● con sâu làm rầu nồi canh：一隻蟲弄壞了一鍋湯。比喻危害團體的人。相當
於中文的「害群之馬」、「一顆老鼠屎壞了一鍋粥」。

Sau khi phát hiện bộ trưởng ăn hối lộ thì nhân dân
mất niềm tin vào chính phủ. Đúng là "**con sâu làm
rầu nồi canh**" mà.

部長受賄一事曝光之後，人民便對政府失去信
任。真的是一顆老鼠屎，壞了一鍋粥。

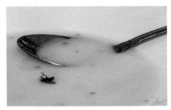

● ăn cơm trước kẻng：銅鑼都還沒敲打就先吃飯了。比喻一對情侶還沒結婚
就先上床了。

Họ chưa kết hôn nhưng đã "**ăn cơm trước kẻng**". Bây giờ "gạo đã nấu thành
cơm", hối hận cũng không kịp rồi.（他們還沒結婚就先發生關係了。現在生米
已煮成熟飯了，後悔也來不及了。）

● mượn dao giết người：借刀殺人。比喻利用別人替自己做壞事。與中文的
「借刀殺人」一模一樣。

★★★ Chương 3
Nhà bếp 廚房

vo gạo
ph. 洗米

rửa
v. 洗

ngâm
v. 泡水

🇻南 **lặt rau /**
🇻北 **nhặt rau**
ph. 挑菜

gọt (vỏ)
v. 削皮

🇻南 **lột (vỏ) /**
🇻北 **bóc (vỏ)**
v. 剝皮

🇻南 **xắt /** 🇻北 **thái**
v. 切

tẩm / ướp
v. 醃製

phơi
v. 曬乾

đập (trứng)
v. 打（蛋）

xay (tiêu)
v. 研磨（胡椒）

vắt (chanh)
v. 擠（檸檬）

rắc
v. 撒

giã / đâm
v. 搗

rã đông
v. 解凍

Tips 與烹調準備工作有關的慣用語

- Rửa（洗）原本意思是「洗」。在流行語中，指當你買到新東西或有好消息的時候要請朋友吃東西。越南現在很流行這項風潮，但有時會造成當事人的麻煩，因為每當當事人買新東西時，周遭的人都要當事人 rửa，不管發生在誰身上，都是一件很惱人的事。

  Vỹ vừa mua một cái điện thoại mới nên hôm nay **anh ấy** mời đồng nghiệp đi **"rửa"** điện thoại.

  阿偉剛買了新手機，所以今天他請同事們一起吃飯來慶祝這件事。

- vắt chanh bỏ vỏ： 檸檬擠完後就把皮扔掉。指沒有利用價值後，就想辦法拋棄掉。相當於中文的「過河拆橋、忘恩負義」。

你知道嗎？

一樣是都「燉」，但 hầm、ninh、kho 的「火候」及「燉法」都不同。

在越南語中，hầm、ninh、kho 都是指「用小火燉煮」，但燉煮的方式卻大不相同。

- **Hầm** 是指用大量的湯汁以小火的方式去煨煮、燜煮「大塊且硬的食物」，湯汁需夠多才能蓋過食材，例如：燉豬腳、燉蓮藕…等。

- **Ninh** 是以中小火的方式慢慢的燉煮，也就是說瓦斯爐最外圍的火候要小，煮到食材完全入味，並融入在湯汁裡，例如：大骨湯、香菇雞湯…等。

- **Kho** 是指先將食物以調味料醃製之後（通常是鹹味的調味料），再加入少量或大量的湯汁，慢煮至湯汁完全吸收到食物裡，例如：滷肉、滷豆乾…等。

一樣都是「烤」，但 nướng 跟 quay「烤法」不同。

- **Nướng** 是指將食物放在火的上方或下方烤。
  例如：nướng thịt（烤肉）、nướng bánh（烤餅）…等等。

- 由於 quay 這個字原義是「**轉**」的意思，所以 quay 是指將某食物用一跟鐵棒串著在火的上方，然後一直將其旋轉到食物烤熟為止。通常 quay 是把整隻動物烤到熟的烤法。

  例如：quay heo（烤豬）、quay vịt（烤鴨）、vịt quay Bắc Kinh（北京烤鴨）…等等。

廚房裡會用到的調味料有哪些？

BP01-03-11
NP01-03-11

muối
n. 鹽

đường
n. 糖

南 **bột ngọt /**
北 **mì chính**
n. 味精

bột nêm
n. 肉粉

tiêu
n. 胡椒

ớt
n. 辣椒

tỏi
n. 大蒜

sả
n. 香茅

chanh
n. 檸檬

dấm
n. 醋

dầu ăn
n. 油

dầu ô-liu
n. 橄欖油

南 **nước tương /**
北 **xì dầu**
n. 醬油

nước mắm
n. 魚露

南 **nước màu /**
北 **nước hàng**
n. 焦糖醬

mật ong
n. 蜂蜜

各種味道的表達法

mặn
adj. 鹹

ngọt
adj. 甜

đắng
adj. 苦

chua
adj. 酸

cay
adj. 辣

the (mát)
adj.（味道）清涼

chát
adj. 澀

béo
adj. 油膩

各種切法的表達法

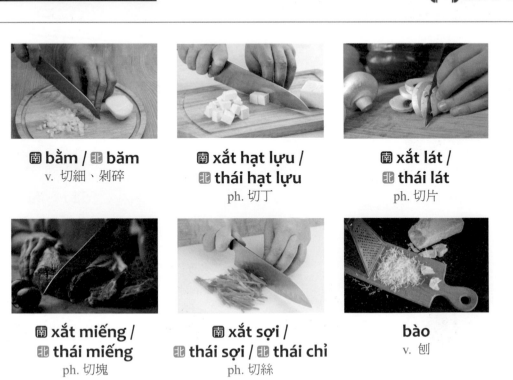

南 **bằm** / 北 **băm**
v. 切細、剁碎

南 **xắt hạt lựu** /
北 **thái hạt lựu**
ph. 切丁

南 **xắt lát** /
北 **thái lát**
ph. 切片

南 **xắt miếng** /
北 **thái miếng**
ph. 切塊

南 **xắt sợi** /
北 **thái sợi** / 北 **thái chỉ**
ph. 切絲

bào
v. 刨

02 烘焙 ★★★

烘焙時會用到什麼？

dụng cụ rây bột
n. 篩網

bột
n. 麵粉

bột nổi / baking soda
n. 小蘇打粉

sữa
n. 牛奶

công thức nấu ăn
n. 食譜

nguyên liệu
n. 原料

cái cân
n. 磅秤

khuôn
n. 烤模

khuôn giấy nướng bánh
n. 烘烤用的紙模

giấy nến / giấy chống dính
n. 烤盤紙

khay nướng bánh
n. 烤盤

dụng cụ đánh trứng / phới lồng
n. 打蛋器

dụng cụ cắt trứng
n. 切蛋器

đuôi bắt bông kem / đui bắt bông kem
n. 擠花嘴

南 tô trộn bột / 北 bát trộn bột
n. 攪拌碗

máy trộn bột
n. 攪拌器

đế bánh kem /
北 đế bánh gato
n. 蛋糕架

muỗng múc kem
n. 挖勺

南 muỗng gỗ /
北 thìa gỗ
n. 木勺

南 ly đong /
北 cốc đong
n. 量杯

南 muỗng đong /
北 thìa đong
n. 量匙

cây cán bột /
dụng cụ cán bột
n. 桿麵棍

cái phễu /
cái quặng
n. 漏斗

cọ quét
n. 刷子

bơ
n. 奶油

lồng hấp
n. 蒸籠

hộp đựng
n. 容器

men
n. 酵母

xay
v. 磨

rây
v. 篩粉

trộn
v. 攪拌

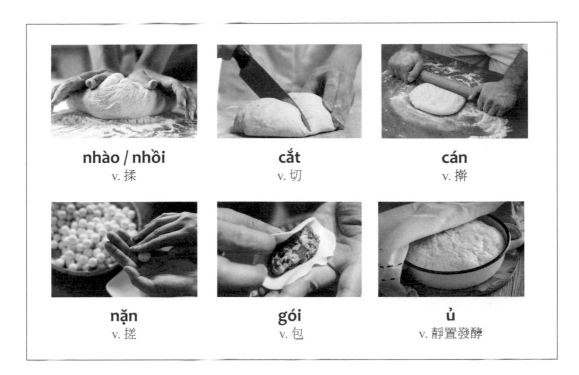

nhào / nhồi
v. 揉

cắt
v. 切

cán
v. 擀

nặn
v. 搓

gói
v. 包

ủ
v. 靜置發酵

烘焙時用到的切刀有哪些？

BP01-03-16
NP01-03-16

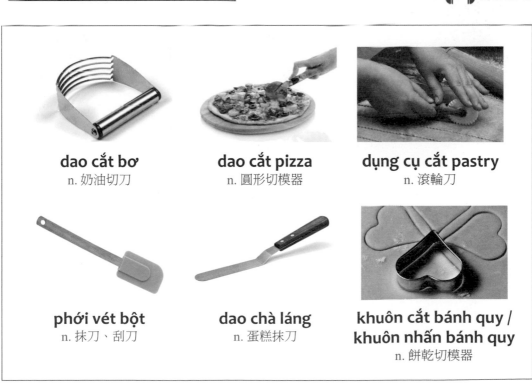

dao cắt bơ
n. 奶油切刀

dao cắt pizza
n. 圓形切模器

dụng cụ cắt pastry
n. 滾輪刀

phới vét bột
n. 抹刀、刮刀

dao chà láng
n. 蛋糕抹刀

**khuôn cắt bánh quy /
khuôn nhấn bánh quy**
n. 餅乾切模器

Chương 4

Phòng ngủ 臥室

BP01-04-01
NP01-04-01

這些應該怎麼說？

臥室的擺設

① **giường** n. 床
② **tủ đầu giường** n. 床頭櫃
③ **đèn ngủ để bàn** n. 床頭燈
④ **khung giường** n. 床架；床框
⑤ **gối** n. 枕頭

⑥ 南 **mền** / 北 **chăn** n. 被子
⑦ 南 **nệm** / 北 **đệm** n. 床墊
⑧ **thảm** n. 地毯
⑨ **tủ quần áo** n. 衣櫥；衣櫃
⑩ **kệ sách / giá sách** n. 書櫃

⑪ 南 **kiếng** / 北 **gương** n 鏡子

⑫ **bàn trang điểm** n. 化妝台

⑬ **ghế trang điểm** n. 化妝椅

⑭ 南 **dầu thơm** / 北 **nước hoa** n. 香水

⑮ 南 **bình hoa** / 南 **bình bông** / 北 **lọ hoa** n. 花瓶

⑯ **ga trải giường** / **khăn trải giường** n. 床罩

常見的寢具有哪些？

BP01-04-02
NP01-04-02

giường đơn
n. 單人床

giường đôi
n. 雙人床

giường tầng
n. 雙層床

chõng (tre)
n. 竹床

南 **ghế bố** / 北 **ghế xếp**
n. 折疊躺椅

võng
n. 吊床

BP01-04-03
NP01-04-03

Tips 與寢具有關的慣用語

- **chăn ấm nệm êm**：被子溫暖、床墊柔軟。意指舒適的生活。

- **màn trời chiếu đất**：以天空當蚊帳，以大地作草蓆。形容生活困苦，沒有地方能住。相當於中文的「餐風露宿」。

  Chúng ta nên trân trọng những gì mình đang có, vì trong khi **chúng ta** "**chăn ấm nệm êm**" thì ở ngoài kia có nhiều người sống cảnh "**màn trời chiếu đất**", không nơi nương tựa.

  我們要好好珍惜我們所擁有的一切，因為在我們蓋著暖被，躺在柔軟床墊上的時候，在外頭還有很多人餐風露宿，連落腳的地方都沒有。

- **đồng sàn dị mộng**：同床異夢。比喻兩人的關係看似極佳，但實際上並非如此，常用於夫妻關係之間。相當於中文的「同床異夢」、「貌合神離」。

- **chuyện chăn gối**（棉被和枕頭的事）或 **chuyện giường chiếu**（床和蓆子的事）：即指中文的「房事」。

★★★ 01 換衣服

各類衣服的樣式、配件？

● 男裝

❶ **set đồ tây** n.（一套）西裝
❷ **áo vest** /vét/ n. 西裝外套
❸ **áo sơ mi** n. 襯衫
❹ **kẹp cà vạt** n. 領帶夾
❺ **khăn choàng / khăn quàng cổ**
n. 領巾；絲巾
❻ **giày oxford** n. 牛津鞋
❼ 南 **cà vạt** / 北 **caravat** /ca-ra-vát/ n. 領帶
❽ **quần tây** n. 西裝褲
❾ **áo măng tô** n. 大衣
❿ **cặp công sở / túi xách công sở**
n. 公事包
⓫ **giầy tây** n. 皮鞋

⓬ **túi đeo chéo nam** n. 斜背包
⓭ 南 **quần jeans** /ghin/ / 北 **quần bò** n. 牛仔褲
⓮ 南 **dây nịt** / 北 **thắt lưng** n. 皮帶
⓯ **đồng hồ đeo tay** n. 手錶
⓰ **nơ đeo cổ** n. 領結
⓱ 南 **kính mát** / 北 **kính râm**
n. 太陽眼鏡、墨鏡
⓲ 南 **dầu thơm** / 北 **nước hoa** n. 香水
⓳ 南 **bóp (nam)** / 北 **ví** n. 男用錢包
⓴ 南 **mắt kiếng** / 北 **kính mắt** n. 眼鏡
㉑ **vòng tay nam** n. 男用手環
㉒ 南 **hộp mắt kiếng** / 北 **hộp mắt kính**
n. 眼鏡盒

● 女裝

㉓ 南 **áo thun** / 北 **áo phông**　n. T 恤

㉔ **váy bút chì**
n.（女用套裝正式的裙子）鉛筆裙

㉕ **áo sơ mi nữ**　n. 女用襯衫

㉖ **quần ống côn**　n. 煙管褲

㉗ **túi đeo vai nữ**　n. 女用斜背包

㉘ **áo khoác**　n. 外套

㉙ **giày boot** /bút/ / **giày bốt**　n. 靴子

㉚ **túi xách**　n. 手提包

㉛ **giày búp bê**　n. 芭蕾平底鞋

㉜ **khăn lụa**　n. 絲巾

㉝ **áo ba lỗ**　n. 坦克背心

㉞ **váy đầm**　n. 細肩帶上衣

㉟ **băng-đô**　n. 髮帶

㊱ **ba lô**　n. 背包

㊲ 南 **quần short jeans** /sọt ghin/
/ 北 **quần đùi**　n. 女用牛仔短褲

㊳ **son**　n. 口紅

㊴ **bóp đầm**　n. 女用錢包

㊵ **đầm hai dây** / **váy hai dây**　n. 細肩帶洋裝

㊶ **giày xăng-đan** / **dép xăng-đan**　n. 涼鞋

㊷ **giày cao gót**　n. 高跟鞋

㊸ **(chân) váy**　n. 短裙

● 冬季服飾

- ㊹ 南 **nón len** / 北 **mũ len** n. 毛線帽
- ㊺ **áo (khoác) lông vũ** n. 羽絨外套
- ㊻ **áo hoodie** n. 連帽 T 恤
- ㊼ **khăn len** n. 圍巾
- ㊽ **quần thể thao** n. 運動褲
- ㊾ **áo polo** / 南 **áo thun có cổ** /
  北 **áo phông có cổ** n. polo 衫
- ㊿ **găng tay** / **bao tay** n. 手套
- 51 南 **vớ** / 北 **tất** n. 襪子
- 52 **giày thể thao** n. 運動鞋

● 內衣

- 53 **quần lót nam** / **quần sịp nam** n. 男用內褲
- 54 南 **áo ngực** / 北 **áo lót** n. 胸罩
- 55 **áo tắm hai mảnh** / **bikini** n. 比基尼
- 56 **quần sọt** / **quần soóc** n. 短褲
- 57 **áo tắm một mảnh** n. 連身泳衣
- 58 **quần lót nữ** / **quần sịp nữ** n. 女用內褲
- 59 **quần boxer** n. 男用四角褲
- 60 **quần bơi nam** n. 男用泳褲

● 飾品

- 61 **ngọc trai** n. 珍珠
- 62 **chuỗi hạt ngọc trai** n. 珍珠項鍊
- 63 **dây chuyền** n. 項鍊
- 64 **mặt dây chuyền** n. 鍊墜
- 65 南 **bông tai** / 北 **hoa tai** n. 耳環
- 66 **khuyên tai** n. 圓形耳環
- 67 **vòng cổ** n. 墜鍊
- 68 **lắc tay** n. 手鍊
- 69 **kim cương** / **hột xoàn** n. 鑽石
- 70 **nhẫn** n. 戒指

71. **(khuy) măng-sét** n. 袖扣
72. **(ngọc) cẩm thạch** n. 翡翠
73. **ghim cài áo** n. 胸針
74. **vòng tay** n. 手鐲
75. **vàng** n. 黃金
76. **đá quý** n. 寶石
77. **nhẫn đính hôn** n. 訂婚戒指
78. **nhẫn cưới** n. 結婚戒指

衣服的布料有哪些？

BP01-04-05
NP01-04-05

vải cotton / cô-tông/
n. 棉布

vải lụa
n. 絲綢

vải lanh
n. 亞麻布

len
n. 羊毛

南 **vải jeans /**
北 **vải bò** n. 牛仔布

vải kaki
n. 卡其布

vải ni-lông / vải dù
n. 尼龍布

vải nỉ
n. 毛氈布

vải ren
n. 蕾絲

nhung
n. 絲絨

thổ cẩm
n. 織錦

da
n. 真皮

常見的顏色有哪些？

1 **màu trắng** n. 白色

2 **màu đỏ** n. 紅色

3 **màu cam** n. 橘色

4 **màu vàng** n. 黃色

5 **màu xanh navy** n. 海軍藍

6 **màu xanh da trời /**
màu xanh dương /
màu xanh nước biển n. 藍色

7 **màu xanh nõn chuối** n. 黃綠色

8 **màu xanh lá (cây)** n. 綠色

9 **màu hồng** n. 粉紅色

10 **màu tím nhạt** n. 亮紫色

11 **màu tím hoa cà** n. 紫丁香色

12 **màu tím** n. 紫色

13 **màu nâu** n. 棕色

14 **màu sô-cô-la** n. 巧克力色

15 **màu xám** n. 灰色

16 **màu đen** n. 黑色

BP01-04-07
NP01-04-07

Tips 關於穿著的動詞

● mặc（穿）：mặc 的概念是用衣服來把身體遮起來。例如：mặc áo（穿衣服）、mặc quần（穿褲子）等等。

● mang（穿）：mang 的概念是以籍由穿上某樣衣物以便遮住身體的某個部分的意思。例如：mang giày（穿鞋子）、mang vớ（穿襪子）、mang kính râm（戴太陽眼鏡）等等。

● đeo（帶）：đeo 的概念是將某物件裝戴在身體上的意思。例如：đeo kính（戴眼鏡）、đeo khẩu trang（戴口罩）、đeo dây chuyền（戴項鏈）、đeo cà vạt（戴領帶）、đeo nhẫn（戴戒指）、đeo ba lô（背背包）等等。

● đội（戴）：đội 的概念是指將某物件置放在頭上的意思。例如：đội nón（戴帽子）、đội vương miện（戴王冠）等等。

BP01-04-08
NP01-04-08

Tips 與衣服有關的慣用語

● cơm áo gạo tiền：飯、衣服、米、錢。比喻生活必需品。相當於中文的「柴米油鹽」。
Cuộc sống của **cô ấy** rất vất vả, lúc nào cũng lo "**cơm áo gạo tiền**".
她的生活相當地艱辛苦，不時地得煩惱柴米油鹽的問題。

- áo gấm đi đêm：穿著錦衣，夜半出行。比喻東西用在不適合的場合上而造成浪費的意思。

- cháy túi：口袋燒掉了。比喻錢花光了的意思。
  Sau khi dẫn bạn gái đi shopping thì anh ấy **cháy túi** rồi.
  帶女朋友去購物之後他錢都花完了。

- bám váy đàn bà：抓著女人的裙子。指男人靠女人養的意思。相似於中文的「吃軟飯」。
  Nó là thằng "**bám váy đàn bà**", không làm gì cả suốt ngày ở nhà xem tivi chờ vợ mang tiền về.
  他什麼都不做，整天在家裡看電視等老婆拿錢回來，真是小白臉一個。

買衣服的常用對話

Nhân viên bán hàng: Xin chào, chị muốn mua gì ạ?
店員：您好，請問您想要買什麼呢？

Khách hàng: Tôi xem một chút. Cái áo này bao nhiêu tiền vậy em?
客人：我看一下。請問一下，這件衣服多少錢？

Nhân viên bán hàng: Dạ, 250 ngàn ạ. Mẫu này đang rất thịnh hành. Vải này là vải cotton, mặc mát lắm. Chị thật khéo chọn.
店員：25 萬盾。這款現在很流行。材料是棉布的，穿起來很涼。您真會選。

Khách hàng: Cảm ơn em. Có màu khác không em?
客人：謝謝。請問有其他的顏色嗎？

Nhân viên bán hàng: Dạ, bên kia có rất nhiều màu. Chị cứ tự nhiên xem ạ.
店員：那邊還有很多其他的顏色。您慢慢看喔！

Khách hàng: Tôi thấy cái màu đỏ kia rất đẹp. Tôi có thể mặc thử được không? 客人：我覺得那件紅色的很好看。我可以試穿嗎？

Nhân viên bán hàng: Dạ, được chứ ạ. Phòng thử ở bên này ạ.
店員：當然可以囉。更衣室請往這裡！

Khách hàng: Em ơi, cái áo này hơi to. Có size nhỏ hơn một chút không?
客人：不好意思，這件有點大。有比較小一點的嗎？

Nhân viên bán hàng: Hiện tại màu đỏ chỉ còn size L thôi ạ. Tuần sau có đợt hàng mới về, tuần sau chị ghé lại được không ạ?
店員：目前紅色的只有 L 號而已。下週會有新一批貨進來，還是您要下週再來看看嗎？

Khách hàng: OK em, vậy tuần sau tôi quay lại. 客人：好的，那我下週再來。

Nhân viên bán hàng: Dạ, em cảm ơn chị. Khi nào có hàng em sẽ gọi điện thoại báo chị. 店員：謝謝。貨到的時候我會打電話通知妳。

特別專欄

魅力四射的越南傳統服飾

🎧 BP01-04-09
NP01-04-09

越南國服就是 áo dài（越南長衫、奧黛）。傳統的 áo dài 穿起來非常的緊身，能夠展現出穿著者的身形曲線之美。其設計是呈現 cổ áo（高領）、dài tay（長袖）的樣貌，在胸口前的一端會縫上一排斜斜的 🔳nút áo／🔳cúc áo（扣子），從衣領一直延續到肩膀靠近腋下的位置。在腰部的位置開叉了以後，在前、後的兩塊長及腳跟的部分，越南語稱之為 tà áo。

一般而言，áo dài 是女性的服裝，但事實上男性也可以穿，只是比較少穿而已。通常只在婚禮或在一些傳統的儀式才會穿 áo dài。只要你一踏入越南的領土，一般只要是節日，或有特殊表演或其他正式的場合，看到女性穿 áo dài 出現在大馬路上的機會就大多了。除此之外，áo dài 往往也是越南的

空姐、銀行的女性人員們的制服，就連高中女生每個星期的星期一也必須穿上 ❶ áo dài trắng（白色的奧黛）到學校上課。

還有，áo dài 不是裙類，其下半身還有配一件設計寬闊的長褲。另外，穿著 áo dài 時，越南人往往還會再戴上幾樣帽類的裝飾，例如：❷ nón lá（越南斗笠），女性會戴 mấn／vấn（越南傳統捲布冠）。Mấn 是指一條又厚又長，並捲成漏斗狀的布條。現在在越南有流行兩種 mấn，分別是傳統的 ❺ mấn rộng vành（大型的圓布冠）和 ❻ mấn cách điệu（改良的布冠）。而男性穿 áo dài 時則可以搭配 ❹ khăn đóng／khăn vấn（越南傳統布帽），則充滿了濃濃的越南味！

到了現代，áo dài 在設計上求新求變。年輕人們開始喜歡穿具有現代感 ⑤ áo dài cách tân（改良版越式長衫、改良版奧黛）。Áo dài cách tân 與傳統版 áo dài 的

設計已開始有所不同，一般有將高領的部分改成圓領、V 領等，長袖也修整成短袖，兩片 tà áo 也明顯修短，看起來像裙襬，除了能方便穿著的人活動，整體看起來也比較有年輕的活力。

越南女性的傳統服裝除了 áo dài 之外，還有 ⑦ áo tứ thân（四身襖）和 ⑩ áo bà ba（三婆襖）。Áo tứ thân 是北部的女性傳統服裝，穿著時一般搭配裙子之外，頭上還會戴上名為 ⑧ nón quai thao 的圓形大帽子，或是戴上 mấn / vấn 或 ⑨ khăn mỏ quạ（烏鴉嘴型的頭巾）。不過，這些具有傳統魅力的服飾，全今已經只有在特殊的傳統節日才有機會驚鴻一瞥了。

網路上不時可見有越南女性穿著 ⑩ yếm (đào)（肚兜）及長褲坐在荷花池中拍攝的照片，相信應該不少人對這的個畫面頗有印象。Yếm (đào) 是古時候越南北部的女性才會穿的傳統服裝，但是到了現代除了拍攝藝術照等特殊場合之外，就沒有人在穿了。雖然有多種色系的 yếm (đào) 可

選，但一般最常見的還是穿著紅色的 yếm (đào)，並搭配 quần nái đen / quần lĩnh đen（黑色長褲）的組合。

⑪ Áo bà ba 是南部的傳統服裝，男女皆可穿。一般在穿 áo bà ba 時也會戴上 nón lá 或 ⑫ khăn rằn（花格子布巾）。現今在南部的鄉下這樣的穿著還是很流行的。

與睡覺有關表現有哪些？

BP01-04-10
NP01-04-10

1. **đi ngủ**　ph. 去睡覺
2. **buồn ngủ**　adj. 睏
3. **ngáp**　v. 打哈欠
4. **truyện kể trước khi ngủ**　n. 床邊故事
5. **ngủ quên / ngủ thiếp đi**　ph. 睡著
6. **ngủ ngon**　ph. 一夜好眠
7. **ngủ say**　ph. 沉睡
8. **ngủ thẳng giấc**　ph. 睡到自然醒
9. **ngủ gục / ngủ gật**　ph. 打瞌睡
10. **ngủ chập chờn**　ph. 昏昏欲睡
11. **ngủ nướng**　ph. 賴床
12. **chợp mắt**　ph. 小睡
13. **ngủ bù**　ph. 補眠
14. **ngủ quên**　ph. 睡過頭
15. **ngủ sớm**　ph. 早睡

16. **ngủ trưa**　ph. 午睡
17. **ngáy**　v. 打呼
18. **trằn trọc**　v. 輾轉難眠
19. **thức khuya**　ph. 熬夜
20. **cú đêm**　n. 夜貓子
21. **mất ngủ**　v. 失眠
22. **dậy sớm**　ph. 早起床
23. **thức dậy**　v. 起床
24. **tỉnh giấc**　v. 睡醒
25. **nói mơ**　ph. 說夢話
26. **nghiến răng**　ph. 磨牙
27. 南**đắp mền** / 北**đắp chăn**　ph. 蓋被子
28. **ngủ không đủ**　ph. 睡眠不足
29. **đặt báo thức**　ph. 設定鬧鐘
30. **tắt báo thức**　ph. 按掉鬧鐘

nằm sấp
ph. 趴睡

nằm ngửa
ph. 仰睡

nằm nghiêng
ph. 側睡

與做夢有關表現有哪些？

1. **nằm mơ** ph. 做夢
2. **nằm mơ à?** ph. 你作夢（不可能的事）
3. **mơ giữa ban ngày** ph. 做白口夢
4. **gặp ác mộng** ph. 做惡夢
5. **mơ (ước)** v. 夢想
6. **giấc mơ đẹp** n. 美夢
7. **giấc mơ trở thành sự thật** ph. 美夢成真
8. **mộng du** v. 夢遊

Đêm qua Lâm mất ngủ vì gặp ác mộng.
阿霖昨晚失眠了，因為做了惡夢。

Tôi mơ ước trở thành tỷ phú.
我夢想成為一位億萬富翁。

常說的早安、晚安等會話有哪些？

1. **Chào buổi sáng!** 早安！
2. **Chúc một ngày tốt lành!** 祝你有美好的一天！
3. **Chúc ngủ ngon!** 晚安（祝好夢）！
4. **Chúc bạn có những giấc mơ đẹp!** 祝你有一場好夢！
5. **Để tôi ngủ thêm 10 phút nữa.** 再讓我睡 10 分鐘！
6. **Anh ấy ngủ say như chết.** 他睡得像頭豬一樣！
7. **Tôi quen giường rồi.** 我會認床！
8. **Nửa đêm nóng quá làm tôi tỉnh giấc.** 我半夜熱到醒過來！

Nhà tắm 浴廁

BP01-05-01
NP01-05-01

這些應該怎麼說？

浴廁的擺設

1. **gạch men** n. 瓷磚
2. **tủ lavabo** n. 浴室置物櫃
3. 南 **kiếng** / 北 **gương** n. 鏡子
4. **bồn rửa mặt / lavabo** /la-va-bô/ n. 洗手台
5. **vòi nước** n. 水龍頭

6. **bồn cầu / bàn cầu** n. 馬桶
7. **vòi sen** n. 蓮蓬頭
8. **khăn tắm** n. 浴巾
9. **lỗ thoát nước** n. 排水口
10. **giá treo khăn tắm** n. 毛巾架
11. **giấy vệ sinh** n. 衛生紙

⑫ **thùng rác / sọt rác**　n. 垃圾桶　⑭ **phòng tắm**　n. 淋浴間
⑬ **lỗ thông gió**　n. 排風口　⑮ **tay nắm cửa**　n. 把手

BP01-05-02
NP01-05-02

Tips　生活小常識：廁所篇

越南語的廁所有很多種說法：nhà vệ sinh, toilet, WC, cầu tiêu, nhà tắm 等等。

● nhà vệ sinh：是最常用的純越語詞彙。Vệ sinh 是「衛生」，而 nhà 是「家、房子」，故 nhà vệ sinh 就是指「浴室、洗手間」的意思。如果男性用的洗手間可以說 nhà vệ sinh nam；反之，女性用則可說 nhà vệ sinh nữ。

● toilet 和 WC（water closet 的縮寫）：越南語中也會直接使用英文的外來語來表示「洗手間」，但一般只有年輕人才比較常用。

● 南 cầu tiêu 或 北 nhà xí：這兩個詞是越南舊時對廁所的稱呼，現代已經沒有很常用（而且語感上聽起來很不優雅）。

● nhà vệ sinh cho người khuyết tật：即專供行動不便者使用的「無障礙廁所」。

● nhà tắm：tắm 是「洗澡」，所以 nhà tắm 是「浴室」的意思。

Nhà vệ sinh không có người, anh có thể dùng rồi.
廁所沒人了，你可以使用了。

在浴廁會做什麼呢？

Chương 5
Nhà tắm 浴廁

★★★ 01 洗澡

BP01-05-03
NP01-05-03

常用的盥洗用品有哪些？

① 南 **xà bông** / 北 **xà phòng**　n. 肥皂
② **đầu gội (đầu)**　n. 洗髮精
③ **bông tắm**　n. 沐浴球
④ **sữa tắm**　n. 沐浴乳
⑤ **sữa dưỡng thể**　n. 身體乳液
⑥ **khăn mặt**　n. 洗臉用的小方巾

7 南 **nón trùm tóc** / 北 **mũ trùm tóc**　n. 浴帽

8 **bàn chải tắm**　n. 沐浴刷

9 **bọt biển**　n. 海綿

10 **khăn tắm**　n. 毛巾

11 **nước rửa tay**　n. 洗手乳

12 **kem đánh răng**　n. 牙膏

13 南 **ly súc miệng** /

　　北 **cốc súc miệng**　n. 漱口杯

14 **lược (chải tóc)**　n. 扁梳

15 **tăm bông**　n. 棉花棒

16 南 **bông gòn** / 北 **bông**　n. 棉花球

17 **kem tẩy da chết / kem tẩy tế bào chết**

　　n.（身體、臉部）去角質霜

18 **kem dưỡng tóc**　n. 護髮乳

19 **dầu xả**　n. 潤髮乳

20 **sữa rửa mặt**　n. 洗面乳

21 **kem cạo râu**　n. 刮鬍泡

22 **dao cạo râu**　n. 刮鬍刀

23 **bàn chải đánh răng**　n. 牙刷

24 **chỉ nha khoa**　n. 牙線

25 **nước súc miệng**　n. 漱口水

常見的衛浴設備及廁所用品有哪些？

BP01-05-04
NP01-05-04

bồn tắm
n. 浴缸

bồn tắm mát-xa
n. 按摩浴缸

**bệ tiểu nam /
bồn tiểu nam**
n. 小便斗

**rèm nhà tắm /
rèm phòng tắm**
n. 浴簾

thảm chùi chân
n. 浴室擦腳墊

máy sấy tay
n. 烘手機

hộp xà bông nhấn
n. 給皂機

南 thau / 北 chậu
n. 盆子

máy sấy tóc
n. 吹風機

**sọt quần áo /
giỏ quần áo**
n. 洗衣籃

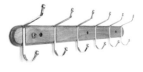

giá treo
n. 掛勾

nước hoa xịt phòng
n. 芳香劑

越南語的「月經」叫做 kinh nguyệt。有時候因為談到 kinh nguyệt 時會難免有些尷尬，所以通常會講 ngày ấy（那天）或 ngày đèn đỏ（紅燈日）用以避免太直接的表達。

那麼，為什麼會以 ngày đèn đỏ 暗示呢？有兩個簡單原因：1. 因為經血的顏色是紅色的 2. 因為紅燈有停止的意思，所以暗指女生月事來時，不便行房。例如：Ngày đèn đỏ đến rồi.（我的月經來了）。月經時所用的衛生用品「衛生棉」的越南語是 băng vệ sinh；另外，除了衛生棉外，一般女性常用的「衛生護墊」是 băng vệ sinh hàng ngày、「衛生棉條」則是 tampon。

Các bạn nữ lúc nào cũng nên mang theo **băng vệ sinh** phòng khi **ngày đèn đỏ** đến.
姊妹們隨時都要攜帶衛生棉，以防月經來潮。

清潔馬桶的用具有哪些？

BP01-05-05
NP01-05-05

🇻🇳 **bàn chải bồn cầu /**
🇻🇳 **chổi cọ bồn cầu**
n. 馬桶刷

bơm thụt bồn cầu
n. 通馬桶的吸把

nước tẩy bồn cầu
n. 馬桶疏通劑

馬桶的構造及種類有哪些？

BP01-05-06
NP01-05-06

1. **nắp bồn cầu** n. 馬桶蓋
2. **bệ ngồi** n. 馬桶座
3. **két nước bồn cầu** n. 水箱
4. **cần gạt xả nước** n. 沖水把手
5. **nút nhấn xả nước** n. 沖水按鈕
6. **bồn cầu xổm** n. 蹲式馬桶
7. **bồn cầu tự động** n. 免治馬桶
8. **vòi xịt** n. 衛生沖洗器、馬桶噴槍

越南語的上廁所不管是大號還是小號都可以說 đi vệ sinh 或 đi toilet。「上小號、尿尿」的越南語就用 đi tiểu 來表達，也可以用比較口語的說法 đi tè 或 đi đái 來表示；「上大號」的越南語則是用 đi đại tiện 來表示，比較口語的說法也可用 南 đi cầu 或 北 đi nhà xí，都是指「大便」的意思。

那麼，「拉肚子」又該怎麼說呢？流行語中有一個很好笑的說法就是 bị Tào Tháo rượt（被曹操追）。這句話裡提到的「曹操」，普遍越南人的認知即是指三國時代的曹操。「咦！那為什麼是曹操呢？！」，這句話真的跟曹操有關嗎？在說明之前先打破一下普遍越南人之間街談巷議中的流言蜚語。一般最普遍的說法是因為越南人認為曹操很兇，若被他追趕的話應該會逃得很快。而拉肚子急得衝廁所時的狀況，就好像被曹操追趕一樣而加以比喻。

前述說法的確很有趣，但僅供博君一笑。事實上這句 bị Tào Tháo rượt 跟越南語中的一個單字 tháo dạ（但現在已不常用）有關，它是「腹瀉」的意思。（在此先簡單說明一下，因為越南語的詞語中有分純越語及自古受中文影響的漢越詞兩種，而漢越詞是一個越南語可以固定對應一個中文字的詞彙。例如：「衛生」的越南語是「vệ sinh」；「衛」可以對應「vệ」、「生」可以對應「sinh」這樣），而剛好 tháo 這個字跟曹操的「操」的漢越詞一模一樣，而越南人依著這個字 tháo，聯想到了「曹操」，因此將 bị Tào Tháo rượt 這句話用來比喻成「拉肚子」的意思。所以，跟曹操並沒有直接的關係。

此外，比較文雅的說法可用 tiêu chảy（腹瀉）來形容。

Sau khi ăn hải sản ở quán đó, **tôi bị Tào Tháo rượt**.
在那家店吃完海鮮之後，我就開始拉肚子了。

BP01-05-07
NP01-05-07

● uống nước nhớ nguồn：喝水想著源頭。即相當於中文的「飲水思源」。

- đời cha ăn mặn, đời con khát nước：爸爸那一代吃鹹的，孩子這一代就會口渴。相當於中文的「父債子償」或「禍延子孫」或「前人造孽，後人遭殃」。

- còn nước còn tát：還有水就繼續汲取。指若還有一絲希望就會繼續努力。相似於中文的「鍥而不捨」或「堅持到底」或「再接再勵」。

- tức nước vỡ bờ：洪水潰堤。比喻當遭到過度的壓迫，最後終會釀起激烈的爭鬥及反抗。相當於中文的「狗急跳牆」。

- dội (gáo) nước lạnh：（對人）潑一瓢冷水。指在別人正高興的時，對他進行了某些掃興的言行。相當於中文的「潑（人）冷水」或「澆（人）冷水」。

- giọt nước tràn ly：讓杯裡的水溢出來的那滴水。如同再滴入杯子後，就會讓水溢滿出來的最後一滴水一樣，引申指某件最後引爆情事發生的要因。相當於中文的「導火線」。

Tips 生活小常識：越南傳統廁所篇

在越南，特別是在南部，由於早期的人民生活品質沒有那麼好，再加上西南部到處都是河流，於是有一種具有西南部特色的「露天廁所」便在人們的生活智慧中應運而生！

既然叫做「露天廁所」，顧名思義就是一種頭頂著青天的廁所。這種廁所的設計簡單，蓋在水池上方，利用兩根樹幹或是粗大的木棍延伸到水面上，當作讓人踩的踏板，再用鐵片、木板或塑膠布等將四周圍起來，使用者就蹲在裡面，將糞便從踏板間的縫隙排入水中。

水池的下方通常會養一種很貪吃，名為 cá vô 或 cá tra 的巴沙魚，當人排出的糞便下了水之後，便直接成了牠們的美味珍饌。人解決了內急，魚得到餌食，一舉兩得。

由於這種廁所是蓋在水面上，外觀看起來很像一座 cầu（橋），因此這種廁所就叫做 cầu cá vồ 或 cầu cá tra（巴沙魚橋）；而北方人稱這種露天廁所為 cầu tõm。有趣的是，名稱中的 tõm 字是來自於上這種廁所時，糞便掉到水中時所發出「咚～」的響聲。

時至今日，在越南南部的鄉下仍然還有這種廁所。但由於人們的衛生觀念提昇，且這種廁所的環保價值低，人們也漸漸地不再使用。不過話說回來，這仍是一種有趣的越南傳統如廁文化。

Phần 2
Giao thông 交通

★★★ Chương 1
Ga tàu điện ngầm 捷運站

BP02-01-01
NP02-01-01

這些應該怎麼說？

捷運站的配置

① **phòng bán vé / quầy bán vé** n. 售票處

② **hành khách** n. 乘客

③ **cửa an toàn** n. 月台安全閘門

④ **sân ga / ke ga** n. 月台

⑤ **cầu thang** n. 樓梯

⑥ **thang máy** n. 電梯

⑦ **thang cuốn** n. 電扶梯

⑧ **bảng quảng cáo** n. 廣告牌

⑨ **camera an ninh** n. 監視攝影機

⑩ **loa thông báo** n. 擴音器

62

⑪ **sảnh chờ**　n. 大廳層
⑫ **đường ray**　n. 軌道
⑬ **thùng rác phân loại**　n. 分類垃圾桶
⑭ **bảng thông tin điện tử**　n. 顯示螢幕
⑮ **vạch an toàn**　n. 月台警戒線

⑯ **vạch chờ**　n. 候車線
⑰ **đèn báo hiệu tàu đến**
　　n. 列車到站警示燈
⑱ **tay vịn thang cuốn**
　　n. 電扶梯的扶手

Tips 越南也即將發展出捷運系統了！

越南語的「捷運」叫做 tàu điện ngầm。Tàu 是指「大眾交通工具」或是「船」，điện 是「電」，而 ngầm 是指「地下」。所以 tàu điện ngầm 是指「地下電車」，雖然現在有些捷運路線並不是在地下運行，但仍然可稱之為「tàu điện ngầm」，亦能以英文的外來語 metro 來稱呼捷運。目前於胡志明市和河內的捷運都已經開始興建，

將來胡志明捷運的第一線會經過 Quận 1（第一郡）、Quận 2（第二郡）、Quận 9（第九郡）、Quận Bình Thạnh（平盛郡）、 Quận Thủ Đức（首德郡）及平陽省的 Huyện Dĩ An（以安縣），預計將於 2020 年完工；而在河內的捷運則預計約 2019 年完成，其路線主要會經過 Quận Hoàn Kiếm（還劍郡）、Quận Đống Đa（棟多郡）、Quận Ba Đình（巴亭郡）、Quận Cầu Giấy（紙橋郡）、Quận Nam Từ Liêm（南慈廉郡）和 Quận Bắc Từ Liêm（北慈廉郡）。

在捷運站會做什麼呢？

★★★
01 進站

BP02-01-02
NP02-01-02

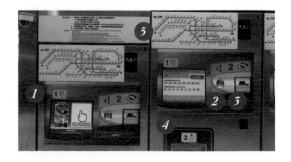

哪些地方可以買票呢？

❶ **máy bán vé tự động**　n. 售票機
❷ **khe đút tiền xu**　n. 投幣口
❸ **khe đút tiền giấy**　n. 紙鈔插入口
❹ **khe nhận vé**　n. 取票口
❺ **bản đồ tuyến xe**　n. 路線圖

6 **máy nạp tiền** n. 悠遊卡加值機
7 **khu vực cảm ứng** n. 感應區
8 **biên nhận / biên lai** n. 收據
9 **màn hình** n. 螢幕

在月台及車廂裡，常見的東西有哪些？

1 **lối ra** n. 出口
2 **cửa an toàn** n. 月台安全閘門
3 **chú ý khe hở** ph. 小心月台間隙
4 **chờ tàu** ph. 等車
5 **toa tàu / toa xe** n. 車廂

6 **ghế ưu tiên** n. 博愛座
7 **hệ thống liên lạc nội bộ**
 n. 對講機
8 **móc nắm** n. 吊環
9 **tay vịn** n. 扶手
10 **nút ấn khẩn cấp** n. 求助鈴
11 **bình chữa cháy** n. 滅火器

捷運站內常見的標語與常用的句子

1. **Không dựa vào cửa.** 請勿倚靠車門。
2. **Vui lòng tránh cửa ra vào.** 關門時勿強行進出。
3. **Hãy nhường ghế cho người có nhu cầu.** 請讓座給需要的人。
4. **Cấm ăn uống trên tàu.** 捷運內禁止飲食。
5. **Cấm hút thuốc trên tàu.** 捷運內禁止吸菸。
6. **Giữ chặt tay vịn và đứng vững.** 緊握扶手，站穩踏階。
7. **Không vượt qua vạch màu vàng khi chờ tàu.**
   候車時請勿跨越月台黃線。
8. **Tàu đã đến ga.** 捷運到站了。
9. **Nhường lối đi cho người xuống tàu trước.**
   先讓車上旅客下車後，再依序上車。
10. **Vui lòng giữ chặt tay vịn và móc nắm.** 請緊握拉環或扶手。
11. **Cẩn thận kẹt tay.** 小心夾手。

★★★
03 出站

BP02-01-04
NP02-01-04

出站時，常見的標示有哪些？

❶ lối ra n. 出口

❷ khe đút vé n. 收票口

❸ khu vực đặt thẻ từ
n. 車票感應器

❹ cổng soát vé n. 閘道口

❺ lối thoát hiểm n. 緊急出口

❻ bản đồ vị trí n. 位置地圖

**❼ ATM / máy rút tiền tự
động** n. 自動提款機

─ ra ga ph. 出站

如果逾站需 mua vé bù （補票），可至 quầy vé （售票處）補票。另外，如果隨身物品遺失了，也可至 quầy hành lý thất lạc（失物招領處） 或在售票處填寫 đơn yêu cầu （申請單）尋找遺失的物品喔！

Nếu hành lý của **bạn** bị mất, **bạn** có thể đến **quầy hành lý thất lạc** để tìm thử.
如果你的行李遺失了，你可以試著去失物招領處找找看。

搭捷運時的動作有哪些？

đón tàu / bắt tàu
ph.（捷運、火車）搭車

lên tàu
ph.（捷運、火車）上車

xuống tàu
ph.（捷運、火車）下車

chuyển tàu
ph.（捷運、火車）轉車

lỡ tàu
ph.（捷運、火車）錯過車

mua vé
ph. 買票

nạp thẻ
ph. 儲值

quẹt thẻ
ph. 刷卡

xếp hàng
ph. 排隊

常見問題

1. **Thẻ tôi hết tiền. Tôi muốn nạp thêm tiền.**

我卡片沒錢了。我要儲值。

2. **Thẻ của tôi có vấn đề. Tôi không thể quẹt thẻ ra được.**

我的卡片有問題。我沒辦法刷卡出去。

3. **Tôi để quên đồ trên tàu.**

我忘記把東西從車上拿下來。

4. **Tôi muốn mua vé đi Đạm Thủy.**

我想買去淡水的票。

5. **Xin hỏi, mua vé ở đâu?**

請問要在哪裡買票？

6. **A: Xin hỏi, đến ga Đài Bắc đi như thế nào?**

請問到台北車站怎麼去呢？

B: Đón tàu tuyến xanh lá cây về hướng Tân Điếm, đến ga Trung Sơn chuyển sang tuyến màu đỏ về hướng Tượng Sơn. Ga tiếp theo là ga Đài Bắc.

搭綠色捷運線往新店，到中山站轉到往象山的紅色捷運。下一站是台北車站。

Tips 搭捷運時，其實越南人普遍這樣想

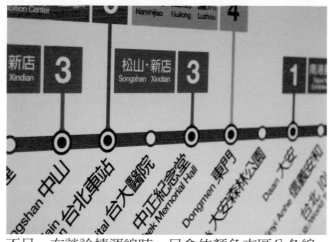

捷運是台灣人出門在外很便利的交通手段，依路段不同，也分了許多種不同的線，而台灣人在分辨理解時，常常依捷運局所設立的頭尾站來稱呼。例如：「松山新店線」、「台北信義線」等等。但是對越南人來說，除了來台已久、中文絕佳的越南人之外，普遍由於語言能力的不足，在談論捷運線時，只會依顏色來區分各線。

另外，雖然中文可以拼出越南文的漢越詞，但在相同原因之下，越南人一般只會用英文拼音來稱呼每個捷運站名，例如：Taipei Main Station（台北車站）、Daan（大安站）…等等。所以跟多半的越南人談到捷運時，用漢越詞去拼站名的話，他們是聽不懂的喔！

★★★ Chương 2
Ga xe lửa 火車站

BP02-02-01
NP02-02-01

這些應該怎麼說？

火車站的配置

1. 南 **ga xe lửa** / 北 **ga tàu hỏa**　n. 火車站
2. **phòng bán vé / quầy bán vé**　n. 售票處
3. **hành khách**　n. 乘客
4. **máy bán vé tự động**　n. 售票機
5. **mua vé**　ph. 購票
6. **xếp hàng**　ph. 排隊
7. **bảng giờ tàu**　n. 時刻表

8. **khu ăn uống**　n. 美食街
9. **cúi đầu**　ph. 低頭
10. 南 **vọc điện thoại** / 北 **lướt điện thoại**　ph. 滑手機
- **tìm lịch trình chuyến xe / tra cứu lịch trình chuyến xe**　ph. 查班車時刻
- **tìm giá vé / tra giá vé**　ph. 查票價

在火車站會做什麼呢？

★★★
01 進站

售票機上的按鍵有哪些？

BP02-02-02
NP02-02-02

1 **máy bán vé tự động**　n. 售票機

2 **khe đút tiền xu**　n. 投幣口

3 **hệ thống liên lạc**　n. 對講機

4 **nút chọn số lượng vé**
　　n. 票張數鍵

5 **nút chọn loại tàu**　n. 車種鍵

6 **nút chọn loại vé**　n. 票種鍵

7 **nút chọn ga đến**　n. 到達站鍵

8 **khe nhận vé và tiền thừa**
　　n. 車票及找零口

9 **hướng dẫn thao tác**
　　n.（購買）操作指示

售票機越南語操作教學

在車站遇到越南籍旅客，該如何指導他們操作售票機呢？

首先先 lựa chọn số lượng vé cần mua（選擇需要購買的張數），再 chọn loại tàu（選擇需搭乘的車種），再來 lựa chọn loại vé cần mua（選擇購買的票種），然後 lựa chọn ga đến（選擇到站目的地），再 đưa tiền xu thanh toán（投幣付費），最後 nhận vé và tiền thừa（取票及找零）。

台灣車票的種類有哪些呢？

在台灣，火車票種及車種種類繁多，在購票前，先決定需購買的 loại vé（票種）：vé một chiều（單程票）、vé khứ hồi（去回票）、vé nhóm / vé đoàn（團體票）、vé tháng（定期票）、thẻ đi tàu（台鐵自動售票儲值卡）、vé một ngày cho 3 tuyến: Bình Khê, Nội Loan,

Tập Tập（三支線（平溪、內灣、集集）一日週遊券）、vé một ngày khu Đông Bắc（東北角一日券）、vé Hoa Liên và Đài Đông（花東悠遊券）、vé sinh viên（TR-PASS）、vé thường（聯運票） 共十種；其中單程票又分成：vé người lớn（全票）、vé trẻ em（孩童半票）、vé ưu đãi cho người già và người khuyết tật（敬老愛心票）。

Bảng giờ tàu（時刻表）主要將所有列車時段分成兩類：bảng giờ tàu Bắc - Nam（南下）和 bảng giờ tàu Nam - Bắc（北上）；在這兩類的時刻表上，都會列出 ga đến（開往）、số hiệu tàu（車次）、những ga đi qua（經由）、loại tàu（車種）、giờ khởi hành（發車時刻）、sân ga（月台）、ghi chú（備註）等等，以便供乘客查詢。

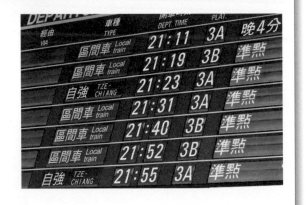

Trước khi đón tàu, **bạn** phải xem qua **bảng giờ tàu**.
搭火車前，你應該要先確認過時刻表。

★★★
02 等車、搭車

 BP02-02-03
NP02-02-03

★★★ Chương 2
Ga xe lửa 火車站

等車時，這些應該怎麼說？

1. 南 xe lửa / 北 tàu hỏa   n. 火車
2. thang máy   n. 電梯
3. lối ra   n. 出口
4. đường dành cho người khiếm thị   n. 導盲磚
5. khu vực chờ tàu ban đêm dành cho phụ nữ   n. 夜間婦女等候區
6. đón tàu / bắt tàu   ph. 搭火車

7. sân ga / ke ga   n. 月台
8. đầu tàu   n. 火車頭
9. toa tàu   n. 車廂
10. đường ray / đường rầy   n. 軌道
11. cấm vượt qua đường ray
    ph. 禁止跨越軌道

搭車常用的句子

1. **Xin bán tôi một vé đi Cao Hùng.**   請給我一張往高雄的票。
2. **Vé tàu nhanh Tze-Chiang đi Đài Bắc bao nhiêu tiền?**
   往台北自強號的車票多少錢呢？
3. **Tôi phải đón tàu ở sân ga nào?**   我應該要去哪一個月台呢？
4. **Tôi lỡ tàu rồi.**   我錯過火車了。
5. **Tôi đón nhầm tàu rồi.**   我搭錯車了。
6. **Tôi đi nhầm hướng rồi.**   你搭錯方向了。
7. **Tàu này đi Bình Đông, phải không?**   這是往屏東的車嗎？
8. **Có phải tàu này ga nào cũng dừng không?**   這班火車每站都會停嗎？
9. **Chuyến tàu đi Hoa Liên mấy giờ khởi hành?**   到花蓮站的火車是幾點開呢？
10. **Chuyến tàu cuối cùng đi Đào Viên là mấy giờ?**   往桃園最後一班車是幾點開呢？

出站時，這些應該怎麼說？

1 **cổng vào** n. 剪票口

2 **nơi bù vé** n. 補票處

3 **bảng giờ tàu** n. 時刻表

4 **bộ phận cảm ứng** n. 車票感應器

5 **lối ra** n. 出口

6 **hành lý** n. 行李

BP02-02-05
NP02-02-05

Tips 跟火車相關的慣用語

● **đầu tàu**：火車頭。比喻在一個整體中帶頭的人或指引領風向的龍頭（力量）。
例如：Thành phố Hồ Chí Minh là **đầu tàu** kinh tế của cả nước. 胡志明市是越南全國經濟的龍頭。

你知道嗎？ ✖✕✦✕✖✦✖✕✦✕✖✦✖✕✦✕✖✦✖✕✦✕✖

服務中心裡提供哪些服務呢？

出入口旁的 quầy thông tin （服務中心）提供多項服務，例如：mua vé bù（補票）、hoàn vé（退票）、hành lý thất lạc（失物招領）、thông báo tìm người（廣播尋人）、tìm hiểu thông tin（站務詢問）。

Bạn phải đến quầy thông tin để **mua bù vé**.
你需要去服務中心補票。

Tips 越南火車的種類有哪些呢？

越南火車北－南線有兩種：TN Thống Nhất 和 SE Super Express。TN 是區間車，每站都停故速度較慢。SE 是快速火車，只在大站停靠。通常 TN 和 SE 後面都會有一個編號，若是奇數則是指南下的車次，若是偶數則是指北上的車次。

Tips 生活小常識：越南火車篇

越南語中的「火車」有許多名稱，例如 南 xe lửa、南 tàu lửa、南 hỏa xa（為舊時的說法）、北 tàu hỏa。在越南，火車的運行並沒有像台灣那麼普遍。越南的鐵道是於法國殖民時期由法國人所建設，其中最重要的鐵路幹道「đường sắt Bắc Nam（北南鐵路）」於 1936 年完工，然而這條軌道於戰爭的時候損壞的相當嚴重。之後 1986 年開始，越南政府進行重要的鐵道修復計劃，修復完畢後的鐵路便一直沿用至今。

「北南鐵路」是最重要的鐵路幹道，它連接著越南的 Hà Nội（河內）和 thành phố Hồ Chí Minh（胡志明市）這兩座重要大城市。「北南鐵路」的長度高達 1726 公里，單程一趟需耗費的時間最快大概需要 34 個小時。另外還有一些小的鐵路支線像是 Hà Nội - Lào Cai（河內－老街）、Hà Nội - Hải Phòng（河內－海防）、Hà Nội - Hạ Long（河內－下龍）等等。

Tips 生活小常識：火車票篇

越南火車有很多種車票。以下的表格是按照價格排列：

編號	越南語	中文
AnL	nằm mềm điều hòa	軟臥鋪（附冷氣）
BnL	nằm cứng điều hòa	硬臥鋪（附冷氣）
An	nằm mềm	軟臥鋪
Bn	nằm cứng	硬臥鋪
NML	ngồi mềm điều hòa	軟的座椅（附冷氣）
NM	ngồi mềm	軟的座椅
NCL	ngồi cứng điều hòa	硬的座椅（附冷氣）
NC	ngồi cứng	硬的座椅
GPL	ghế phụ điều hòa	追加一般座椅 有冷氣（限旺季）
GP	ghế phụ	追加一般座椅（限旺季）

Tôi muốn mua một **vé nằm mềm điều hòa** đi Hà Nội.
我想買一張去河內的軟臥鋪且附冷氣的票。

Chương 3

Bến xe buýt 公車站

BP02-03-01
NP02-03-01

這些應該怎麼說？

公車站的配置

1. **xe buýt** n. 公車
2. **bến xe buýt** n. 公車總站
3. **ghế chờ xe buýt** n. 候車座椅
4. **mái che** n. 遮陽棚
5. **khu vực chờ xe buýt** n. 等候區
6. **biển chỉ dẫn nơi đón xe** n. 搭車指示牌
7. **làn đường dành cho xe buýt** n. 公車道
8. **hành khách** n. 乘客

9 **số hiệu xe buýt** n. 公車號碼、車號

10 **trạm xe buýt** n. 公車站

— **bảng thông tin xe buýt**
　　n. 公車資訊板

— **bản đồ xe buýt** n. 公車地圖

— **lộ trình** n. 路線

— **lịch chạy xe buýt** n. 公車時刻表

公車的種類有哪些？

BP02-03-02
NP02-03-02

xe buýt
n. 公車

xe buýt con thoi
n. 接駁巴士

xe buýt hai tầng
n. 雙層巴士

xe buýt sàn thấp
n. 低底盤公車

xe buýt du lịch
n. 遊覽車

xe buýt sân bay
n. 機場接駁車

BP02-03-03
NP02-03-03

你知道嗎？

一樣是「（車）站」，trạm、bến 和 ga 有什麼不一樣？

● trạm：指公車運行時，在路線中途所設置用來搭載乘客的小型停靠站。

● bến：是指像總站或轉運站一樣，腹地廣大可以容下許多公車，並搭載乘客的地方。此外，bến 也可以指「碼頭」。

● ga：指火車、高鐵、捷運等的停靠站。

Cạnh **ga** Đào Viên là **bến** xe Đào Viên. **Anh** có thể bắt xe buýt tuyến đi sân bay rồi xuống **trạm** "**ga** tàu cao tốc" để đón tàu cao tốc đi Cao Hùng.
桃園火車站旁邊是桃園車站。你可以搭往機場線的公車到「高鐵站」的公車站下車再搭高鐵去高雄。

你知道嗎？

一樣是「公車站」，bến xe buýt、trạm xe buýt 和 nhà chờ xe buýt 有什麼不同？

Bến xe buýt 是「公車總站」或「公車轉運站」。通常被設置在各個公車路線的終點站以方便乘客轉乘其他公車或交通工具，就像是「台北轉運站」一樣；trạm xe buýt（公車停靠站）是指公車暫時停靠，待乘客上車後，立即駛離的停靠站，站點陽春，單純僅設立站牌而已；nhà chờ xe buýt 也跟 trạm xe buýt 一樣是「公車停靠站」但則設有貼心的候車亭（有遮雨棚）及長椅，提供乘客一個舒適的候車環境。

Xin lỗi, xin hỏi anh có biết trạm xe buýt số 515 ở đâu không?
對不起，請問你知道 515 號車的公車站牌在哪裡嗎？

在公車站會做什麼呢？

01 等公車

BP02-03-04
NP02-03-04

搭公車常做些什麼呢？

chờ xe / đợi xe
ph. 等車

xem lộ trình xe buýt
ph. 查詢公車的路線

xem giờ chạy
ph. 查詢公車時刻表

xếp hàng (lên xe)
ph. 排隊（上車）

vẫy xe
ph. 揮手攔車

đuổi theo xe
ph. 趕上（公車）

02 在公車裡

在公車上常見有什麼東西?

1. **ghế ngồi** n. 座位
2. **ghế ưu tiên** n. 博愛座
3. **máy đọc thẻ** n. 刷卡機
4. **thùng vé** n. 收費箱
5. **thanh vịn / tay vịn** n. 扶手
6. **móc nắm** n. 吊環
7. **chuông báo xuống xe** n. 下車鈴
8. **búa thoát hiểm** n. 擊破器
9. **cửa sổ** n. 窗戶
10. **cửa lên xuống xe** n. 上下車門

搭公車常做些什麼呢?

mua vé
ph. 買票

bấm chuông xuống xe
ph. 按下車鈴

xuống xe
ph. 下車

有哪些搭公車時常用的句子呢?

1. **Xin hỏi, chuyến xe buýt nào đi đường Trần Hưng Đạo?**
   請問,到陳興道路要搭哪一班車呢?

2. **Xe buýt số 515 bao lâu có một chuyến?** 515 號公車多久來一班呢?

3. **Xe buýt này có đi sân bay không?** 這班公車有到機場嗎?

4. **Xe buýt này có đi qua chợ Bến Thành không?** 這班車有經過檳城市場嗎?

5. **Xin hỏi, bao nhiêu tiền một vé?** 請問一張票多少錢?

6. **Khi sắp đến trạm, có thể nhắc tôi được không?**
   當快到站時,可以提醒我一下嗎?

7. **Đến chợ An Đông phải qua bao nhiêu trạm?**　到安東市場要坐幾站呢？

8. **Đến bến xe Miền Tây mất bao lâu?**　到西部車站要多久？

9. **Tôi muốn xuống trạm tiếp theo.**　我要在下一站下車。

10. **Vui lòng giữ vé để kiểm soát.**　車票請留存，以備驗票時使用。

11. **Vui lòng nắm chắc tay vịn.**　請緊握拉環或扶手。

12. **Xuống xe vui lòng ấn chuông.**　下車前請按鈴。

13. **Bây giờ là giờ cao điểm.**　現在是尖峰時間。

14. **Trên xe rất đông người.**　車上好多人。

15. **Bảo quản cẩn thận tài sản cá nhân, coi chừng móc túi.**
　請好好保管你的物品，並慎防扒手。

Tips　關於越南的公車及客運

在越南，有自動售票的公車尚不普遍，也還沒進入刷卡付費的時代。大部分在車上除了 tài xế（司機）之外都還有一名 nhân viên bán vé（車掌）負責賣票給客人。票價的多寡則是依你所搭乘的距離的遠近來計價。當要下車時可以按下車鈴或先跟售票人員講一聲。記得，車票一定要收好，有時候會臨時有驗票人員上車要求 soát vé（驗票）。如果拿不出票來的話就麻煩了，他們會視你為無票上車，會被要求重新買票囉！

還有一件事要特別注意，在越南搭乘公車時，請務必好好地保管你身上值錢的貴重品，因為車上很可能會遭遇到 móc túi（扒手）的行竊喔！

若當要跨省移動時，首當其衝的交通手段自然就是搭乘客運了。越南的客運稱之為 xe khách 之外，在南方也有另一個名稱為 xe đò。客運依車內的座位型式的不同，又再分為兩種，一種是世界上常見的「ghế ngồi（座椅）」式客運，另一種則是 giường nằm（臥舖）式的客運。客運車站通常離市區比較遠，所以為了讓乘客方便想要的目的地，到了 bến xe（總站）之後，通常客運公司都還會再派出一次 xe trung chuyển（接駁車）免費地載你到一些乘客所指定的市區地帶。

另外，還有一種比較小型的客運稱之為 xe dù，一般會在路邊停靠搭載乘客。這種車的車身通常比一般的客運來得小很多，因此位置又小又擠，所以搭起來得感受與 xe khách 相比，會明顯的較不舒服，而且它常常停下來接駁新的乘客造成不便這一點，也一直讓當地人不太討喜。

會用到的對話：買客運票

Hành khách: Xin chào, tôi muốn mua 2 vé đi Nha Trang vào ngày mai.
乘客：你好，我要買兩張明天去芽莊的車票。

Nhân viên bán vé: Xin hỏi, anh muốn mua ghế ngồi hay giường nằm?
售票員：請問您想買座椅車的票還是臥鋪車的票呢？

Hành khách: Giá vé có khác nhau không, cô?
乘客：請問價錢有差別嗎？

Nhân viên bán vé: Ghế ngồi thì 150 ngàn một vé, giường nằm thì 200 ngàn một vé.
售票員：座椅車的票是 15 萬越盾一張，臥鋪車的票是 20 萬越盾 一張。

Hành khách: Vậy cô cho tôi 2 vé giường nằm nhé. Xin hỏi, xe mấy giờ xuất bến?
乘客：那麼請給我兩張臥鋪車的票。請問車子是幾點發車？

Nhân viên bán vé: Dạ, xe 10 giờ tối xuất bến, đến Nha Trang khoảng 8 giờ sáng hôm sau. Anh vui lòng có mặt tại bến xe 30 phút trước giờ xuất bến.
售票員：晚上 10 點發車，大約會在隔天早上的 8 點抵達芽莊。麻煩您在出發前的 30 分鐘左右到車站來等候。

Hành khách: Tôi biết rồi. À, cô làm ơn cho tôi ghế ở phía trước, tầng dưới, cạnh cửa sổ nhé.
乘客：好的，我知道了。喔，對了！麻煩妳給我在前面，下層靠窗戶的位置。

Nhân viên bán vé: Dạ. Đây là vé của anh, tổng cộng 400 ngàn chẵn.
售票員：好的。這是您的票，總共 40 萬越盾整。

Hành khách: Tiền đây ạ. Cảm ơn cô.
客人：好的，錢給妳。謝謝！

Nha Trang（芽莊）

Sân bay 機場

BP02-04-01
NP02-04-01

這些應該怎麼說？

機場的配置

① **sảnh đi**   n. 出境大廳

② **quầy thủ tục hàng không / quầy làm thủ tục**   n. 報到櫃台

③ **nhân viên mặt đất**   n. 地勤人員

④ **thông tin chuyến bay**   n. 航班資訊

⑤ **cân hành lý**   n. 行李磅秤

⑥ băng chuyền hành lý
n. 行李輸送帶

⑦ hành khách n. 乘客

⑧ xe đẩy hành lý n. 行李推車

⑨ hành lý ký gửi n. 托運行李

⑩ hành lý xách tay n. 隨身行李

⑪ bảng quảng cáo n. 廣告板

⑫ đồng hồ n. 時鐘

⑬ hãng hàng không n. 航空公司

Tips 跟飛機有關的慣用語

● (phi công trẻ) lái máy bay bà già：年輕飛行員開老阿婆飛機。比喻一位年輕的男性跟年紀比自己大的女性交往。相似的中文為「姊弟戀」。

Anh ấy quen một cô gái hơn mình 10 tuổi, mọi người ai cũng nói anh ấy thích **"lái máy bay bà già"**.

他跟一個比他大 10 歲的女性交往，大家都說他是一個喜歡比自己熟齡的女性的人。

Tips 生活小常識：機場航廈篇

機場有分 sân bay nội địa（國內機場）和 sân bay quốc tế（國際機場）兩種；國際機場因腹地大、航班多，通常至少有兩座以上的「ga（機場航廈）」，例如：越南的 Sân bay quốc tế Tân Sơn Nhất（新山一國際機場）就依國內及國外用途不同，便設有兩座航廈「ga quốc nội（國內航廈）」和「ga quốc tế（國際航廈）」，如果想飛越南國內線的話就必須從 ga quốc nội 出發；反之，則是從 ga quốc tế 出發。

Xin vui lòng chở **tôi** đến **ga quốc tế** sân bay Tân Sơn Nhất.
請載我去新山一機場國際航廈。

★★★
01 登機報到、安檢

報到前,需要準備哪些物品呢?

報到劃位前,需備好 hộ chiếu(護照)、thị thực / visa(簽證)及所需的 hành lý(行李)。

貼心小提醒,現在大部分的航空公司都是採用「電子機票(vé điện tử)」,以環保的概念為前提,不同以往使用 vé giấy(紙本機票);旅客在向 công ty du lịch(旅行社)或 hãng hàng không(航空公司)購票後,會收到一份電子檔案,這份電子檔就是所謂的「電子機票」,在報到劃位前,旅客需先自行印出,報到劃位時,再一同出示所印出的電子機票、護照及簽證。

Hãy đảm bảo **hộ chiếu** của **bạn** còn hiệu lực trước khi xuất cảnh.
出國前,先確認護照的有效期限。

報到劃位時,常用到的用句

1. **Xin hỏi, quầy làm thủ tục chuyến bay đi Đài Bắc lúc 14 giờ rưỡi ở đâu?**
   請問下午兩點半的班機的報到櫃檯在哪裡?

2. **Tôi muốn làm thủ tục lên máy bay.** 我要報到劃位。

3. **Xin cho tôi xem hộ chiếu và mã đặt chỗ của anh.**
   請您給我看您的護照以及訂票編號。

4. **Anh có 7 ký hành lý xách tay và 20 ký hành lý ký gửi.**
   您可以攜帶 7 公斤的手提行李及 20 公斤托運行李。

5. **Xin hỏi, anh có hành lý ký gửi không?** 請問你有任何行李需要托運嗎?

6. **Anh có bao nhiêu kiện hành lý (muốn ký gửi)?**
   您有幾件行李(需要托運)呢?

7. **Vui lòng đặt hành lý của anh lên cân.** 麻煩將您的行李放在磅秤上。

8. **Hành lý của anh quá ký rồi.** 您的行李超重了。

9. **Phí hành lý quá cước bao nhiêu tiền?**　超重的手續費需付多少錢？

10. **Có thể cho tôi ghế cạnh cửa sổ không?**　可以給我靠窗的座位嗎？

11. **Có thể cho tôi ghế cạnh lối đi không?**　可以給我靠走道的座位嗎？

12. **Đây là hộ chiếu và vé của anh, còn đây là phiếu hành lý ký gửi.**
　　這是您的護照和登機證，另外，這是您的行李收據存根。

13. **Ghế của anh số 6F, cửa lên máy bay số 8. Vui lòng có mặt tại cửa lên máy bay 30 phút trước giờ cất cánh.**
　　您的座位是 6F，登機門是 8 號。請您在起飛前 30 分鐘要在登機門報到。

Tips　生活小常識：機票篇

機票的種類有哪些？

Vé máy bay （機票）的種類可分 vé phổ thông （一般票）、vé khuyến mãi （優待票）、vé đặc biệt （特別票）；一般票又可分為 vé một chiều （單程票）和 vé khứ hồi （來回票）；一般票的票價較高、但限制較少，票價又因艙等類別不同而有所區分，艙等類別可分為 hạng nhất （頭等艙）、hạng thương gia （商務艙）及 hạng phổ thông （經濟艙）。

Giám đốc tôi đi công tác nước ngoài lúc nào cũng mua vé hạng thương gia.
我的經理每次出國出差都會買商務艙的機票。

出境時，航班資訊看板上的內容有哪些？　🎧 BP02-04-03　NP02-04-03

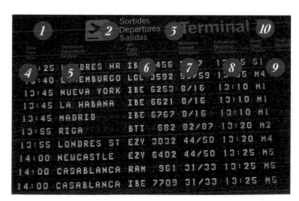

❶ bảng thông tin chuyến bay
　n. 航班資訊看板

❷ khởi hành　n. 出境

❸ ga　n. 航廈

❹ giờ cất cánh　n. 起飛時間

❺ điểm đến　n. 目的地

❻ số hiệu chuyến bay　n. 班機號碼

❼ quầy làm thủ tục　n. 報到櫃台

❽ giờ lên máy bay　n. 登機時間

❾ cửa lên máy bay　n. 登機門

❿ ghi chú / tình trạng chuyến bay　n. 備註／班機狀況

⓫ giờ hạ cánh / giờ đáp　n. 降落時間

83

1 **thẻ lên máy bay** n. 登機證
2 **họ và tên hành khách** n. 乘客姓名
3 **nơi đi** n. 起飛地點
4 **nơi đến** n. 抵達地點
5 **cửa** n. 登機門

6 **ngày** n.（起飛）日期
7 **số hiệu chuyến bay** n. 班機號碼
8 **giờ lên máy bay** n. 登機時間
9 **số ghế** n. 座位編號

Tips 「報到劃位」後，該怎麼前往「登機門」呢？

到達機場時，首先先至 quầy làm thủ tục（報到櫃台）劃位，並辦理完成 ký gửi hành lý（行李托運）後，前往 kiểm tra hộ chiếu（護照檢查處）查驗護照及簽證，再至 kiểm tra an ninh（安檢門）接受檢查，通過查驗後，可依照機場指示牌上的登機門編號前往 phòng chờ sân bay（候機室）等待登機，等待期間也可至 cửa hàng miễn thuế（免稅商店）逛逛，但記得不要錯過了 giờ lên máy bay（登機時間）喔！

Tips 搭飛機常發生的問題有哪些？

搭飛機的時候往往因為許多原因造成班機可能會 hoãn（誤點）或是 hủy（取消）。

Vì lý do thời tiết xấu, chuyến bay đi Hà Nội sẽ bị **hoãn**, giờ khởi hành mới là 14 giờ 30 phút. Kính mong quý khách thông cảm.
由於天候的影響，前往河內的班機將延後起飛，新的出發時間是 14 點 30 分。敬請各位旅客見諒。

飛機內的擺置有哪些？

1 ghế cạnh cửa sổ　n. 靠窗座位
2 ghế cạnh lối đi　n. 靠走道座位
3 bàn ăn　n. 餐桌板
4 lối đi　n. 走道
5 cửa sổ　n. 窗戶
6 khoang hành lý xách tay　n. 頭頂置物櫃

7 hệ thống giải trí trên máy bay
　　n. 機上娛樂系統
8 màn hình thông báo
　　n. 機上通知螢幕
9 thiết bị điều khiển　n. 遙控器
10 tạp chí　n. 雜誌
11 gối　n. 枕頭
12 南 mền / 北 chăn　n. 毯子

13 biển báo cấm hút thuốc　n. 禁止吸菸標示
14 biển báo thắt chặt dây an toàn　n. 繫上安全帶標示
15 áo phao　n. 救生衣
16 mặt nạ dưỡng khí　n. 氧氣罩

★★★ Chương 4
Sân bay 機場

機上有哪些服務呢？

除了 hãng hàng không giá rẻ（廉價航空）旅客必須要額外購買水和食物之外，大部分都有 dịch vụ trên máy máy（機上服務）。機上服務除了 tiếp viên hàng không（空服員）會為您 phục vụ thức ăn（提供餐飲）之外，還會提供 hàng miễn thuế（免稅商品）及 quà lưu niệm（紀念品）的服務。另外，機上還提供了一些貼心服務，如：tai nghe（（頭戴式）耳機）、

băng che mắt（眼罩）、nút bịt tai（耳塞）、túi nôn（嘔吐袋）等；在飛機到達目的地前，依抵達國的不同，有時還可向空服員索取 tờ khai hải quan（海關申報表）。

機上供餐時，常用的句子有哪些？

1. **Chúng tôi sẽ phục vụ thức ăn trong ít phút nữa.**
   我們將在幾分鐘後為您提供餐點。

2. **Xin vui lòng dựng thẳng lưng ghế.** 請將您的座椅調正。

3. **Xin vui lòng mở bàn ăn phía trước mặt.** 請將您前方的桌子放下。

4. **Xin hỏi anh muốn ăn gì, cơm hay mì ạ?**
   您的餐點要吃什麼呢？飯，還是麵？

5. **Xin vui lòng cho tôi cơm.** 麻煩請給我飯。

6. **Bữa tối có gì vậy?** 晚餐有什麼樣的餐可以選呢？

7. **Anh muốn uống gì ạ?** 您想要喝點什麼嗎？

8. **Tôi muốn một ly nước cam.** 麻煩請給我一杯柳橙汁。

9. **Xin lỗi, anh có mì gói hoặc bất cứ thứ gì có thể ăn không?**
   不好意思，你有沒有泡麵或任何可以讓我填飽肚子的東西呢？

10. **Có thể cho tôi thức ăn chay không?** 可以給我素食餐嗎？

11. **Tôi đã ăn xong, xin vui lòng dọn khay ăn giúp tôi. Cảm ơn.**
    我用完餐了，麻煩餐盤可以收了，謝謝。

★★★
03 過海關、拿行李

飛機抵達目的地時，要如何依指示入境呢？

抵達目的地時，請先分辨你是要「入境」、「轉機」，還是「過境」；如果是「入境」的乘客，可依機場的越南文指示 nhập cảnh（入境）方向行走，「轉機」的乘客可遵照 nối chuyến（轉機）的指示搭乘另一班飛機，quá cảnh（過境）的乘客則可依照的方向等待飛機。入境的乘客在提取行李前，需經過 hải quan（海關） 入境查驗

護照和簽證，以及回覆海關的一些簡易問題後，方可前往 nơi nhận hành lý（行李領取處）提領行李。

提領行李時，可透過行李領取處前方的 LCD 看板，依飛航班次查詢行李所在的 băng chuyền hành lý（行李輸送帶）；提領行李後，如果需要兌換當地的貨幣，可在入境之後，至機場內的 quầy thu đổi ngoại tệ（貨幣兌換處）兌換您需要的貨幣喔！

Một số khách sạn lớn có cung cấp dịch vụ **thu đổi ngoại tệ** cho khách.
有些較大規模的飯店為房客提供貨幣兌換的服務。

入境時，通關查驗常聽或常用的句子

Hải quan: **Xin chào. Cho** tôi **mượn hộ chiếu và visa của anh.**
海關：你好。麻煩請出示你的護照與簽證。

Hành khách: **Đây ạ.** 乘客：好的，請。

Hải quan: **Xin hỏi, mục đích nhập cảnh lần này của anh là gì?**
海關：請問，你這次來的目的是什麼呢？

Hành khách: Tôi **đến Việt Nam du lịch.** 乘客：我來越南觀光旅遊。

Hải quan: **Anh đi với ai?** 海關：你跟誰一起來？

Hành khách: **Tôi đi theo đoàn.** 乘客：我是跟團來的。

Hải quan: **Anh ở đây bao lâu?** 海關：你會在這待多久？

Hành khách: **Tôi ở đây một tuần.** 乘客：我會在這待上一個禮拜。

Hải quan: **Anh sẽ lưu trú ở đâu?** 海關：你會住哪裡呢？

Hành khách: **Tôi sẽ lưu trú ở khách sạn Sài Gòn.** 乘客：我會住在西貢飯店。

Hải quan: **Anh mang theo bao nhiêu tiền?** 海關：你攜帶多少現金呢？

Hành khách: **Tôi mang theo 1000 đô la Mỹ.** 乘客：我帶 1000 美金。

Hải quan: **Trả lại hộ chiếu cho anh. Chúc anh có một chuyến du lịch vui vẻ.**
海關：護照還給你。祝你旅遊愉快。

Tips 貼心小提醒

如果你把隨身物品 quên（忘）在飛機上、委託行李 mất（遺失）或是拿到行李後發現行李外觀有 hư hỏng（損壞），你都可以至 quầy hành lý thất lạc（失物招領處）請專員幫你處理。

Nếu **bạn** để quên hành lý trên máy bay, **bạn** có thể đến **quầy hành lý thất lạc** để được trợ giúp.
如果你把行李忘記在飛機上，你可以到失物招領處尋求幫忙。

Đường bộ 馬路

BP02-05-01
NP02-05-01

這些應該怎麼說？

馬路的配置

1. **đại lộ** n. 大馬路、林蔭大道
2. **dải phân cách / con lươn** n. 中央分隔島
3. **vạch sang đường** n. 斑馬線
4. 南 **làn đường dành cho xe hơi /** 北 **làn đường dành cho xe ô tô** n. 汽車專用道
5. **vạch phân làn xe** n. 車道分隔線
6. **làn đường dành cho xe máy** n. 機車車道
7. **phương tiện giao thông** n. 交通工具
8. **đèn đường** n. 路燈
9. **vỉa hè / lề đường** n. 路邊
10. **biển báo giao thông** n. 交通號誌

★★★ 01 走路

街道上的其他設施有哪些呢？

BP02-05-02
NP02-05-02

1. **góc đường** n. 轉角處
2. **xe taxi** n. 計程車
3. **lan can chắn đường** n. 中央分隔島欄杆
4. **biển báo giao thông** n. 交通號誌
5. **xe tải** n. 貨車
6. **người đi bộ / khách bộ hành** n. 行人
7. **vạch sang đường** n. 行人穿越道；斑馬線
8. **cột điện** n. 電線桿
9. **lối đi dành cho người đi bộ / đường dành cho người đi bộ** n. 人行道
10. **biển tên đường** n. 道路標示
11. **xe buýt** n. 公車
12. **xe xích lô** n. 三輪車
13. **đèn giao thông / đèn xanh đèn đỏ** n. 紅綠燈
14. **bùng binh / vòng xoay / vòng xuyến** n. 圓環
15. 南 **xe hơi** / 北 **xe ô tô** n. 汽車
16. **xe (gắn) máy** n. 摩托車、機車

還有哪些街道型態？

BP02-05-03
NP02-05-03

đại lộ
n. 大馬路

đường
n. 馬路

phố
n. 街

南 hẻm / 北 ngõ
n. 巷子

đường cao tốc
n. 高速公路

đường sắt /
đường ray
n. 鐵路

đường một chiều
n. 單行道

đường hai chiều
n. 雙向道

đường cụt
n. 死路

đường cấm
n. 禁止行進路段

cầu
n. 橋

cầu vượt
n. 高架橋

cầu bộ hành
n. 天橋

đường hầm
n. 隧道

đèo
n. 山路

越南的岔路口

在越南除了 ngã ba（丁字路口）及 ngã tư（十字路口）之外，還有很多種岔路口。通常這種路口沒有 đèn giao thông（紅綠燈）而是利用 bùng binh（圓環）來疏導車流量。多岔路口以「ngã」＋岔口的數量來稱呼，例如：ngã 5（五岔路口）、ngã 6（六岔路口）等等。

Xin hỏi, **ngã sáu** Dân Chủ đi đường nào? 請問民主六岔路口往哪裡走？

Tips　跟路有關的慣用語

- đường dài mới biết sức ngựa：路途長才知道馬的力量。比喻要有長久的接觸、認識才會了解某個人的能力及好壞。相當於中文「路遙知馬力，日久見人心」。

Anh chỉ mới gặp **cô ấy** lần đầu đừng vội xem thường **cô ấy**, người ta nói "**đường dài mới biết sức ngựa**", hãy cho **cô ấy** cơ hội để thử sức.

你只是第一次見她，別急著否定她，人家說路遙知馬力，給她一個機會試試看吧！

- đi một ngày đàng, học một sàng khôn：走一天路程，學到一篩子的知識。比喻說經過某個經驗後，就能得到更多的知識，去體驗並累積經驗。相似的中文為「經一事，長一智」。

Nó chỉ đi nước ngoài du học một năm mà tư tưởng tiến bộ nhiều quá, đúng là "**đi một ngày đàng, học một sàng khôn**".

他只去留學一年而已，但觀念已進步了許多，真的是「經一事，長一智」。

- vẽ đường cho hươu chạy：畫條路讓鹿去跑。關於這句成語，筆者客觀地提供一個在越南坊間的街談巷議敬供參考。在越南一般流傳的說法中，指是這句成語的典故源自於中文的「為虎作倀」。即是相傳有隻惡虎咬死人後，還控制了亡者的靈魂，再逼這個亡靈再去找新的活人給牠吃的故事。

而在這個故事一樣傳到了越南之後，其典故的概念也融入了越南語中的一環。但是由於越南語中的「虎」是「hổ」，而「鹿」是「hươu」，兩者發音相似，所以傳到了後代之後，人們口耳相傳間因誤聽而造成訛用，至今已積非成是地造就出 vẽ đường cho hươu chạy（畫條路讓鹿去跑）這句慣用語，並於越南人們的口語中廣為流傳。此說法可以參考一下，相當有趣。但無論如何，它的意思正是相等於中文的「為虎作倀」，亦具有「助紂為虐」的意思。此說法可以參考一下，相當有趣。但無論如何，它的意思正是相等於中文的「為虎作倀」，亦具有「助紂為虐」的意思。

02 開車

為什麼越南語中,「汽車」的說法依地方不同呢?

汽車在越南語中北部跟南部不同的叫法。北部人叫汽車為「xe ô tô」,「xe」是車,「ô tô」是法文的音譯 automobile。而南部叫汽車為 xe hơi,「hơi」是「汽」的意思。有些地方會叫汽車為 xe du lịch(旅遊車)。另外,高級、豪華的汽車在流行語中可以稱叫為 xế hộp。

汽車的車體構造有哪些?

BP02-05-05
NP02-05-05

● 汽車外部

❶ **thân xe**　n. 車身

❷ **đèn pha**　n. 大燈

❸ 南 **kính chắn gió** / 北 **gương chắn gió**　n. 擋風玻璃

❹ **nắp thùng xe / nắp ca-pô**　n. 引擎蓋

❺ **đèn xi-nhan**　n. 方向燈

❻ 南 **kính chiếu hậu** / 北 **gương chiếu hậu**　n. 後照鏡

❼ **đèn hậu**　n. 車尾燈

❽ **cốp sau**　n. 後車箱

⑨ **bánh xe** n. 車輪、輪胎

⑩ **lốp xe** n. 輪胎皮

⑪ **vành bánh xe** n. 輪胎鋼圈

⑫ **cần gạt nước** n. 雨刷

⑬ **ống xả / ống pô** n. 排氣管

⑭ **tấm cản sau** n. 保險桿

⑮ **bảng số xe / biển số xe** n. 車牌

⑯ **bình xăng** n. 油箱

⑰ **khung gầm xe** n. 底盤

⑱ **cửa xe** n. 車門

⑲ **tay nắm cửa** n. 車門把手

⑳ **cửa sổ** n. 車窗

㉑ **cửa tam giác** n. 三角窗

㉒ **mui xe** n. 車頂

㉓ **ga-lăng tản nhiệt / lưới tản nhiệt** n. 水箱遮罩

㉔ **trụ A** n. A 柱

㉕ **trụ B** n. B 柱

● 汽車內部

🎧 BP02-05-06
NP02-05-06

❶ 南 **kính chiếu hậu bên trong /** 北 **gương chiếu hậu bên trong** n.（車內的）後視鏡

❷ **vô-lăng / bánh lái** n. 方向盤

❸ 南 **kèn /** 北 **còi** n. 喇叭

❹ 南 **thắng tay /** 北 **phanh tay** n. 手煞車

❺ **hệ thống âm thanh** n. 音響系統

❻ **ghế lái** n. 駕駛座

❼ **ghế phụ** n. 副駕駛座

❽ **ghế sau** n. 後座

❾ **cần số** n. 排檔桿

❿ **hộp găng tay** n. 手套箱

⓫ **công tắc cần gạt nước** n. 雨刷撥捍

⓬ **tay nắm cửa bên trong xe** n. 車內門把

⓭ **dây an toàn** n. 安全帶

★★★ Chương 5
Đường bộ 馬路

⑭ **bảng đồng hồ / bảng táp-lô**　n. 儀表板

⑮ **đồng hồ ki-lô-mét**　n. 里程表

⑯ **đồng hồ công-tơ-mét**　n. 時速表

⑰ **đồng hồ báo xăng**　n. 油表

⑱ **đồng hồ nhiệt độ**　n. 溫度表

⑲ **đèn cảnh báo**　n. 警示燈

⑳ **đồng hồ đo vòng tua**　n. 引擎轉速表

㉑ **chân ga**　n. 油門

㉒ 南 **bàn đạp thắng /**
　北 **chân phanh /** 北 **bàn đạp phanh**
　n. 剎車踏板

㉓ **chân côn / bàn đạp ly hợp**
　n. 離合器踏板

◖**手排跟自排汽車的相關用語有哪些？**◗

以排檔的方式來區分可以分為 số sàn / số tay（手排）及 số tự động（自排）兩種。手排車是依手動調整速度，而自排車是以車子本體自動調整速度，因此自排車沒有 chân côn （離合器）。另外，在越南還有 số bán tự động （半自排）的汽車。

● **基本維修零件**

🎧 BP02-05-07
　NP02-05-07

hộp số　|　**túi khí**　|　**ắc quy**　|　**động cơ**
n. 變速箱　|　n. 安全氣囊　|　n. 電瓶　|　n. 引擎

bộ tản nhiệt　|　**bu-gi**　|　**bộ chế hòa khí /**　|　**dây đai quạt gió**
n. 散熱器　|　n. 火星塞　|　**bình xăng con**　|　n. 風扇皮帶
　|　|　n. 化油器　|

● 各類車款

xe thể thao / xe đua
n. 跑車

xe mui trần
n. 敞篷車

siêu xe
n. 超跑

xe bán tải
n. 載貨小卡車

xe jeep
n. 吉普車

xe van
n. 廂型車

● 開車動作

lái xe
ph. 開車

**南 thắt dây an toàn /
北 cài dây an toàn**
ph. 繫安全帶

khởi động
ph. 啟動

sang số
ph. 變速檔

đạp ga
ph. 踩油門

bật đèn pha
ph. 開大燈

★★★ Chương 5
Đường bộ 馬路

bật đèn xi-nhan
ph. 打方向燈

tăng tốc
ph. 加速

giảm tốc
ph. 減速

**南 đạp thắng /
北 đạp phanh**
ph. 踩煞車

dừng
v. 停

lùi xe
ph. 倒車

南 đậu xe / 北 đỗ xe
ph. 停車

chuyển làn
ph. 換線道

**南 bóp kèn /
北 bấm còi**
ph. 按喇叭

vượt đèn đỏ
ph. 闖紅燈

đua xe
ph. 賽車

đổ xăng
ph. 加油

● 行駛方向

BP02-05-10
NP02-05-10

đi thẳng
ph. 直走

**南 quẹo phải /
北 rẽ phải**
ph. 右轉

**南 quẹo trái /
北 rẽ trái**
ph. 左轉

quay đầu
ph. 迴轉

03 騎機車／騎腳踏車

機車的構造有哪些？

① **đồng hồ tốc độ** n. 時速

② 南 **kinh chiếu hậu /**
北 **gương chiếu hậu** n. 後照鏡

③ **ống xả / ống bô / bô xe** n. 排氣管

④ **bình xăng** n. 油箱

⑤ **nắp bình xăng** n. 油箱蓋子

⑥ **đèn pha** n. 車頭燈

⑦ **chân chống** n. 腳架

⑧ **đề xe** n. 啟動器

⑨ **tay ga** n. 油門

⑩ **đèn xi-nhan** n. 方向燈

⑪ **dè trước** n. 前方擋泥板

⑫ **dè sau** n. 後方擋泥板

⑬ **bánh xe** n. 車輪

⑭ **đèn sau** n. 車尾燈

⑮ **yên xe** n. 座椅

⑯ **tay lái** n. 把手

⑰ 南 **thắng trống /**
北 **phanh tang trống** n. 鼓式碟煞

⑱ **phuộc nhún trước /**
giảm xóc trước n. 前方避震器

⑲ **vành xe / niềng xe** n. 鋁框

⑳ **hộp số** n. 變速箱

㉑ **phuộc nhún sau /**
giảm xóc sau n. 後方避震器

㉒ **cần đạp khởi động** n. 啟動踏板

㉓ **van bánh xe** n. 輪胎汽嘴

㉔ **xi-lanh** n. 汽缸

㉕ **bu-gi** n. 火星塞

㉖ 南 **bàn đạp thắng /**
南 **thắng chân /**
北 **chân phanh /**
北 **bàn đạp phanh** n. 煞車踏板

㉗ **gác chân** n. 腳架

在越南，機車的應用相當普遍。機車稱為 xe máy 或 xe gắn máy。在南部，有些人還稱機車為 xe Honda（本田車），這是因為早期在越南大部分機車的品牌都是本田製的，所以雖然到了現在機車已經不是本田一家獨霸，可是許多的南部人都習慣了稱機車為 xe Honda。機車依變速方式分成兩種機車：一種是 xe số 是「打檔車」，要騎的話要先 đạp số / vô số（打檔）然後 lên ga（催油）車才會動。另外一種叫做 xe tay ga，中文是「塑膠車」。這種不用 đạp số，發動之後直接 lên ga 就可以騎了。另外，還有 xe mô tô 是指「重型機車」，xe tay côn 則是指用手打檔的機車。

xe số（打檔車）

在越南的路上，機車比汽車還多。越南開車時，普遍喜歡 南 bóp kèn / 北 bấm còi（按喇叭），加上在大城市裡機車的密度高，所以道路的環境相當地吵鬧。還有，在越南的機車不像在台灣一樣有專用且安全的停車空間，如果隨意亂停一下，不小心就可

xe tay ga（塑膠車）

能會被偷走喔！所以如果沒人能看管時，最好 khóa cổ xe（鎖龍頭）或者把車子停放在 chỗ giữ xe / chỗ gửi xe（停車場、寄車處）裡，但大部分的停車場都是要收費的。

Tôi không biết chạy **xe số**, **tôi** chỉ biết chạy **xe tay ga** thôi.
我不會騎打檔車，我只會騎速克達而已。

在越南除了 xe taxi（計程車）之外還有一種很普遍的出租車叫做 xe ôm（抱抱車）。Xe ôm 是有一個職業收費的騎士騎機車載你去你想要去的地方。

那為什麼叫 xe ôm 呢？因為 ôm 是「抱」的意思，即坐在後頭的乘客需要緊緊抱著司機以免摔車，因而衍生出這個名稱。在越南許多的地方都可以看到路邊有 xe ôm 在等待客人上門，特別是在路的轉角處特別地多。現在如果你過去越南，除了傳統的叫車方式之外，還可以透過 GRAB 用手機叫計程車或抱抱車，都是既方便又便宜的選項。

Bây giờ ở Việt Nam **bạn** có thể sử dụng điện thoại để gọi taxi hoặc **xe ôm**, vừa rẻ vừa tiện lợi.
現在在越南你可以用手機叫計程車或抱抱車，又便宜又方便。

機車的保養方式有哪些？

sửa xe
ph. 修車

thay nhớt
ph. 換機油

南 vá xe / 北 vá săm
ph. 修補輪胎

rửa xe
ph. 洗車

bơm xe
ph. 打氣

sạc bình (ắc-quy)
ph. 充電瓶

在路上會碰到的東西與問題

tai nạn giao thông
n. 車禍

南 kẹt xe /
北 tắc đường
n. 塞車

ổ gà
n. 坑洞

南 cây xăng /
北 trạm xăng
n. 加油站

南 bãi đậu xe /
北 bãi đỗ xe
n. 停車場

trạm thu phí
n. 過路收費站

★★★ Chương 5
Đường bộ 馬路

hết xăng
ph. 沒油

xì lốp /
南 **xì bánh xe /**
北 **xịt lốp**
ph. 漏氣

cán đinh
ph. 輪胎被鐵釘插進去

腳踏車基本配備有哪些？

● 基本配備

南 **nón bảo hiểm /**
北 **mũ bảo hiểm**
n. 安全帽

giày xe đạp
n. 卡鞋

南 **kính mát /**
北 **kính râm**
n. 墨鏡

bình nước
n. 水壺

khóa
n. 大鎖

bơm xe đạp /
ống bơm
n. 打氣筒

● 各項構造

● 各項構造

1. 南 căm / 北 nan hoa　n. 輪輻
2. yên xe　n.（自行車、摩托車的）座墊
3. vành xe / niềng xe　n.（輪胎）鋼圈
4. bánh trước　n. 前輪
5. bánh sau　n. 後輪
6. bàn đạp / 南 pê-đan　n. 踏板
7. 南 thắng / 北 phanh　n. 煞車
8. tay lái / 南 ghi-đông　n. 把手
9. miếng phản quang　n. 反光板
10. sườn xe / khung xe　n. 車架；車框
11. đùm xe　n. 輪殼
12. yên sau / 南 gác ba ga / 北 cọc yên　n. 行李置物架
13. cốt yên　n. 座管
14. chắn sên　n. 護鏈罩
15. đĩa xích / nhông sên　n. 大齒盤
16. chân chống　n. 腳架
17. đùi đạp / giò đĩa　n. 轉動曲柄
18. 南 dây thắng / 北 dây phanh　n. 煞車線
19. rổ xe / giỏ xe / 南 bội xe　n.（自行車、機車的）籃子
20. dè chắn bùn trước　n. 前方擋泥板
21. dè chắn bùn sau　n. 後方擋泥板
22. van bánh xe　n. 輪胎汽嘴
23. 南 vỏ xe / 北 lốp xe　n. 輪胎
24. 南 má thắng / 北 má phanh　n. 前剎車器

★★★ Chương 5
Đường bộ 馬路

101

● 基本零件

南 **ruột xe /**
北 **săm xe**
n. 內胎

líp xe
n. 齒輪

南 **dây sên /**
北 **dây xích**
n. 鏈條

cùi đề
n. 變速器

tay đề
n. 變速調節器

chuông xe
n. 車鈴

在路上會碰到的各類車種

xe cấp cứu /
xe cứu thương
n. 救護車

xe cứu hỏa
n. 消防車

xe cảnh sát
n. 警車

xe rác
n. 垃圾車

南 **xe hủ lô /** 北 **xe lu**
n. 壓路機

xe bồn
n. 油罐車

Tips 生活小常識：交通號誌篇

如何看得懂 biển báo giao thông（交通號誌）呢？交通號誌大致上分成：「警告標誌」、「禁制標誌」、「指示標誌」、「臨時控管標誌」等。

● biển cảnh báo（警告標誌）：大多數的國家是以「白底紅邊、黑色圖形至中的等邊三角形」做為警告標誌，少數國家或地區像是澳門、香港，則以「黃底黑邊」做為警示顏色；另外，也有一些國家會以「菱形」取代「三角形」做為警告標誌，像是美國、加拿大、泰國、日本、紐西蘭、印尼、墨西哥…等。

❶ **đường hai chiều** n. 雙向道
❷ **đường gồ ghề** n. 路面顛簸
❸ **chú ý người qua đường** n. 當心行人
❹ **nguy hiểm** n. 危險

● biển cấm（禁制標誌）：大多數國家是以「紅色圓形為底，黑色圖形置中」或是「紅邊白底、黑體字或黑色圖形的圓形圖」做為禁制標誌。

❺ **cấm hút thuốc** n. 禁止吸菸
❻ **cấm ăn uống** n. 禁止飲食
❼ **cấm chụp ảnh** n. 禁示拍照
❽ **cấm thú nuôi** n. 禁止寵物進入

各種方向及方位

1. **(phía) trên** n. 上面
2. **(phía) dưới** n. 下面
3. **bên trái** n. 左邊
4. **bên phải** n. 右邊
5. **(bên) cạnh** n. 旁邊
6. **(phía) trước** n. 前面
7. **(phía) sau** n. 後面
8. **đối diện** n. 對面
9. **giữa** n. 之間、中間
10. **trong** n. 裡面
11. **ngoài** n. 外面
12. **hướng đông** n. 東方
13. **hướng tây** n. 西方
14. **hướng nam** n. 南方
15. **hướng bắc** n. 北方

★★★ Chương 5
Đường bộ 馬路

Tips 跟車輛有關的慣用語

- chọc gậy bánh xe 或 thọc gậy bánh xe：將棒子從車輪的縫隙插進去。比喻妨礙他人（做）事情的行為。相似於中文的「扯後腿」。

- tay lái lụa：絲綢騎士。比喻行車技術高超的駕駛，駕駛技術跟絲綢一樣地滑溜滑溜地，身手矯健，相當靈敏。
  Anh ấy quả là một "**tay lái lụa**", đường khó đi như thế này mà anh ấy vẫn chạy vèo vèo.
  他的騎車技術果然高超，那麼難走的路他也能騎很快。

- châu chấu đá xe：蚱蜢踢車。比喻自己的力量明明比對方薄弱卻不自量力地敢於抵抗對方。相當於中文的「螳臂擋車」或「以卵擊石」。

Tips 越南的路邊小販

越南也是以美食聞名的國度，ẩm thực đường phố（路邊小吃）當然就是訪越的外國遊客不容錯過的一項觀光特色。有店面的小吃店自當不在話下，但到了越南後，街頭總有一幅不容錯過的特殊景像，就是路邊四處可見賣小吃的 hàng rong（小販）。

來談談這些越南的 hàng rong 吧！他們大部分都是挑著 đòn gánh（扁擔）、或騎（推）著一台 xe hàng rong（流動攤車）到了路邊的某個定位後，放幾個小椅凳就開始擺攤賣小吃。但有一種流動性的 hàng rong，他們會挑著扁擔或騎腳踏車、摩托車非定點性地到處跑，邊移動邊用喇叭播放或大聲叫賣，告訴大家他們來了。還記得台灣早期住家周邊不時可聽見用台語播放的「修理紗窗～修理紗門～換玻璃！」的懷念廣告音嗎？即是這樣固定的廣播或叫賣聲，就稱為 tiếng rao。

另外，也有人用特別的工具發出特色音響通知客人，只要聽到這個聲音就知道賣什麼東西了，例如賣 kem（冰淇淋）流動車販會搖鈴鐺、mua ve chai（買回收垃圾）則會發出叭噗的聲響等。在西貢，有一種男女老幼都很熟悉的聲響是賣 hủ tiếu gõ（敲粿條）的聲音，這是西貢的一項既普遍且便宜的宵夜小吃。「gõ」是「敲擊」的意思，粿條小販會用兩根金屬棒或梆子相互敲擊發出特殊響聲，通知大家趕快來買粿條。而敲擊者通常老闆的助手，客人跟他叫了粿條之後，他就會端著熱呼呼的粿條「送貨到府」。這也算是西貢的一項特色文化。

當然路邊小販的衛生度自然不能與大餐廳相提並論，但對越南人來說，這不但是一個文化特色，更是許多人賴以為生的職業。故對於這種懷念的家鄉味，越南人總是惦念著，並希望這項飲食文化能永久保存。

貼心小提醒 更多的越南小吃及美食，請翻閱 224 頁 P06-02-04【越南美食】單元。

Phần 3
Trường học 學校

Chương 1

Khuôn viên trường 校園

BP03-01-01
NP03-01-01

這些應該怎麼說？

校園的配置

❶ **trường học** n. 學校
❷ **lớp học** n. 教室
❸ **cổng trường** n. 校門
❹ **sân trường** n. 校園
❺ **phòng bảo vệ** n. 警衛室
❻ **thư viện** n. 圖書館
❼ **căn tin** n. 福利社

❽ **học sinh** n. 學生
❾ **cọc tiêu giao thông** n. 三角錐
❿ **tên trường** n. 校名
⓫ 南 **máy lạnh** / 北 **điều hòa** n. 冷氣機
⓬ **logo trường** n. 校徽
⓭ **băng rôn** n. 標語
⓮ **tình nguyện viên** n. 志工

學校設施還有哪些呢？

Thiết bị trường học（學校設施）除了上述提到
的之外，其他的校內設施說法如下：nhà vệ sinh
（洗手間）、hội trường（禮堂）、phòng y tế（保
健中心）、sân thể dục（操場）、南 hồ bơi（游泳
池）/ 北 bể bơi、phòng thiết bị dạy học（教材室）
、phòng dụng cụ thể dục（體育器材室）、phòng
tái chế（資源回收室）、ký túc xá（宿舍）。

Tất cả sinh viên năm nhất đều tập trung ở **hội trường**.
所有大一新生全都在禮堂集合。

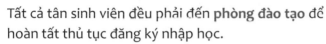

學校辦公室有哪些呢？

Văn phòng trường học（學校辦公室）大致上
分成：văn phòng hiệu trưởng（校長室）、phòng
đào tạo（教務處）、phòng công tác sinh viên（學
務處）、phòng hành chánh（總務處）、phòng
giáo viên（導師室）、phòng phụ đạo（輔導室）、
phòng nhân sự（人事室）、phòng kế toán（會計室）、
phòng giám thị（教官室）、phòng bảo vệ（警衛室）。

Tất cả tân sinh viên đều phải đến **phòng đào tạo** để
hoàn tất thủ tục đăng ký nhập học.
所有的新生都需至教務處完成入學報到手續。

學校教室有哪些呢？

Lớp học（學校教室）大致上分成：phòng lab
ngoại ngữ（語言教室）、phòng nghe nhìn（視聽
教室）、phòng tin học（電腦教室）、phòng thí
nghiệm（實驗室）。

Lớp học của **chúng tôi** ở bên cạnh **phòng tin học**.
我們教室在電腦教室旁邊。

★★★
01 上學

在學校會做什麼呢?

● 所需的裝備

cặp học sinh
n. 書包

sách giáo khoa
n. 教科書

南 tập / 北 vở
n. 筆記本

**南 sách bài tập /
北 vở bài tập**
n. 作業本

khăn tay
n. 手帕

bình nước
n. 水壺

đồng phục
n. 制服

đồng phục thể dục
n. 體育服

hộp cơm
n. 便當盒

túi đựng cơm hộp
n. 便當袋

balo
n. 後背包

**南 hộp viết /
北 hộp bút**
n. 鉛筆盒

● 所需的文具用品

① **máy bấm lỗ**   n. 打洞機

② **thước đo độ**   n. 量角器

③ **đinh dù / ghim dù**   n. 大頭釘

④ 南 **viết chì** / 北 **bút chì**   n. 鉛筆

⑤ **thước ê-ke**   n. 三角尺

⑥ **kẹp giấy**   n. 迴紋針

⑦ **cọ vẽ**   n. 水彩筆

⑧ 南 **viết đỏ** / 北 **bút đỏ**   n. 紅筆

⑨ 南 **băng keo** / 北 **băng dính**   n. 膠帶

⑩ 南 **tập** / 北 **vở**   n. 筆記本
sổ ghi chú   n. 記事本

⑪ **thước (kẻ)**   n. 尺

⑫ **máy tính (bỏ túi)**   n. 計算機

⑬ **kẹp bướm**   n. 長尾夾

⑭ **hồ dán / keo dán**   n. 膠水

⑮ 南 **viết bi** / 南 **viết nguyên tử** /
北 **bút bi**   n. 原子筆

⑯ 南 **chuốt viết chì** / 南 **đồ chuốt** /
北 **gọt bút chì**   n. 削鉛筆機、削鉛筆器

⑰ **bút xóa kéo**   n. 修正帶

⑱ **đinh ghim**   n. 圖釘

⑲ 南 **bấm kim** / 北 **dập ghim**
n. 釘書機

⑳ **màu nước**   n. 水彩

㉑ 南 **viết lông màu** /
北 **bút lông màu**   n. 彩色筆

㉒ **đất nặn / đất sét**   n. 黏土

㉓ 南 **cục gôm** / 北 **cục tẩy**   n. 橡皮擦

㉔ 南 **kim bấm** / 北 **ghim dập** /
北 **đạn ghim**   n. 釘書針

㉕ **kéo**   n. 剪刀

㉖ **giấy ghi chú**   n. 便利貼

㉗ 南 **viết chì màu** /
北 **bút chì màu**   n. 有色鉛筆

㉘ 南 **dây thun** /
北 **dây chun** / 北 **vòng nịt**   n. 橡皮筋

筆的種類有哪些呢？

注意：「筆」在北部叫做「bút」而南部叫「viết」。「Viết」也可以當動詞，就是「寫」的意思。

🇻🇳南 viết chì gỗ /
🇻🇳南 viết chì chuốt /
🇻🇳北 bút chì
　　n. 鉛筆

🇻🇳南 viết chì kim /
🇻🇳南 viết chì bấm /
🇻🇳北 bút chì kim /
🇻🇳北 bút chì bấm
　　n. 自動鉛筆

🇻🇳南 viết bi /
🇻🇳南 viết nguyên tử /
🇻🇳北 bút bi
　　n. 原子筆（圓珠筆）

🇻🇳南 viết lông màu /
🇻🇳北 bút lông màu
　　n. 彩色筆；麥克筆

🇻🇳南 viết màu sáp /
🇻🇳北 bút màu sáp
　　n. 蠟筆

🇻🇳南 viết chì màu /
🇻🇳北 bút chì màu
　　n. 有色鉛筆

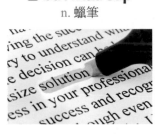

🇻🇳南 viết máy /
🇻🇳北 bút máy /
🇻🇳北 bút mực
　　n. 鋼筆

🇻🇳南 viết dạ quang /
🇻🇳北 bút dạ quang
　　n. 螢光筆

🇻🇳南 viết xóa / 🇻🇳北 bút xóa
/ 🇻🇳北 bút tẩy
　　n. 立可白

🇻🇳南 viết lông đầu /
🇻🇳南 viết lông viết bảng /
🇻🇳北 bút lông đầu /
🇻🇳北 bút lông viết bảng
　　n. 白板筆

🇻🇳南 viết lông thư pháp /
🇻🇳北 bút lông thư pháp
　　n. 毛筆

cọ vẽ
n. 水彩筆

Tips 跟教學文具用品有關的慣用語

- bút sa gà chét：筆簽下去雞就死囉。比喻你一旦簽署之後就必須責任，簽了就不能改了。

  Anh suy nghĩ kỹ trước khi ký hợp đồng, "**bút sa gà chét**" đấy.

  你簽合約之前要好好考慮，不然簽好了就沒辦法改囉！

- 南 giờ dây thun / 北 giờ cao su：橡皮筋時間。因為橡皮筋具有彈性，所以這個流行語是用來形容時間可以變來變去，即「不準時」的意思。

  Cô ấy lúc nào cũng **giờ dây thun**, nên anh nên hẹn **cô ấy** sớm một chút.

  她每次都不準時，所以你應該約她早一點出來。

你知道嗎？

校園裡，常見的教職員有哪些？

- dại học（大學）

  在大學的校園裡，常見的教職員有 trưởng khoa（系主任）、giáo sư（教授）、phó giáo sư（副教授）、giáo viên hướng dẫn（指導教授）、giáo sư dự khuyết（助理教授）、cán bộ nhà trường（辦公室職員）、giảng viên（講師）、sinh viên làm thêm（工讀生）。

- tiểu học（國小）、trung học cơ sở（國中）、trung học phổ thông（高中）

  在國小、國中、高中的校園裡，常見的教職員有 hiệu trưởng（校長）、giám thị（訓導主任）、giáo viên chủ nhiệm（班級導師）、giáo viên dạy thay（代課老師）、以及各科的 giáo viên bộ môn（任課老師）。除了在學校上課，學生也常上 học thêm（補習班），在補習班的老師叫做 giáo viên dạy thêm（補習班老師）。

Tips 跟老師有關的慣用語

- không thầy đố mày làm nên：沒有老師教，我敢賭你一定做得不好。比喻說沒有人引導就沒辦法做到或很難成功的意思。

- một chữ cũng là thầy, nửa chữ cùng là thầy：一個字是老師，半個字也是老師。不管老師教了我們多少終究就是老師，都要尊重。相當於中文的「一日為師，終身為父」。

越南語的教師叫做「giáo viên」。依男女性別的不同，又可以再分為「thầy giáo（男教師）」和「cô giáo（女教師）」，但上述不管是 giáo viên、thầy giáo、cô giáo 都是職業的名稱，而不是對老師的稱呼。

越南語在稱呼老師時，男女的分別也相當地清楚，一般會稱男老師為「thầy」、稱女老師為「cô」。而老師跟學生講話的時候，在高中以下，老師自稱為 thầy（男老師）或 cô（女老師），並稱學生「em」或「con」；而在大學以上，老師通常自稱為「tôi」，叫學生 anh（男學生）或 chị（女學生）。至於從學生的角度，大部分都自稱「em」，並稱呼老師為 thầy 或 cô。

Cha **tôi** là **giáo viên** dạy toán của **tôi** nên khi ở trường **tôi** thường gọi ông ấy là "**thầy**".

我爸爸是我的數學老師，所以在學校的時候我常稱我爸爸為「老師」。

★★★
02 各種學制

關於各學層的學生類別有哪些？

● 大學、研究所

「大學生」的越南語稱為 sinh viên (đại học)。而「已畢業又再繼續入研究所進修的學生」則稱 nghiên cứu sinh（研究生）；大一至大四生當然也分別也有不同的越南語講法：sinh viên năm nhất（大一生）、sinh viên năm hai（大二生）、sinh viên năm ba（大三生）、sinh viên năm bốn / sinh viên năm tư（大四生）；另外，在校園內，也常見到 sinh viên nước ngoài（外籍生）、

sinh viên trao đổi（交換生）。另外，其他還有幾個常用的重要相處對象如 bạn cùng lớp 或 bạn học（同班同學）、bạn cùng phòng（室友）與 cựu sinh viên（畢業校友）。

tốt nghiệp đại học（大學畢業）之後會上研究所，新的學程又會分成兩種等級：其中「碩士」叫做 thạc sĩ，「博士」則叫做 tiến sĩ。

● 幼稚園、國小、國中、高中

在越南，有設置 nhà trẻ（托兒所）和 mẫu giáo（幼兒園）這兩種不同的學齡前教育機構。一般而言，三歲以下嬰兒階段的孩子都會收容到托兒所裡，而三歲以上的小朋友才可以進去幼兒園。幼兒園又依據年齡分成：lớp mầm（苗班。指三歲的小朋友）、lớp chồi（芽班。指四歲的小朋友）、lớp lá（葉班。五歲的小朋友）。

而當小朋友滿六歲後，則準備要進入 tiểu học（小學）開始就讀，而小學在口語中也稱為 cấp 1（第一級）。越南的教育體系與台灣不太一樣，越南的小學只有五個年級，但到國中時則有四個年級，高中則與台灣相同，有三個年級，從小學開始算，則分成 lớp 1 到 lớp 12。

越南的國中跟高中都叫 trung học（中學），但是國中稱為 trung học cơ sở（基礎中學），一般為了表達方便，常見越南人只縮寫 THCS，又稱為 cấp 2（第二級）；而高中則稱為 trung học phổ thông（普通中學），越南人們只縮寫成 THPT，又稱為 cấp 3（第三級）。之前有提過了大學的學生稱為 sinh viên，而高中以下的學生都叫做 học sinh。

關於各種學科

越南的教學系統中，有這些科目：tự nhiên（自然）、toán（數學）、(vật) lý（物理）、hóa (học)（化學）、sinh (học)（生物學）、(ngữ) văn（國文）、(lịch) sử（歷史）、địa (lý)（地理）、ngoại ngữ（外語）、tin học（電腦）、âm nhạc（音樂）、mỹ thuật（美術）、giáo dục công dân（公民與道德）、thể dục（體育）。

Lâm học văn rất yếu nhưng học toán rất giỏi.
小林的國文學得很差，但數學的成績很好。

Chương 2

Lớp học 教室

這些應該怎麼說？

BP03-02-01
NP03-02-01

走廊的配置

- **1** **hành lang** n. 走廊
- **2** **đồng hồ** n. 時鐘
- **3** **tủ cá nhân** n. 置物櫃
- **4** **loa thông báo** n. 廣播器
- **5** **lỗ thông gió** n. 通風口
- **6** **biển báo lối thoát hiểm** n. 緊急出口標示
- **7** **chuông** n. 學校鈴鐘

- **8** **poster / áp phích** n. 海報
- **9** **thùng rác** n. 垃圾桶
- **10** **bóng** n. 倒影
- **11** **đèn neon / đèn huỳnh quang** n. 日光燈
- **12** **gạch** n. 磁磚
- **13** **bảng thông báo** n. 公告欄

在教室會做什麼呢？

★★★
01 上課

① **bảng trắng**　n. 白板
② **bàn giáo viên**　n. 教師桌
③ **bàn học**　n. 書桌
④ **ghế**　n. 椅子
⑤ **nam châm**　n. 磁鐵
⑥ **bông lau bảng**　n. 板擦
⑦ **bút viết bảng**　n. 白板筆
⑧ **cửa sổ**　n. 窗戶
⑨ **bảng thông báo**　n. 公告欄
⑩ **thời khóa biểu**　n. 功課表
⑪ **máy chiếu**　n. 投影機
⑫ **đồ trang trí lớp học**　n. 教室佈置
⑬ **phấn**　n. 粉筆

上學時，常做的事有哪些？

truy bài đầu giờ
ph. 早自習

điểm danh
ph. 點名

lấy sách ra
ph. 把書拿出來

đứng lên
ph. 站起來

ngồi xuống
ph. 坐下

ngủ gật
ph. 打瞌睡

hỏi
v. 提問

trả lời
v. 回答

giơ tay (phát biểu)
ph. 舉手

nghe giảng
ph. 聆聽

thảo luận
v. 討論

biện luận
v. 辯論

làm bài tập
ph. 做作業

ôn bài
ph. 複習作業

nộp bài
ph. 繳交

suy nghĩ
v. 思考

báo cáo / thuyết trình
v. 報告

viết
v. 寫

dạy học
ph. 教學

chấm điểm
ph. 打分數

vỗ tay
ph. 鼓掌

viết lên bảng
ph. 寫黑（白）板

lau bảng
ph. 擦黑（白）板

**kiểm tra bài cũ /
trả bài**
ph. 抽背

học
v. 學習

trốn học
ph. 翹課

bị phạt
ph. 處罰

ra chơi
ph. 下課休息

tan học
ph. 下課、放學

chào cờ
ph. 升旗

上課時的常用句子

1. **Đã đến giờ vào học.** 　上課了。
2. **Bây giờ điểm danh.** 　現在點名。
3. **Lấy sách ra.** 　把課本拿出來。
4. **Đóng sách lại.** 　把書合起來。
5. **Bây giờ ôn lại bài hôm trước.** 　現在先複習上一課。

6. **Lật sang trang 5.** 翻到第 5 頁。

7. **Nghe và lặp lại theo tôi.** 我念一遍，你們再跟著念一遍。

8. **Xin lỗi, thầy có thể nói lại một lần nữa không ạ?**
   對不起，老師可以再說一次嗎？

9. **Em không hiểu lắm.** 我不太懂。

10. **Em còn một câu hỏi nữa.** 我還有一個問題。

11. **Cái này tiếng Việt nói thế nào?** 這個用越南語要怎麼說？

Tips 生活小常識：修課篇

在大學中，專業的「主修」越南語稱之為 chuyên ngành，例如：主修中文系，就要說成 chuyên ngành tiếng Trung Quốc；有些大一生的上、下學期成績優異，在大二就可申請攻讀第二種不同的系所，這種稱之為 song ngành（雙主修）或 ngành phụ（輔系）。雙主修與輔系兩種學歷機制不同的地方在於 môn học bắt buộc（必修）及 môn học tự chọn（選修）。

「必修」簡單的說就是「一定要修的課」，「選修」則是「可以隨著喜好，選擇想要上的課」；「雙主修」是指主修兩種系，也就是指兩邊系所的「必修」和「選修」課程都要上；「輔系」只要修完輔系的「必修」課程就好，雖然聽起來很簡單，但要在大學四年裡修完一、兩百多個 tín chỉ（學分），幾乎不可能，所以大多雙主修或輔系生很少準時 tốt nghiệp（畢業），一般都會申請 hoãn tốt nghiệp（延畢）。相反地，有些學生成績很差，可能被 南 rớt／北 trượt（當掉），還需要再 học lại（重修）。如果更慘就要被 bị buộc thôi học／bị đuổi học（退學）。

Cô ấy rất có năng khiếu ngoại ngữ, có thể cùng một lúc học **song ngành** tiếng Anh và tiếng Tây Ban Nha mà không có bất cứ áp lực nào.
她很有語言天份，可以同時雙主修英文系和西班牙文系，完全沒有任何壓力。

「學位」的越南語該怎麼說？

大學畢業者可以取得 bằng tốt nghiệp（畢業證書），這時的得到的學位則是 học vị cử nhân（學士學位）；研究所畢業者則可取得 học vị thạc sĩ（碩士學位）；博士班

研究生畢業者可取得 học vị tiến sĩ（博士學位）。此外，如果是「正在攻讀學位」，可以用動詞片語 theo học chương trình 來表達；如果是「已獲得或完成學位」時，則可以用 lấy bằng / nhận bằng 來表達。

Anh ấy vừa **lấy bằng** thạc sĩ triết học vào tháng trước. Học kỳ sau **anh ấy** sẽ **theo học chương trình** tiến sĩ quản trị kinh doanh.
他上個月剛拿到哲學碩士的學位。他下學期會讀企業管理博士班。

★★★
02 考試

各種考試的越南語怎麼說？

Kiểm tra 與 thi 都是「考試」，但用法有些微的不同！

Kiểm tra 有「測試、測驗（能力）」之意，通常一個學期老師會舉辦一些規模較小的小考以便測驗學生的知識吸收程度。越南的國小、國中、高中都會有 kiểm tra miệng（抽背）的考試，這種考試也稱為 kiểm tra bài cũ 或 trả bài。一般來說，老師會隨便點一、兩個學生上台講他們上堂課所背下來的東西。還有 kiểm tra 15 phút（15 分的隨堂測驗），在這種考試的模式裡，老師不見得會先通知要考試，目的就是要測驗學生有沒有複習功課。另外，還有 kiểm tra 1 tiết（一節考試）或 kiểm tra 2 tiết（兩節考試），老師會先提前一、兩個禮拜前通知以便學生準備。通常 kiểm tra 2 tiết 都是考如國文等需要長時間記憶的科目，其他大部分的科目頂多都 kiểm tra 1 tiết 就差不多了。

而 thi，是指「大型的、正式的、統一性地」同步測驗的考試，例如：thi giữa kỳ（期中考）、thi cuối kỳ（期末考）、thi tốt nghiệp（會考）、thi đầu vào（入學考）、thi xếp lớp（分班考）、thi đại học（大學入學考試），thi TOEIC（多益測驗）、thi TOEFL（托福考試）…等

Học sinh lớp 12 ngoài **thi cuối kỳ** ra còn phải **thi tốt nghiệp** và **thi đại học**.
高三學生除了期末考之外，還有考會考和大學入學考試。

cất sách vở
ph. 把書收起來

phát đề thi
ph.（考前）發考卷

làm bài thi
ph. 考試

gian lận
v. 作弊

đặt bút xuống
ph. 把筆放下

nộp bài
ph. 交考卷

chép tài liệu
ph. 帶小抄

phát bài
ph.（考後）發回考卷

sửa bài
ph. 改考卷

BP03-02-05
NP03-02-05

Tips 跟考試有關的慣用語

● phao：原本是「救生圈」的意思。因為救生圈在危難的時候可以救人，所以學生就把小抄比喻成救生圈。
Tôi nghĩ **nó** gian lận, đem **phao** vào phòng thi nên mới được điểm cao như vậy.
我認為他作弊，帶小抄進去考試才會考到這麼高分。

- trúng tủ：tủ 是指「櫃子」，trúng 是靠運氣達到目的的意思。Trúng tủ 即是好運選中適合你想裝的東西的櫃子。所以 trúng tủ 即是比喻考試的出題剛好跟學生有複習到部分的一樣。而 trúng tủ 的反義詞就是 trật tủ，即考試出的題目跟學生預測的完全不同。使用這種偷工減料的學習方式進行考試猜題的學習法，稱之為 học tủ。不過有趣的是，如果事與願違，出題範圍恰巧不符合學生所學的部分，那麼用越南話就可以說那位學生越南語就可以說那位學生他「bị tủ đè（被櫃子壓）」了。

  Học tủ trước sau cũng có ngày sẽ **bị tủ đè**.
  那種偷工減料的學習總有一天會考試時出包的。

- học vẹt：鸚鵡式的學習。指就像是鸚鵡學講話一樣，能講但不懂話中的涵義。能將功課背熟，卻不懂其實際意義。近似中文的「不求甚解」。

  Rất nhiều học sinh thường **học vẹt**, học thuộc lòng rất giỏi nhưng lại không hiểu gì cả.
  很多學生常常都是鸚鵡式的學習。很會背，但都搞不清楚在背什麼！

🎧 **BP03-02-06**
NP03-02-06

Tips 記錄學生成績的文件

- sổ đầu bài（教室日誌）：這本日誌上記錄每位任課老師今天在該班將要講授的課程，及抽背時，受試學生所得的分數，與整節課下來學生的學習態度評價。

- sổ liên lạc（聯絡簿）：這本是在考完期中考或期末考後，班級導師會把學生的成績和學習態度寫上去然後寄給學生的家長看。學生家長看完要簽名再還給班級導師。

- học bạ（成績本）：這本是記錄學生在全年級的成績。學生畢業的時候才會收到這本本子。

- bảng điểm（成績單）：通常大學生才有 bảng điểm。如果學生需要他們的成績單的話，則隨時可以去教務處申請。

Các cơ sở vật chất trường học khác
其他學校設施

這些應該怎麼說？

BP03-03-01
NP03-03-01

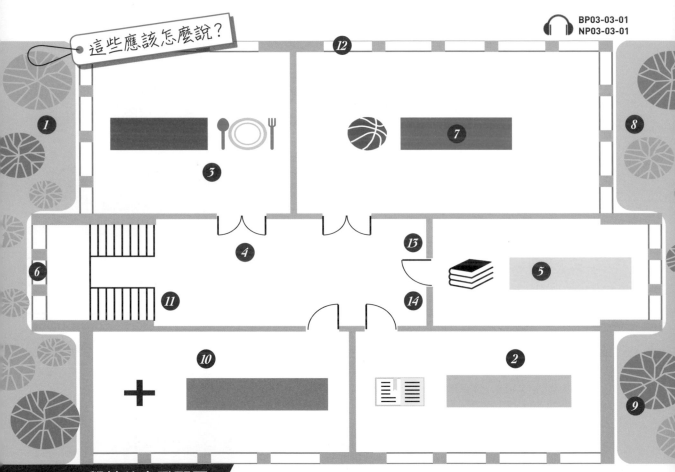

學校的鳥瞰配置

1. **sơ đồ trường**　n. 校園平面圖
2. **lớp học**　n. 教室
3. **căn tin**　n. 學生餐廳、福利社
4. **hành lang**　n. 走廊
5. **thư viện**　n. 圖書館
6. **cổng trường**　n. 校門
7. **sân bóng rổ**　n. 籃球場
8. **vườn**　n. 庭園
9. **cây**　n. 樹
10. **phòng y tế**　n. 保健室
11. **cầu thang**　n. 樓梯
12. **tường**　n. 牆壁
13. **lối vào**　n. 入口
14. **lối ra**　n. 出口
— **mở cửa**　ph. 開門、開館
— **đóng cửa**　ph. 關閉、閉館

★★★ 01 保健室

貼心小提醒 更多與醫療相關的內容，請翻閱第 239 頁起— Part 7 【醫療保健】。

外傷的種類有哪些？

BP03-03-02
NP03-03-02

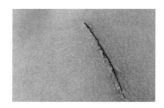

trầy / xước
adj. 割傷

căng cơ
ph. 拉傷

bong gân
ph. 扭傷

trật khớp
ph. 脫臼

bầm
adj. 挫傷
n. 瘀青

gãy xương
ph. 骨折

**chuột rút /
vọp bẻ**
adj. 抽筋

🇻 **phỏng /**
🇨 **bỏng**
adj. 燙傷

🇻 **bị ong chích /**
🇨 **bị ong đốt**
ph.（被蜜蜂）螫傷

Tips 關於 bị 和 được 的用法

在越南語中如果想說受到任何外傷或罹患疾病時，都要先用被動的受害動詞 bị（遭…、遭到…），再加上外傷或疾病的單字。另外，bị 只的應用只限定於後方接續不希望發生的情事、傷痛、疾病等等。若後接的情事是正面的、好的，那麼就該使用「được（得到…）」來表達。

Trong tiết thể dục, Lâm **bị** bong gân. **Bạn ấy** đã **được** đưa vào phòng y tế rồi.
上體育課的時候小林拉傷，他已經被帶到保健室去了。

基本的醫療用具有哪些？

băng ca / cáng
n. 擔架

nạng
n. 拐杖

ống nghe
n. 聽診器

**cân sức khỏe /
cân y tế**
n. 體重計

nhiệt kế
n. 溫度計

南 **ống chích /**
北 **bơm kim tiêm**
n. 針筒

**băng keo cá
nhân**
n. ok 繃

gạc y tế
n. 紗布

南 **bông gòn /**
北 **bông**
n. 棉球

cồn
n. 酒精

cồn i-ốt
n. 碘酒

nhíp gắp
n. 鑷子

在保健室，基本治療外傷的方式有哪些？

băng bó
v. 用繃帶包紮

chườm đá
ph. 冰敷

sát trùng
ph. 用酒精消毒

**南 xứt thuốc /
北 bôi thuốc**

ph. 擦藥膏

**南 chích thuốc /
北 tiêm thuốc**

ph. 打針

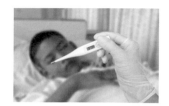

đo nhiệt độ

ph. 量體溫

uống thuốc

ph. 吃藥

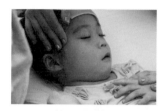

nghỉ ngơi

v. 休息

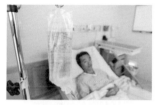

**truyền nước (biển) /
vô nước biển**

ph. 打點滴

常見的疾病及症狀有哪些呢？

 BP03-03-05
NP03-03-05

đau họng

ph. 喉嚨痛

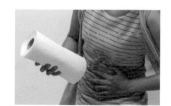

tiêu chảy

v. 腹瀉

dị ứng

v. 過敏

南 ói / 北 nôn

v. 嘔吐

sốt

v. 發燒

南 cảm / 北 cúm

v. 流行性感冒

sổ mũi
v. 流鼻水

chảy máu mũi
ph.（因外傷的）流鼻血
chảy máu cam
ph.（因火氣大等因素，自
然自體內的）流鼻血

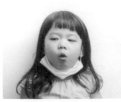

ho
v. 咳嗽

**南 nhức đầu /
北 đau đầu**
ph. 頭痛

chóng mặt
ph. 頭暈

南 xỉu / 北 ngất
v. 暈倒

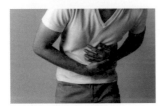

**南 đau bao tử /
北 đau dạ dày**
ph. 胃痛

đau bụng
ph. 肚子痛

**cảm nắng /
say nắng**
ph. 中暑

BP03-03-06
NP03-03-06

Tips　跟常見的病有關的流行語

- phát sốt：原本是「發燒」的意思。但現在網路上的鄉民們轉而把用這個詞來形容「對某一樣很特別或很喜歡的人、事、物而感到瘋狂」的意思。

  Cả lớp **tôi** "**phát sốt**" vì cô giáo chủ nhiệm mới rất xinh đẹp.
  我們班為新來的班導師的美貌而感到瘋狂。

- cảm nắng / say nắng：原本意思是「中暑」。因為迷上一個人的感覺就跟中暑一樣，會感到暈暈的。所以現在被衍生出「開始迷上一個人」的意思。
  Anh mới gặp **cô ấy** lần đầu mà đã "**say nắng**" rồi sao?
  你才第一次見到她就迷上她了嗎？

基本舒緩不適的藥物有哪些呢？

1. **thuốc viên nén** n. 藥片
2. **thuốc con nhộng** n. 膠囊
3. **thuốc giảm đau** n. 止痛劑
4. **si-rô ho** n. 咳嗽糖漿
5. **thuốc aspirin** n. 阿斯匹靈
6. **thuốc hạ sốt** n. 退燒藥
7. **thuốc cảm cúm** n. 感冒藥
8. **thuốc kháng sinh** n. 抗生素
9. **thuốc đau dạ dày** n. 胃藥
10. **thuốc trị tiêu chảy** n. 止瀉藥
11. **thuốc nhỏ mắt** n. 眼藥水
12. 南 **thuốc trị phỏng /**
    北 **thuốc trị bỏng** n. 燙傷藥
13. **men tiêu hóa** n. 消化酵素

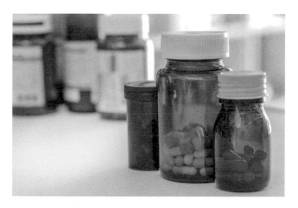

Không được tùy tiện uống **thuốc kháng sinh**, có thể gây ra tình trạng kháng kháng sinh.
不要亂吃抗生素，可能導致細菌產生抗藥性。

★★★
02 圖書館

一些硬體設備應該怎麼說？

1. 南 **kệ sách** / 北 **giá sách** n. 書架
2. **bàn tra cứu thông tin** n. 查資料台
3. **bàn đọc sách** n. 閱讀桌
4. **nội quy thư viện** n. 圖書館的規定
5. **đồng hồ treo tường** n. 壁鐘

在圖書館常見的人及物品

thủ thư
n. 圖書管理員

thẻ thư viện
n. 圖書館卡

máy photocopy
n. 影印機

★★★ Chương 3
Các cơ sở vật chất trường học khác 其他學校設施

tài liệu nghe nhìn
n. 視聽教材

phòng thảo luận
n. 討論室

thùng trả sách
n. 還書箱

在圖書館裡常會做些什麼呢？

tra cứu sách
ph.（用電腦）找書

mượn sách
ph. 借書

trả sách
ph. 還書

tìm tài liệu
ph. 找資料

đọc sách
ph. 看書

nghiên cứu
v. 研讀

Tips 該怎麼跟圖書館借書呢？

想向圖書館 mượn sách（借書）時，你至少要知道關於書籍上的一些基本資訊，例如：tựa sách / tên sách（書名）、tác giả（作者）、nhà xuất bản（出版社）。首先，你可以到 bàn tra cứu thông tin（查資料台）去，以書名、作者等複數條件用電腦查詢。查出 mã số sách（索書號）之後就可以按照索書號到 kệ sách / giá sách（書架）去找書。

當想借的書被別人借走時，你可以先向館員請求 đặt trước（預訂（借書）），這樣圖書館就會把書預留給你。要注意，有些書可以 mượn về（借回去），但有些只能在 đọc tại chỗ（現場看）喇！所以如果想借回去時，要先跟圖書館確定可不可以外借喔！

找到想要的書後，就把書拿到 quầy thủ thư（服務台），填寫 phiếu mượn sách（借書表）並把 thẻ thư viện（圖書館卡）給 thủ thư（圖書管理員）。現代的圖書館圖書管理員只要掃描書上面的 mã vạch（條碼）後，就可以記錄是誰借了什麼，學生們也不用填寫借書表。一般圖書管理員會提醒你書上的 ngày trả sách（還書日期），你要記得準時還書不然可能會被罰款哦！

如果到期了但你還沒看完那本書，你可以 gia hạn sách（延後還書）。還書的時候你可以直接到服務台還書或可以把書放進去 thùng trả sách（還書箱）就可以了。

Nếu bạn **trả sách** vào thời gian thư viện không mở cửa, bạn có thể bỏ sách vào **thùng trả sách** được đặt ở trước cửa thư viện.
如果圖書館沒有開的話，你可以把書放進放在圖書館門口的還書箱即可。

書籍的分類有哪些？

BP03-03-11
NP03-03-11

1. **sách khoa học kỹ thuật** n. 科技類用書
2. **sách văn học** n. 文學類用書
3. **sách lịch sử** n. 歷史類用書
4. **sách tâm lý** n. 心理類用書
5. **sách triết học** n. 哲學類用書
6. **sách chính trị** n. 政治類用書
7. **sách tôn giáo** n. 宗教類用書
8. **sách tự truyện** n. 自傳類用書
9. **sách nghệ thuật** n. 藝術類用書
10. **sách kinh tế** n. 經濟類用書
11. **sách kỹ năng sống** n. 生活技能類用書
12. **sách dạy nấu ăn** n. 食譜類用書
13. **sách ngoại ngữ** n. 語言類用書
14. **sách giáo dục** n. 教育類用書
15. **sách thiếu nhi** n. 兒童類用書
16. **sách giáo khoa** n. 教科類用書
17. **sách tham khảo** n. 參考類用書
18. **tiểu thuyết** n. 小說
19. **thơ** n. 詩
20. **truyện tranh** n. 漫畫
21. **tạp chí** n. 雜誌
22. **báo** n. 報紙
23. **từ điển** n. 辭典、字典
24. **tập bản đồ** n. 地圖集
25. **bách khoa toàn thư** n. 百科全書
26. **luận văn** n. 論文

書的結構有哪些？

1. **bìa sách** n. 封面
2. **gáy sách** n. 書背
3. **mép sách** n. 書口
4. **trang sách** n. 書頁
5. **dấu sách** n. 書繩
6. **tựa sách / tên sách** n. 書名
7. **tác giả** n. 作者
8. **nhà xuất bản** n. 出版社
9. **năm xuất bản** n. 出版年

Tips 跟書有關的慣用語

● cha làm thầy, con đốt sách：父親當老師，兒子卻燒書。比喻父親竭盡善行，但孩子卻不繼承父親的志向。

Ông ấy là một người rất tốt bụng, thường hay quyên tiền giúp đỡ người nghèo. Nhưng con trai ông ấy lại không có lòng thương người. Đúng là "**cha làm thầy, con đốt sách**".

他是一個很好的人，常常捐錢幫助窮人。但是他兒子卻沒有愛人的心。所以說「有好爸爸，不見得教得出好兒子」。

● nói có sách, mách có chứng：講話要有書為憑，打小報告也要有證據才行。比喻講話要有確定的依據才能講，不可以信口開河。相當於中文的「有憑有據」或「飯可以亂吃，話不可以亂講」。

Không được nói bừa, "**nói có sách, mách có chứng**" mới có sức thuyết phục.
話不可以隨便亂講，要「有憑有據」才會有說服力。

● mọt sách：書呆子、書蟲。亦可以只看書上癮的人。比喻一個人只著重在書面的理論學習，而脫離實際應用的行為。

Phần 4
Công sở 工作場所

Chương 1

Văn phòng 辦公室

這些應該怎麼說？

BP04-01-01
NP04-01-01

辦公室的配置

1 **bàn làm việc** n. 辦公桌
2 **ghế xoay** n. 辦公椅
3 **máy (vi) tính** n. 桌上型電腦
4 **điện thoại bàn** n. 電話
5 **lịch để bàn** n. 桌曆
6 **máy tính (bỏ túi)** n. 計算機
7 **tài liệu / hồ sơ** n. 文件
8 **ngăn kéo** n. 抽屜
9 **tệp hồ sơ** n. 文件夾
10 **văn phòng phẩm** n. 文具用品

11 **tủ đựng hồ sơ** n. 檔案櫃

12 **cửa sổ** n. 窗戶

13 南 **máy lạnh** / 北 **điều hòa** n. 冷氣

14 **đồng hồ treo tường** n. 壁鐘

15 **đầu báo cháy / đầu dò khói**
n. 煙霧偵測器

16 南 **màn** / 北 **rèm** n. 窗簾

17 **cây cảnh** n. 室內植物

Tips 生活小常識：公司篇

目前在越南盛行的公司類別如下：

1. 責任有限公司 công ty trách nhiệm hữu hạn (trách nhiệm hữu hạn，常縮寫成 TNHH)：即具有 2 名以上～ 50 人以下成員，成員可能是個人或法人，負責有限責任，不得 phát hành cổ phiếu（發行股票）的公司型態。

2. 單一成員的責任有限公司 công ty TNHH một thành viên：是一個企業由一個組織或個人作為負責人，不得發行股票的公司型態。

3. 合夥企業 công ty hợp danh：指至少有 2 名成員以上，成員一定是個人，負無限責任，不得發行股票的公司型態。

4. 股份公司 công ty cổ phần：有 3 名成員以上，成員上限不限並得以發行任何證券的公司型態。

5. 私人企業 doanh nghiệp tư nhân：由單一個人為負責，以他所擁有的財產為公司資本的公司型態。

在一個公司下面可以成立其他公司。若成立的是 chi nhánh（分公司），原成立的公司即稱為 tổng công ty（總公司）；若成立的是 công ty con（子公司），原成立的公司則稱為 công ty mẹ（母公司）。

雖依每個國家的法律不同，設立公司的原則也有異。 一般來說，一個公司可以 phát hành cổ phiếu（發行股票），買了公司股票的人叫做 cổ đông（股東），IPO（公開發行準上市櫃股票）則叫作 phát hành cổ phiếu lần đầu。如果一個公司已經上市的話，越南語叫做 niêm yết，或是流行語可以說 lên sàn。那為什麼叫 lên sàn 呢？因為 sàn 這個字是指 sàn giao dịch chứng khoán （證券交易所），而 lên 是放上，所以 lên sàn 就是把上市股票放上證券交易所。

Ngày mai cổ phiếu công ty Vinamilk sẽ **lên sàn** với giá 40,000 đồng một cổ phiếu.
明天 Vinamilk 的股票上市，價錢是 40,000 盾一張。

★★★
01 接電話

接電話常做的動作有哪些?

**bắt điện thoại /
nghe điện thoại /
trả lời điện thoại**
ph. 接電話

bấm số / quay số
ph. 撥打電話

gọi điện thoại
ph. 打電話(給某人)

gọi lại
ph. 回電(給某人)

cúp máy
ph. 掛斷電話

gửi lại lời nhắn
ph. 留言

常用的電話禮儀與基本對話

● 問候 + 表明身分

在打電話時,người gọi(撥電話者)親切、有禮貌地問候 người nghe(接聽電話者)是很重要的一環,所以在電話接通時,建議可以先說句問候語做為開場白,再開始介紹自己的名字。

Người nghe: "A-lô?" 接聽電話者:「喂」

Người gọi: "A-lô, **tôi** là Cường, ở công ty Thành Công." 撥電話者:「您好,我是成功公司的阿強。」

如果是接公司的電話,在說完 a-lô 之後,接電話者可以講 Công ty ABC xin nghe(您好,這裡是 ABC 公司),這樣可讓打電話者知道他沒有打錯。如果接電話者沒有

介紹公司名稱時，打電話這可以確認：「Xin hỏi, có phải công ty ABC không ạ?（請問這裡是 ABC 公司嗎？）」

● 說明來電目的

1. 介紹完自己的名字後，就可以直接說明你想找的人：

   Người gọi: "**Tôi** muốn tìm **chị** Trang." / "Vui lòng cho **tôi** gặp **chị** Trang." 撥電話者：「麻煩我想要找妝小姐。」/「麻煩您把電話轉給妝小姐。」

   Người nghe: "Trang nghe đây." 接聽電話者：「我就是。」

2. 如果對方不在，可以留言，再請對方回電：

   Người nghe: "Xin lỗi, **chị ấy** không có ở đây. **Anh** có muốn nhắn gì cho **chị ấy** không ạ?" 接聽電話者：「不好意思，她現在不在。請問您需要留言給她嗎？」

   Người gọi: "**Em** có thể nhắn **chị ấy** gọi cho **tôi** vào số 0972888888 không? **Tôi** có việc muốn nói với **chị ấy**." 撥電話者：「好的，麻煩您可以請她回電話給我嗎？我的電話號碼是 0972888888。我有事要跟她講。」

   Người nghe: "Dạ, khi nào **chị ấy** về **em** sẽ nói **chị ấy** gọi lại cho **anh** ngay." 接聽電話者：「好的，當她回來時，我會請她儘快回電。」

3. 如果是撥打的是公司的電話號碼，總機通常會告知對方的分機號碼後，再幫忙轉接：

   Người nghe: "**Anh** vui lòng chờ một chút. Số nội bộ của **chị ấy** là 515. **Em** giúp **anh** chuyển máy cho **chị ấy**" 接聽電話者：「請稍等一下，她的分機號碼是 515。我幫您轉接給她。」

   Người gọi: "Cảm ơn **em**." 打電話者：「謝謝，麻煩了。」

4. 如果遇到對方忙線中，可以稍後再撥：

   Người nghe: "Xin lỗi, máy **chị ấy** đang bận." 接聽電話者：「不好意思，她現在忙線中。」
   Người gọi: "Ừ, **anh** sẽ gọi lại sau." 打電話者：「好的，謝謝。我稍後再撥。」

5. 談話中，如果遇到收訊不良的時候，請不要直接掛斷電話，可以先告知對方收訊不良，然後再撥打一次：

   Người gọi: "Tín hiệu điện thoại không tốt. Để **em** gọi lại cho **anh**." 撥電話者：「抱歉電話收訊不良。我再重撥一次給您。」

6. 萬一不小心打錯電話時，請不要直接掛斷電話，必須先禮貌地說聲抱歉，然後再掛斷電話：

   Người gọi: "Xin lỗi, **tôi** gọi nhầm số." 撥電話者：「對不起，我打錯電話了。」

● 結束電話

與對方結束通話時，除了 tạm biệt（再見）之外，還可以用英文的 bye-bye（掰掰）道別。

Tips 跟打電話有關的慣用語

- nấu cháo điện thoại：熬電話粥。指電話一講就講了很久。

  Từ khi có bạn gái, ngày nào **anh ấy** cũng **nấu cháo điện thoại** với bạn gái, hèn gì tiền cước điện thoại tháng này gấp đôi tháng trước.

  自從交了女朋友之後，他每天都跟女朋友講電話一講就講到天荒地老，難怪這個月的通話費比上個月多了兩倍。

- dán mắt vào điện thoại：把眼睛貼在手機上。比喻低頭族一直看手機。也可以說把眼睛貼在有螢幕的物品上。例如： dán mắt vào máy tính （把眼睛貼在電腦上）或 dán mắt vào tivi（把眼睛貼在電視上），分別表示愛玩電腦或愛看電視。

  Nó suốt ngày **dán mắt vào điện thoại**, sớm muộn cũng bị cận thị.

  他整天都玩手機，早晚會得近視。

★★★
02 寄電子郵件

越南語的電子郵件怎麼寫呢？

電子郵件的越南語是 thư điện tử，但越南人習慣直接講英文的 email。而越南語跟中文寫信的風格幾乎一樣的。在此簡述一些注意項目的用語和寫法。

Từ: tuanta@email.com		Phần đầu
Đến: cuongpham@email.com		
❶ CC: minhnv@email.com		
❷ BCC: truonglv@email.com		
Chủ đề Thư mời họp		
❸ Tệp đính kèm: Nội dung cuộc họp.pdf (15KB)		

❹ Kính gửi anh Cường, — Lời chào

Kính mời anh đến tham dự cuộc họp vào ngày thứ hai, ngày 14 tháng 2 năm 2019.
Vui lòng xem tệp đính kèm để biết chi tiết nội dung cuộc họp

Nếu không thể tham gia, vui lòng thông báo cho tôi biết.

— Nội dung

❺ Trân trọng. — Kết thư

❻ **Trần Anh Tuấn**
Phó giám đốc công ty Trung Hoa ❼
❽ **Điện thoại: 0988-888888**
Email: tuanta@email.com ❾

— Thông tin người gửi

● **Phần đầu** 郵件標頭

❶ CC （越南語唸 xi-xi）是英文 carbon copy 的縮寫，意思是指「副本抄送」，但是在越南語中是動詞，意思一樣是指將副本抄送，只是詞性不同而已。如果一封信件也想讓其他人收到，可以在 CC 欄上打上他人的 địa chỉ email（email 地址），這樣在寄件的同時，除了主要收件人可以收到郵件以外，CC 欄上方記載的收件人也能收得到。

Khi **anh** gửi email cho giám đốc, nhớ **CC** cho thư ký của ông ấy nhé.
你寄 email 給經理時，請記得也抄送副本給他秘書。

❷ BCC（越南語唸 bi-xi-xi）是英文 blind carbon copy 的縮寫，意思是「密件副本抄送」，在越南語也是動詞，直譯指「隱密地將件副本抄送」的意思。和 CC 一樣都是額外寄送給其他的寄件人，但不同的是以 BCC 方式寄送的郵件只有 BCC 欄位上的收件人才能看得到，其他人是看不到的喔。

❸ Tệp đính kèm （附件檔），由於 tệp（檔案）這個詞越南人習慣直接講英文的 file，所以 tệp đính kèm 在口語中越南人們常常會講 file đính kèm，有些寄件格式會顯示 đính kèm（附件），寄件人如果需要附加檔案，除了在 tệp đính kèm 欄位上附上檔案以外，也可以在 nội dung （內文）的最後一句註明 Xin vui lòng xem file đính kèm （請見附檔）或 Tôi đính kèm …（我附上～）等句子，提醒收信人點開附檔。

● **Lời chào** （信函開頭的）稱呼語

信件的 ❹ lời chào（開頭稱呼語）最常見的是 Kính gửi …（敬啟）後面加上收件者名字，這是很尊重的信件寫法。Kính 是「敬」的意思，所以當把 kính 刪掉時，郵件的敬重度則會感覺減少一點。除此之外，如果寫給朋友或你很熟的人可以用 … thân mến（親愛的）（前接收件者名字）。如果更不需要有隔閡感的收件者，例如：家人、情人的話，則可以寫 … yêu dấu（親愛的）（前接收件者名字）；如果只是想輕輕鬆鬆地寫信給熟識的朋友或同事，可以使用非正式的用法 Chào … , Hi … 或 Dear…當做稱呼語，甚至也可以直呼收件人的名字。Lời chào 結束後，便可以開始繕打 nội dung （內文）。

● **Kết thư** 結尾敬語

越南語的 ❺ kết thư （結尾敬語）就像是中文的「敬上」一樣，有很多種用法，基本上可以分成正式的和非正式的用法；常見的正式用法是 Trân trọng （致上問候）；常見的非正式的用法則有：Thân ái 或 Thân 或只寫寄信者的名字。

● **Thông tin người gửi** 寄件人資訊

記得最後在郵件的左下方，打上自己的 ❻ tên （姓名）、❼ chức vụ （職位）和 tên công ty （公司名稱）、❽ số điện thoại （連絡電話）或 ❾ địa chỉ email（電子信箱），以便收件人連絡。

常見的文書處理用品有哪些？

máy photocopy
n. 影印機

máy fax
n. 傳真機

máy in
n. 印表機

máy scan
n. 掃描機

máy hủy giấy
n. 碎紙機

USB
n. 隨身碟

bàn cắt giấy
n. 裁紙機

giấy in
n. 影印紙

giấy than
n. 複寫紙

dao rọc giấy
n. 美工刀

danh thiếp
n. 名片

bìa trình ký
n. 墊板夾

con dấu n. 印章
mực n. 墨水

南 **bao thư /**
北 **phong bì**
n. 信封

đồ chặn giấy
n. 紙鎮

máy chấm công
n. 打卡機

máy lọc nước
n. 飲水機

máy pha cà phê
n. 咖啡機

在辦公室裡常做些什麼？

BP04 01-05
NP04-01-05

photo (tài liệu)
ph. 複印

fax (tài liệu)
ph. 傳真

scan (tài liệu)
ph. 掃描

dán
v. 貼

cắt
v. 剪

trình ký
ph. 給上司簽名

viết báo cáo
ph. 寫報告

họp
v. 開會

thảo luận
v. 討論

ký tên
ph. 簽名

đóng dấu
ph. 蓋章

quẹt thẻ chấm công
ph. 用打卡機打卡

★ ★ ★

04 公司部門

BP04-01-06
NP04-01-06

1. **hội đồng quản trị** n. 董事會
2. **ban kiểm soát** n. 理監事會
3. **phòng kế toán** n. 會計部
4. **phòng tài chính** n. 財政部
5. **phòng nhân sự** n. 人事部
6. 南 **phòng hành chánh** / 北 **phòng hành chính** n. 行政部
7. **phòng kinh doanh** n. 經銷部
8. **phòng marketing** /ma-két-tinh/ n. 行銷部
9. **phòng IT / phòng kỹ thuật** n. 電腦部
10. **phòng nghiên cứu phát triển** n. 研發部

★★★
05 職等

BP04-01-07
NP04-01-07

1. **chủ tịch hội đồng quản trị** n. 董事長
2. **(tổng) giám đốc** n.（總）經理
3. **thư ký** n. 秘書
4. **phó (tổng) giám đốc** n. 副（總）經理
5. **trưởng phòng** n. 主管
6. **phó phòng** n. 副主管
7. **trưởng nhóm** n. 組長
8. **nhân viên** n. 人員、職員
9. **lao công / tạp vụ** n. 清潔人員
10. **bảo vệ** n. 警衛

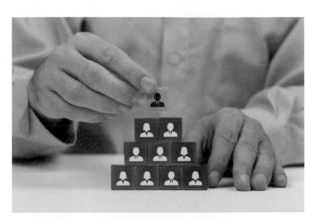

Tips 生活小常識：炒魷魚篇

工作的時候，每個人為了求得升職 thăng chức（升職）機會，都會勤奮工作好好表現。不過總有些人工作表現不太好，可能就會遭老闆炒魷魚了。炒魷魚的越南語有 đuổi việc、sa thải、cho thôi việc 這些說法。此外，也有些人因不喜歡這份工作所以主動辭職。辭職的越南語稱為 từ chức、xin nghỉ việc 。而一般在辭職之前，都要先繳交 đơn từ chức / đơn xin nghỉ việc（辭職單）。

Nghe nói doanh số kinh doanh của Lan 3 tháng liền không đạt chỉ tiêu nên giám đốc quyết định **cho cô ấy thôi việc**.
聽說小蘭的銷售額連續三個月沒達到目標，所以經理決定炒她魷魚。

Tips 在越南，怎麼稱呼上司呢？

在越南工作場合，員工稱呼老闆最簡單的就用一個「sếp」字。「Sếp」可以當稱呼的代名詞，即除了是「主管、老闆」的意思之外，同時也是名詞，指「上司」的意思。另外，除了用「sếp」這個字，也可以用上司的職位直接稱呼上司，如 trưởng phòng（部長）、giám đốc（經理）等。

nhân viên cứu hỏa
n. 消防員

công an / cảnh sát
n. 警察

bộ đội
n. 軍人

bảo vệ
n. 警衛

công chức
n. 公務人員

nông dân
n. 農夫

ngư dân
n. 漁夫

công nhân
n. （工廠的）工人、
工廠作業員

南 **thợ hồ /**
北 **thợ xây**
n. 建築工人

kỹ sư
n. 工程師

kiến trúc sư
n. 建築師

nhân viên văn phòng
n. 辦公室職員、行政人員

thư ký
n. 秘書

kế toán
n. 會計

**thương nhân /
thương gia**
n. 商人

luật sư
n. 律師

thông dịch viên
n. 口譯人員

phóng viên
n. 記者

người dẫn chương trình / MC
n. 主持人

ca sĩ
n. 歌手

diễn viên
n. 演員

người mẫu
n. 模特兒、Model

tài xế
n. 司機

hướng dẫn viên du lịch
n. 導遊

họa sĩ
n. 畫家

nhân viên phục vụ
n. 服務生

đầu bếp
n. 廚師

thợ cắt tóc
n. 理髮師

thợ may
n. 裁縫師

nội trợ
n. 家庭主婦

常用的電腦零件有哪些？

1. **màn hình** n. 螢幕
2. **bàn phím** n. 鍵盤
3. **chuột** n. 滑鼠
4. **loa** n. 喇叭
5. **thùng máy** n. 機殼

6. **nguồn điện**
   n. 電源插孔
7. **công tắc nguồn**
   n. 電源開關
8. **cổng PS/2** n. PS/2 埠
9. **cổng VGA** n. VGA 埠
10. **cổng song song**
    n. 並列埠
11. **cổng USB** n. USB 埠
12. **cổng USB type B**
    n. USB B 型埠
13. **cổng ethernet**
    n. 網路埠
14. **cổng HDMI**
    n. HDMI 埠
15. **giắc âm thanh / giắc tai nghe**
    n. 耳機插孔
16. **nút nguồn** n. 電源按鈕
17. **mainboard / bo mạch chủ**
    n. 主機板
18. **bộ nguồn** n. 電源供應器
19. **quạt tản nhiệt** n. 散熱電扇

20. **card màn hình** n. 顯示卡
21. **CPU / bộ xử lý trung tâm**
    n. 中央處理器
22. **ổ cứng HDD** n. HDD 硬碟
23. **ổ cứng SSD** n. SSD 硬碟
24. **RAM** n. 記憶體
25. **card âm thanh** n. 音效卡
26. **card mạng** n. 網路卡
27. **ổ đĩa quang** n. 光碟機

在辦公室常做些什麼？

khởi động máy tính / mở máy tính
ph. 開機
tắt máy tính
ph. 關機

lên mạng / lướt web / truy cập internet
ph. 上網

cắm USB
ph. 插入隨身碟
rút USB
ph. 拔出隨身碟

nhập liệu
ph. 輸入資料

truy cập server
ph. 進入伺服器

kết nối mạng
ph. 連上網路

gõ chữ / đánh chữ
ph. 打字

copy dữ liệu / sao chép dữ liệu
ph. 拷貝資料

lưu
v. 儲存

tải xuống / download
v. 下載
đăng lên / upload
v. 上傳

in (tài liệu)
ph. 列印

gửi email
ph. 寄電子信
nhận email
ph. 收電子信

đăng nhập
v. 登入
đăng xuất
v. 登出

nhập mật khẩu
ph. 輸入密碼

cài phần mềm
ph. 安裝軟體

**bấm chuột (trái) /
click chuột (trái)**
ph. 點一下滑鼠左鍵

**bấm chuột phải /
click chuột phải**
ph. 點一下滑鼠右鍵

lăn chuột
ph. 滾輪滑上
cuộn chuột
ph. 滾輪滑下

bấm đúp
ph. 雙擊

quét virus
ph. 掃毒

ghi đĩa
ph. 燒錄光碟

Tips 是電腦？還是計算機？

"Máy tính" 在越南語中同時有電腦及計算機的意思。所以想分清楚的話，可以把單字寫得再具體一點。「計算機」可以說 máy tính bỏ túi（可放口袋的計算機），一聽就能具體了解其大小及功用；而電腦的話可以 máy vi tính（電腦）。若電腦的種類要分得更詳細一點的話，則可以說 máy tính để bàn（桌上型電腦）或 máy tính xách tay / laptop（筆記型電腦）。

鍵盤上的特別符號

BP04-01-11
NP04-01-11

Văn phòng/辦公室

1 **dấu chấm than / dấu chấm cảm**
n. 驚嘆號

2 **a móc / a còng** n. 小老鼠

3 **dấu thăng** n. 井號

4 **ký hiệu đô-la** n. 美元符號

5 **ký hiệu phần trăm** n. 百分比符號

6 **dấu mũ** n. 脫字符號、插入符號

7 **dấu và** n. and 符號

8 **dấu sao / dấu hoa thị / dấu nhân**
n. 星號、乘號

9 **dấu ngoặc đơn** n. 括號

10 **dấu gạch dưới** n. 底線

11 **dấu gạch giữa; dấu trừ**
n. 連字號；減號

12 **dấu cộng** n. 加號

13 **dấu bằng** n. 等號

14 **dấu ngoặc nhọn** n. 大括號

15 **dấu ngoặc vuông** n. 中括號

16 **dấu gạch thẳng / dấu sổ thẳng**
n. 垂直線

17 **dấu gạch chéo ngược** n. 反斜線

18 **dấu hai chấm** n. 冒號

19 **dấu chấm phẩy** n. 分號

20 **dấu ngoặc kép** n. 雙引號

21 **dấu nháy đơn / dấu lược** n. 單引號

22 **dấu bé** n. 小於符號

23 **dấu lớn** n. 大於符號

24 **dấu (chấm) hỏi** n. 問號

25 **dấu gạch chéo; dấu chia**
n. 斜線；除號

26 **dấu chấm** n. 句號

27 **dấu phẩy** n. 逗號

Tips　生活小常識：電腦當機篇

當機大致上可以分成「有畫面」和「無畫面」兩種。前者是指在電腦操作到一半時，螢幕上的畫面突然停住，動也動不了，這種當機類型，越南語有很多說法如 bị đứng、bị treo、bị đơ、bị lag（lag 是英文，在這裡要唸 lác）；另一種當機的狀態則是一開機時，螢幕的畫面就呈現黑色、看不到任何東西，這樣的情況，越南語則稱為 bị tắt nguồn。

Khi Như đang viết báo cáo thì máy tính **bị tắt nguồn**. Thế là tất cả tài liệu của **cô ấy** bị mất hết.
當阿如在打報告時，她的電腦當機了。於是她所有的資料都沒有了。

147

Chương 2

Phòng họp 會議室

這些應該怎麼說？

BP04-02-01
NP04-02-01

會議室的配置

1. **phòng họp** n. 會議室
2. **màn chiếu** n. 投影布幕
3. **biểu đồ** n. 圖表
4. **bảng trắng** n. 白板
5. **thiết bị hội nghị truyền hình** n. 視訊設備
6. **doanh nghiệp** n. 廠商
7. **khách hàng** n. 客戶
8. **laptop / máy tính xách tay** n. 筆記型電腦
9. **máy tính bảng** n. 平板電腦
10. **bàn họp** n. 會議桌
11. **tài liệu** n. 文件
12. **người tham dự** n. 出席者

會議室裡，常見的設備有哪些？

máy chiếu
n. 投影機

**bút trình chiếu /
bút thuyết trình**
n. 雷射簡報筆

míc / microphone
n. 麥克風

loa
n. 喇叭

máy ghi âm
n. 錄音筆

ổ cắm điện
n. 插座

★ ★ ★

01 開會

會議室裡，常見的會議種類有哪些？

họp hội đồng quản trị
ph. 董事會議

đại hội cổ đông
n. 股東大會

hội nghị khách hàng
n. 客戶會議

hội nghị bán hàng
n.（大型的）銷售會議

báo cáo
v. 簡報

họp báo cáo tiến độ
ph. 專案進度會議

họp giao ban
ph. 部門會議

họp nhóm
ph. 小組會議

hội nghị truyền hình
n. 視訊會議

hội nghị điện thoại
n. 多方通話會議

hội thảo chuyên đề
n. 專題研討會

họp báo
ph. 記者會

BP04-02-04
NP04-02-04

你知道嗎？

一樣是「會議」，cuộc họp、hội nghị、hội thảo、đại hội 有何不同？

Họp 本身是動詞，指「開會」的意思。若要轉換成名詞時，字前需加上量詞「cuộc」或「buổi」。Cuộc họp（（小型）會議；集會），是指人數較少，且較小型的會議，多用在公司的場合，例如：họp giao ban（部門會議）、họp báo cáo tiến độ（專案進度會議）等。

Ông Vương đang bận họp, anh có muốn để lại tin nhắn cho ông ấy không ạ?
王先生正在開會，您需要留言給他嗎？

hội nghị（會議、討論會、協商會）：指正式的大型會議，出席人數較多，通常在演講者發言完後，會開放一些時間讓出席者發問問題或交換意見及想法。

Cô ấy đi Mỹ dự **hội nghị** kinh doanh rồi.
她去美國參加商務會議了。

hội thảo（研討會）：指學術性的專題研討會，比起 hội nghị 來說規模較小，hội thảo 進行時，演講者與出席者互動較多，最常見於研究所或博上班的學術研究。

Hội thảo về văn học sẽ được diễn ra vào thứ sáu tuần này.
這星期五將舉辦一場文學研討會。

đại hội（大會）：指一個規模很大的會議，通常都是與組織的代表人一起討論重要的事情。

Đại hội đại biểu các doanh nghiệp Đài Loan tại Việt Nam sẽ được tổ chức ở Bình Dương.
在越南的台灣企業代表人會議將會在平陽舉辦。

開會時常做的事有哪些？

BP04-02-05
NP04-02-05

tranh luận
v. 爭論

trao đổi
v. 溝通

thuyết phục
v. 說服

thị phạm
v. 示範

**nghĩ ý tưởng /
lên ý tưởng**
ph. 構想

**brainstorm / động
não / tập kích não**
ph. 集體討論；腦力激盪

**thỏa thuận /
thương thảo**
v. 協商

**ghi biên bản
cuộc họp**
ph. （做）會議記錄

biểu quyết
v. 表決

phản biện
v. 反辯、反駁

giơ tay phát biểu
ph. 舉手發言

kết thúc
ph. （會議）結束

接待客戶基本流程有哪些呢？

đón khách ở sân bay
ph. 接機

sắp xếp chỗ ở
ph. 安排住宿

giới thiệu
v. 介紹

bắt tay
ph. 握手

trao đổi danh thiếp
ph. 交換名片

dẫn đi tham quan
ph. 帶～參觀

bàn việc kinh doanh
ph. 談生意

thảo luận hợp đồng
ph. 討論合約

ký hợp đồng
ph. 簽合約

招待客戶時常用的句子

1. **Anh có hẹn không ạ?**　您有先約嗎？

2. **Rất vui được gặp anh.**　很高興認識您。

3. **Xin hỏi quý danh của anh?**　請問您貴姓？

4. **Xin giới thiệu với anh, đây là ông Trương, giám đốc công ty chúng tôi.**
請容我跟您介紹，這位是張先生，是我們公司的經理。

5. **Mời anh đi theo tôi.**　麻煩請跟著我往這邊走。

6. **Xin lỗi đã để anh đợi lâu.**　不好意思，讓您久等了。

7. **Xin mời anh ngồi.**　請坐。

8. **Anh có danh thiếp không?**　您有名片嗎？

9. **Đây là danh thiếp của tôi.**　這是我的名片

10. **Anh có muốn uống gì không?**　您想喝點什麼嗎？

11. **Mời anh xem qua hợp đồng.**　這是合約，請過目。

12. **Có vấn đề gì không ạ?**　請問，有什麼問題嗎？

13. **Tôi nghĩ không có vấn đề gì cả.**　我認為沒有什麼問題。

14. **Hy vọng tôi đã giải đáp được tất cả các thắc mắc của anh.**
希望我已回覆您所有的問題了。

15. **Nếu không có vấn đề, mời anh ký vào đây.**
如果沒有任何問題的話，請你在這簽名。

16. **Rất vui có cơ hội hợp tác với anh.**　很高興有機會跟您合作。

17. **Cảm ơn anh đã dành thời gian đến tham dự.**　感謝您撥空參與。

Ngân hàng 銀行

BP04-03-01
NP04-03-01

這些應該怎麼說？

銀行的配置

1. **quầy dịch vụ** n. 服務台
2. **quầy giao dịch** n. 交易櫃檯
3. **khu vực chờ** n. 等候區
4. **bảng điện tử** n. 數位看板
5. **khách hàng** n. 客戶
6. **nhân viên ngân hàng** n. 銀行人員
7. **giao dịch viên** n. 銀行出納員

8. **camera an ninh** n. 監視器
9. 南 **máy lạnh âm trần** / 北 **điều hòa âm trần** n. 中央空調
10. **đầu báo cháy** / **đầu dò khói** n. 煙霧偵測器
11. **ghế băng chờ** n. 等候座椅
12. **cột chắn dây kéo** n. 紅絨柱、排隊引導線

két sắt (an toàn)
n. 保險箱

đèn báo động
n. 警鈴

hộp ký thác an toàn
n. 保險櫃

sổ tiết kiệm
n. 存摺

thẻ ATM / thẻ rút tiền
n. 提款卡

máy POS
n. 刷卡機

máy đếm tiền
n. 驗鈔機

máy lấy số thứ tự
n. 抽號碼機

tiền xu
n. 硬幣

tiền giấy
n. 紙鈔

tiền lẻ
n. 零錢

xe chở tiền
n. 運鈔車

★★★ Chương 3
Ngân hàng 銀行

155

★★★
01 開戶、存款／提款

你知道嗎？

臨櫃有哪些服務作業？

BP04-03-03
NP04-03-03

● 開戶 (mở tài khoản)

開立帳戶時，帳戶的總類分成：tài khoản cá nhân（個人帳戶）和 tài khoản đồng sở hữu（聯名帳戶）；tài khoản cá nhân 是指單一個人的帳戶，所以稱之「個人帳戶」，而 tài khoản đồng sở hữu 是指兩位或兩位以上的客戶共同開立同一個帳戶，稱之「聯名帳戶」，它需要所有開戶者的證件才能開戶。相對的，提款時也需要所有開戶者的證明文件才能提款，減少盜領的風險。此外，無論是個人帳戶，還是聯名帳戶還可分成：活期帳戶與定存帳戶。Tài khoản thanh toán（活期帳戶）的 lãi suất（利率）較低，但便於可隨時存、取款；tài khoản tiết kiệm（定存帳戶）利率比活期帳戶較高，但是不可以隨時提款，要等到到期才可以提出來。Tài khoản tiết kiệm 會有 kỳ hạn（期限），期限不同時，利率也不一樣。

Tôi muốn mở tài khoản tiết kiệm. Xin hỏi lãi suất kỳ hạn 1 tháng là bao nhiêu?
我想開定存帳戶。請問一個月的利率是多少？

開戶的時候要填寫開戶單。開戶單上面會有這些資料：

giấy đề nghị mở tài khoản
n. 開戶單

Tôi muốn mở tài khoản.
我要開戶。

Anh muốn mở tài khoản gì? Tài khoản thanh toán hay tài khoản tiết kiệm?
您想要開哪種類的帳戶呢？活期帳戶，還是定存帳戶呢？

越南語的 giấy đề nghị mở tài khoản（開戶單），該怎麼填寫呢？

1. **họ và tên**　n. 姓名
2. **ngày sinh**　n. 出生日期
3. **giới tính**　n. 姓別
   -- **nam**　n. 男
   -- **nữ**　n. 女
4. **quốc tịch**　n. 國籍
5. **số hộ chiếu**　n. 護照號碼
6. **số CMND (chứng minh nhân dân** 的縮寫）　n. 身分證號碼
7. **ngày cấp**　n. 發證日期
8. **nơi cấp**　n. 發證地點
9. **tình trạng hôn nhân**　n. 婚姻狀況

-- **đã kết hôn**　adj. 已婚

-- **độc thân**　adj. 未婚

-- **khác**　adj. 其他

10. **địa chỉ cư trú**　n. 居住地址

11. **địa chỉ liên lạc**　n. 通訊地址

-- **mã bưu điện**　n. 郵遞區號

12. **địa chỉ thường trú**　n. 戶籍地址

13. **điện thoại nhà riêng**　n. 住家電話

14. **điện thoại công ty**　n. 公司電話

15. **ĐTDĐ (điện thoại di động** 的縮寫 **)**
　　n. 手機號碼

16. **fax**　n. 傳真號碼

17. **email**　n. 電子郵件信箱

18. **trình độ học vấn**　n. 教育程度

-- **sau đại học**　n. 大學以上

-- **đại học**　n. 大學

-- **cao đẳng**　n. 專科

-- **THPT (trung học phổ thông** 的
縮寫 **)**　n. 高中

-- **THCS (trung học cơ sở** 的 縮寫 **)** n.
國中

-- **tiểu học hoặc thấp hơn**
　　n. 小學（含）以下

19. **tình trạng việc làm**　n. 工作情況

-- **đang đi học**　n. 就學中

-- **không đi làm**　n. 待業中

-- **đang đi làm**　n. 工作中

20. **chức vụ**　n. 職位

21. **tên cơ quan**　n. 服務機關

22. **ngành nghề**　n. 職業

-- **cơ quan nhà nước**　n. 政府機關

-- **kinh doanh**　n. 經商

-- **sản xuất**　n. 製造、營造業

-- **kỹ thuật**　n. 工程業

-- **dịch vụ**　n. 服務業

-- **tài chính**　n. 金融保險業

-- **giáo dục**　n. 教育

-- **y tế**　n. 醫療

-- **nghệ thuật**　n. 藝術

-- **vận tải**　n. 運輸業

-- **nông nghiệp**　n. 農業

-- **nội trợ**　n. 家管

-- **khác**　n. 其他

🎧 BP04-03-04
NP04-03-04

● 存款 (**nộp tiền**)

如果想要存款，除了利用 máy nộp tiền tự động（自動存款機）（通常也是提款機）
之外，也可至臨櫃辦理存款，但辦理前需先填寫一張「存款單」。

giấy nộp tiền / phiếu nộp tiền
n. 存款單

Tôi muốn **nộp tiền.**
我想要存款。

Anh vui lòng điền vào **giấy nộp
tiền.**
請您填寫存款單。

越南的 giấy nộp tiền / phiếu nộp tiền（存款單），該怎麼填寫呢？

1. **ngày tháng**　n. 日期

2. **số tài khoản**　n. 帳號

3. **tên chủ tài khoản**　n. 戶名

4. **số tiền**　n. 金額

-- **bằng số**　n. 數字

-- **bằng chữ**　n. 文字

5. **chi phiếu**　n. 支票

6. **tổng cộng**　n. 總計

7. **người nộp tiền**　n. 存款人

8. **nội dung nộp tiền**　n. 存款理由

9. **ký tên**　ph. 簽名

● 提款 (rút tiền)

如果想要提款，除了利用 máy ATM（又叫 máy rút tiền tự động（自動提款機））外，也可以臨櫃辦理提款，但辦理前需先填寫一張「提款單」。

giấy rút tiền
n. 提款單

Tôi muốn **rút** 20 triệu đồng từ tài khoản.
我想要從我戶頭領 2000 萬盾。

Xin anh vui lòng điền **giấy rút tiền.**
請您填寫提款單。

越南的 giấy rút tiền（提款單），該怎麼填寫呢？

1. **ngày tháng** n. 日期
2. **số tài khoản** n. 帳號
3. **tên chủ tài khoản** n. 戶名
4. **chữ ký** n. 簽名

5. **số tiền** n. 總額
-- **bằng số** n. 數字
-- **bằng chữ** n. 文字

● 填轉帳單（chuyển khoản）

除了可利用 máy ATM 轉賬之外，也可以臨櫃辦理轉帳，但辦理前需先填寫一些資料。在越南想轉帳的話也可以用 giấy nộp tiền（存款單）。只要在單字上填上你想轉出的帳號及帳戶資料即可。另外，如果要匯款到國外去的話，就要填寫「匯款單」。

giấy chuyển tiền
n. 匯款單

Tôi muốn **chuyển tiền** đi Việt Nam.
我想要匯款去越南。

Xin anh vui lòng điền **giấy chuyển tiền.**
請您填寫提款單。

越南的匯款單該怎麼填寫呢？

1. **số tiền** n. 金額
-- **bằng số** n. 數字
-- **bằng chữ** n. 文字
2. **thông tin người chuyển tiền**
n. 申請人資料
-- **họ tên** n. 匯款人姓名

-- **số điện thoại** n. 電話
-- **địa chỉ** n. 地址
3. **thông tin người hưởng /
thông tin người nhận tiền**
n. 收款人資料
-- **số tài khoản** n. 帳號
-- **họ tên** n. 收款人姓名

4. **ngân hàng hưởng**
   n. 受款銀行

   -- mã ngân hàng / mã SWIFT
   n. 銀行代碼

   -- tên ngân hàng　n. 銀行名稱
5. **ngân hàng trung gian**　n. 中間銀行

Tips　生活小常識：換錢篇

越南人不常去銀行換外幣而是習慣去 tiệm vàng（銀樓）換，為什麼呢？

因為在越南去銀行 bán ngoại tệ（賣外幣）都沒什麼人問題，可是 mua ngoại tệ（買外幣）就有一點點麻煩囉！去銀行買外幣時，手續相對地比較複雜，你還要提供文件證明，明示為何你需要用到這筆外幣（例如進口、去國外旅遊、就醫、留學），銀行審核後覺得合理的話才會賣給你；反之，去銀樓換外幣的話，都不需要任何文件，所以除了要做出進口貿易有需要時，買外幣才會去銀行買，不然少量外幣的話都大家都習慣找銀樓解決。

雖然越南政府已經明令只準許銀行才能買賣外幣，但大家私底下還是找銀樓購買。當然，在銀樓換外幣換到的假鈔的風險喲！此外，銀樓的匯率叫做 tỉ giá chợ đen（黑市匯率）。

BP04-03-07
NP04-03-07

Tips　跟金錢有關的慣用語

● **có tiền mua tiên cũng được**：有錢的話，連神仙也買的到。強調錢的威力驚人。相當於中文「有錢能使鬼推磨」。
Có tiền mua tiên cũng được, huống chi mua một tấm bằng đại học.
有錢能使鬼推磨，何況是買一張大學文憑而已。

● **tiền mất tật mang**：錢花了卻反而換來一場病。比喻出錢不但沒解決到問題，反而讓問題更加嚴重。相似於中文「賠了夫人又折兵」。（請注意，這句慣用語只用在與錢有關的情況下。）
Cô ấy vì ham rẻ mà mua mỹ phẩm không rõ nguồn gốc. Không ngờ sau khi sử dụng da nổi mụn rất nhiều. Đúng là "**tiền mất tật mang**".
她因為貪圖便宜購花錢買了來路不明的化妝品。沒想到用了之後皮膚卻長出了很多痘痘。真是賠了夫人又折兵。

● 南 **tiền nào của nấy** / 北 **tiền nào của ấy**：有多少錢就有什麼樣的財寶。比喻錢跟財物總會是等值的，相當於中文的「一分錢一分貨」。

● **tiền trao cháo múc**：給了錢就舀粥。比喻交易乾脆俐落，不拖拖拉拉的。相當於中文的「銀貨兩訖」。

如何操作越南文的 ATM 介面？

BP04-03-08
NP04-03-08

● 關於越南語的 ATM 提款操作步驟：

步驟一：Lựa chọn ngôn ngữ （選擇語言） 　　步驟二：Nhập mật mã thẻ （請按密碼）

步驟三：Bấm chọn "Rút tiền"
　　　　（請按「提款」鍵）

❶ **Xin vui lòng lựa chọn ngôn ngữ.** 請選擇使用語言。

❷ **Xin vui lòng nhập số PIN.** 請輸入您的密碼。

❸ **Nhấn Enter để đồng ý, Clear để nhập lại.** 同意請按 Enter，重新輸入請按 Clear。

❹ **Đồng ý** 同意

❺ **Hủy bỏ** 取消

❻ **Xin vui lòng lựa chọn giao dịch.** 請選擇服務項目。

❼ **Rút tiền** 提款（自訂金額）

❽ **Chuyển khoản** 轉帳

❾ **Xem số dư** 餘額查詢

❿ **Mua thẻ trả trước** 購買預付卡

⓫ **Đổi mã PIN / Đổi mật khẩu** 密碼變更

⓬ **Thanh toán hóa đơn** 帳單付款

⓭ **In sao kê** 列印明細表

⓮ **Giao dịch khác** 其他服務

步驟四：Nhập số tiền muốn rút
（輸入提領金額）

⑮ Xin vui lòng lựa chọn số tiền.
請選擇提款金額。

⑯ Tối thiểu 50.000, tối đa 20 triệu đồng.
最少 5 萬盾，最多 2000 萬盾。

⑰ Số khác 其他金額

⑱ Trả thẻ 退卡（取消交易）

步驟五：Thông báo phí dịch vu（手續費通知）

⑲ Giao dịch của Bạn sẽ bị thu phí rút tiền mặt. Bạn có muốn tiếp tục giao dịch? 您的交易會有提款手續費。您是否繼續（提領）？

⑳ Có 是

㉑ Không 否

㉒ Đang thực hiện giao dịch. Xin vui lòng chờ trong giây lát.
交易進行中。請稍後。

步驟六：Nhận tiền（收取現金）

㉓ Xin vui lòng nhận tiền.
請取出您的現金。

㉔ Số dư tài khoản của Bạn.
您的提款金額。

㉕ Bạn có muốn in biên lai không?
你是否要列印明細表？

步驟七：Hoàn tất giao dịch（交易完成）

㉖ Bạn có muốn thực hiện giao dịch khác không? 您是否想要進行其他服務？

㉗ Xin vui lòng nhận lại thẻ. 請取出您的卡片。

㉘ Cảm ơn Bạn đã sử dụng máy ATM của Ngân hàng chúng tôi.
感謝您使用本行的 ATM。

● ATM 常見的錯誤通知

1. **Xin lỗi, máy ATM hết tiền. Mong Quý khách thông cảm.**
本機暫時無法提領現金。請您見諒。

2. **Máy ATM tạm ngưng phục vụ. Chân thành xin lỗi Quý khách.**
本機暫停服務，不便之處，敬請見諒。

3. **Xin lỗi, máy đang bảo trì.**
此機正在維修中，不便之處，敬請見諒。

4. **Hiện tại máy không có tiền lẻ. Quý khách có muốn tiếp tục thực hiện giao dịch?**
本機目前沒有零錢可以替換。您是否要繼續進行交易？

5. **Hiện tại máy không in được biên lai. Quý khách có muốn tiếp tục giao dịch?** 本機暫時無法列印明細表。您是否要繼續進行交易？

Tips 生活小常識：網路銀行篇

現在每個銀行都有 ngân hàng điện tử（網路銀行）的功能，只要你有網路就可以隨時隨地用電腦或手機 kiểm tra số dư（查詢餘額）、chuyển khoản（轉帳）、連 nạp tiền điện thoại（儲值電話卡）也可以。但要使用這個服務你要先跟銀行申請，然後你的手機號碼會跟你帳戶連接，如果有發生交易銀行會發簡訊到你註冊的電話號碼。另外，每次你轉帳時銀行也會發 mã xác thực（確認碼）到你註冊的號碼以確認交易是你操作的。如果你想收到確認碼但不用網路的話，可以跟銀行申請 thiết bị xác thực / thiết bị token（簡訊動態密碼）可以無線使用。

Tips 生活小常識：銀行卡篇

銀行的卡片有兩種，分別是 thẻ ghi nợ（金融卡）和 thẻ tín dụng（信用卡）。

Thẻ tín dụng 是可以先刷卡後付款，但信用卡都有信用額度，你不能用超過這個信用額度。通常 thẻ tín dụng 都可以在國外付款。

反之，thẻ ghi nợ 的話只能支付卡片裡的金額，刷完後沒有了就是沒有了。Thẻ ghi nợ 又分成兩種：thẻ ghi nợ quốc tế（國外金融卡）和 thẻ ghi nợ nội địa（國內金融卡）。Thẻ ghi nợ nội địa 的話，你只能在國內 rút tiền（提款）或 quẹt thẻ / cà thẻ（刷卡），但如果你想在國外買東西的話，就必須跟銀行申請 thẻ ghi nợ quốc tế。

Tôi chuẩn bị đi Đài Loan công tác. **Chị** biết làm **thẻ tín dụng** của ngân hàng nào tốt không? 我準備去台灣出差。妳知道辦哪間銀行辦的信用卡比較好呢？

基金的種類有哪些？

基金的種類大致上可依「發行地區」分成 quỹ tương hỗ（國內共同基金）及 quỹ tương hỗ quốc tế（海外共同基金）這兩種；quỹ tương hỗ 國內共同基金是指將所有投資人的資金合在一起，請專業的機構幫忙投資理財，所得的獲利及風險將由所有投資人一同分擔；反之，quỹ tương hỗ quốc tế 是以外幣投資海外發行的基金，所有投資對象皆為本國以外的人。

Anh ấy dạy bạn **anh ấy** làm thế nào để đầu tư vào **quỹ tương hỗ**.
他教他的朋友如何投資共同基金。

🎧 BP04-03-09
　　NP04-03-09

你知道嗎？ ×××★××★★★★★★★★★★★★★★★★★★★★★★★★

關於各種不同的基金

基金除了分成國內和海外地區的基金以外，依投資人所投資的標的物，大致上還可分成幾種，最常見的基金有：quỹ cổ phiếu（股票基金）、quỹ trái phiếu（債券基金）、quỹ thị trường tiền tệ（貨幣基金）和 quỹ kim loại quý（貴重金屬基金）。

quỹ cổ phiếu（股票基金）：字中的 cổ phiếu 是指「股票」，而投資在股票市場上的基金就稱為 quỹ đầu tư cổ phiếu（股票基金），因變動性較高，所以獲利較多，但風險也相對的高。

Ông bà Vương tháng trước đã bắt đầu đầu tư vào **quỹ cổ phiếu**.
王氏夫妻上個月開始投資股票基金了。

quỹ trái phiếu（債券基金）：句中的 trái phiếu 是指「債券、公債」，投資人在固定的期間借錢給一個企業或國家，購買他們的債務，期滿後投資人可拿回本金，並獲得其利息，此基金就稱為 quỹ trái phiếu（債券基金）。

Đối với nhà đầu tư mà nói, đầu tư vào **quỹ trái phiếu** ổn định và an toàn hơn.
對於投資人來說，投資債券基金是比較穩定又安全的。

quỹ thị trường tiền tệ（貨幣基金）：字中的 tiền tệ 是指「金錢」、thị trường 是「市場」，所以 quỹ thị trường tiền tệ 又稱為「貨幣市場基金」，是指投資人將資金投資購買短期的有價證券，其基金就稱為 quỹ thị trường tiền tệ（貨幣基金）。

Bạn cô ấy đề xuất cô ấy đầu tư vào **quỹ thị trường tiền tệ**, cô ấy lời được rất nhiều tiền.
朋友建議她投資貨幣基金後，她賺了很多錢。

quỹ kim loại quý（貴重金屬基金）：字中的 quý 是「珍貴的、貴重的」、kim loại 是「金屬」的意思，故是指將資金投資在黃金、白金或其他貴金屬的證券上，其基金稱為 quỹ kim loại quý（貴重金屬基金）。

Trừ phi **tôi** nghiên cứu thông suốt thị trường này, nếu không **tôi** sẽ không đầu tư vào **quỹ kim loại quý**.
除非我把這個市場研究的非常透徹，不然我不會投資貴重金屬基金。

Tips　保險的種類有哪些？

Bảo hiểm（保險），不僅具備著人身安全保障的功能，同時也兼具著儲蓄的功能，常見的保險種類有：bảo hiểm nhân thọ（人壽保險）、bảo hiểm phi nhân thọ（非人壽保險）、bảo hiểm tai nạn（意外保險）、bảo hiểm xe máy（機車保險）、bảo hiểm xe ô tô（汽車保險）。另外，在越南如果你是上班族你必須買這些保險：bảo hiểm xã hội（社會保險）、bảo hiểm y tế（醫療保險）、bảo hiểm thất nghiệp（失業保險）。

Nếu có **bảo hiểm y tế**, khi đi khám bệnh sẽ rẻ hơn rất nhiều.
如果有健保，去看病的時候會便宜多了。

在銀行常用的句子

1. **Xin hỏi, người nước ngoài có thể mở tài khoản được không?**
請問外國人可以開戶嗎？

2. **Xin anh vui lòng điền giấy đề nghị mở tài khoản.**　請您填寫開戶申請書。

3. **Xin hỏi lãi suất tiết kiệm hiện nay là bao nhiêu?**　請問現在的存款利率是多少？

4. **Lãi suất tiết kiệm hiện nay là 6% một năm.**　現在的存款利率一年是 6%。

5. **Phí thường niên là bao nhiêu?**　年費是多少？

6. **Tôi muốn chuyển khoản đến tài khoản ngân hàng khác.**
我想要轉帳到別家銀行。

7. **Phí chuyển khoản liên ngân hàng là bao nhiêu?** 跨行轉帳手續費是多少？

8. **Tôi muốn đăng ký dịch vụ ngân hàng điện tử.** 我想申辦網路銀行。

9. **Tôi muốn đổi tiền Đài tệ sang tiền đồng Việt Nam. Xin hỏi tỉ giá hôm nay là bao nhiêu?** 我想把台幣換成越盾。請問今天的匯率是多少？

10. **Tôi bị mất thẻ. Vui lòng giúp tôi khóa thẻ.** 我的卡片遺失了。請幫我辦理止付。

11. **Thẻ của tôi bị máy ATM nuốt. Tôi có thể đến đâu để lấy lại thẻ?**
我卡片被提款機吃掉了。請問我可以去哪裡把我卡片拿回來呢？

12. **Tôi rút tiền ở máy ATM, không nhận được tiền nhưng tài khoản bị trừ tiền.** 我用提款機提錢，但錢沒提出來，帳號卻被扣款了。

13. **Tôi rút tiền ở máy ATM nhưng tiền ra không đủ.**
我用提款機提款，但是提錢出來數目不對。

14. **Tôi không thực hiện giao dịch nhưng tài khoản bị trừ tiền. Xin vui lòng kiểm tra giúp tôi**. 我沒有進行交易，但我帳號被扣款了。請幫我確認一下。

BP04-03-10
NP04-03-10

Tips 生活小常識：股市篇

這幾年來，越南的 thị trường chứng khoán（股市。縮寫：TTCK）相當發達。Chứng khoán（證券）包括 trái phiếu（債券）、cổ phiếu（股票）和 chứng khoán phái sinh（衍生性金融商品）。

●Trái phiếu（債券） 是一張保證 người phát hành （發行者）在約定的 kỳ hạn（期限）內付給 người sở hữu trái phiếu（債券持有者）一定的 lãi suất（利率）的有價證券。在越南，其發行人可能是 doanh nghiệp（企業）、kho bạc（國庫）或 chính phủ（政府）這三方發行。債券上都有債券 mệnh giá（面值）表示債務的資本本金，依其債券面值用來計算債券持有者所能得到的 lợi tức（利息），這亦即是發行者在 ngày đáo hạn（到期日）支付給債券持有者的錢。

●Cổ phiếu（股票）是一張券認證 nhà đầu tư（投資人）投資發行者的錢。股票的發行者是 công ty cổ phần（股份公司）。股份公司把他們的資本分成多份具有同等價值的 cổ phần（股份）賣給投資人。所以購買公司股份的這些投資人則稱作 cổ đông（股東），也就是公司的持有人之一。股票跟債券一樣，票面上也有面值，而面值表示公司在初級市場公開發行後，每單位所得到的資本。通常股票的價值並非面值，而是由市場決定，叫做 giá thị trường（市價）。債券及股票收入的比較，債券持有人的收入大部分從債券的利息來的，而股票持有者除了得到公司每年公佈的 cổ tức（股息）之外，大部分也從股票市場的買賣中獲利。

- Chứng khoán phái sinh（衍生性金融商品）是一個金融工具，其中金融衍生工具的價值由一或多個基本財產的價值決定。衍生性金融商品是交易雙方以合約規定雙方的權利及義務。如在未來一定時間以約定的價格買進或賣出商品。金融衍生工具主要有四種：hợp đồng kỳ hạn（遠期合約）、hợp đồng tương lai（期貨合約）、hợp đồng quyền chọn（選擇權合約）和 hợp đồng hoán đổi（交換合約）。

目前在越南，一般還是「股票」的交易比較盛行，所以提到 TTCK 時，越南人普遍想到的就是「股票市場」。越南目前有兩個最大的 sàn giao dịch chứng khoán（證券交易所）：分別是「HOSE - Ho Chi Minh City Stock Exchange（胡志明市證券交易所）和 HNX - Hanoi Stock Exchange（河內證券交易所）。」

股市常用的用語有哪些？

BP04-03-11
NP04-03-11

1. **thị trường sơ cấp** n. 初級市場
2. **thị trường thứ cấp** n. 二級市場
3. **thị trường tập trung** n. 集中市場
4. **thị trường phi tập trung / thị trường OTC** /ô-tê-xê/ n. 店頭市場
5. **cổ phiếu ưu đãi** n. 優先股
6. **cổ phiếu thường** n. 普通股
7. **niêm yết** v. 上市
8. **giao dịch** v. 交易
9. **phiên giao dịch** n. 交易日
10. **mã cổ phiếu** n. 股票代碼
11. **giá khớp lệnh** n. 成交價
12. **khối lượng khớp lệnh** n. 成交量
13. **giá tham chiếu** n. 參考價
14. **giá niêm yết** n. 牌價
15. **giá mở cửa** n. 開盤價
16. **giá đóng cửa** n. 收盤價
17. **giá trần** n. 最高價
18. **giá sàn** n. 最低價
19. **tăng giá** ph. 漲價
20. **giảm giá** ph. 降價
21. **bảng giao dịch điện tử / bảng giá chứng khoán** n. 看盤電視牆

22. **chỉ số chứng khoán** n. 股價指數
23. **biểu đồ hình nến** n. K 線
24. **phân tích kỹ thuật** n. 技術分析
25. **phân tích cơ bản** n. 基本分析
26. **đầu tư** v. 投資
27. **đầu cơ** v. 投機
28. **nhà đầu tư** n. 投資者
29. **broker / người môi giới chứng khoán** n. 證券經紀人
30. **tiền hoa hồng** n. 佣金
31. **bảo lãnh** v. 保證
32. **thế chấp** v. 典當
33. **ký quỹ** v. 抵押
34. **ủy quyền** v. 委託
35. **thanh toán bù trừ** ph. 清算
37. **hedging / phòng vệ** v. 對沖交易
38. **bán khống** v. 空頭
39. **đấu giá** v. 拍賣
40. **tính thanh khoản** n. 流動性
41. **rủi ro** n. 風險
42. **báo cáo tài chính** n. 財務報表
43. **bất động sản** n. 不動產
44. **tiền ảo** n. 加密貨幣

Chương 4

Bưu điện 郵局

這些應該怎麼說？

BP04-04-01
NP04-04-01

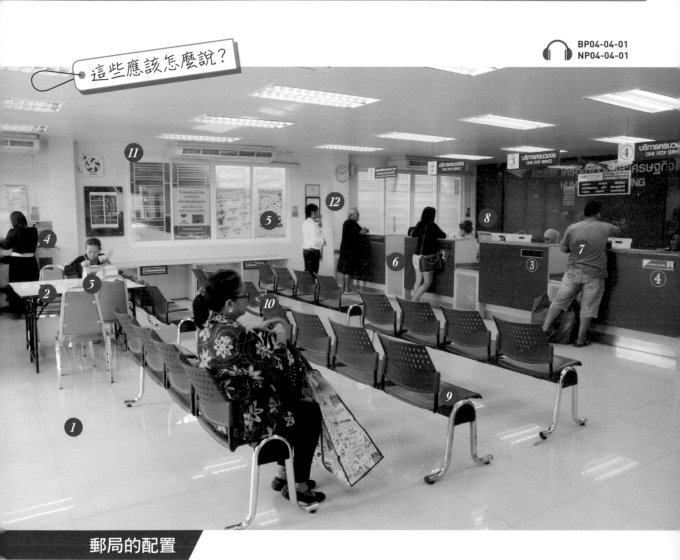

郵局的配置

①	**bưu điện** n. 郵局		**⑦**	**khách hàng** n. 客戶
②	**khu vực đóng gói** n. 包裹封裝區		**⑧**	**nhân viên bưu điện** n. 郵局人員
③	**bưu phẩm** n. 包裹		**⑨**	**ghế chờ** n. 等候座位
④	**bàn viết** n. 填寫桌		**⑩**	**chờ đợi** v. 等待、等候
⑤	**áp phích** n. 海報		**⑪**	**cửa sổ kính** n. 玻璃窗
⑥	**quầy phục vụ** n. 服務窗口		**⑫**	**xếp hàng** ph. 排隊

包裹封裝區裡常見的東西有哪些？

dây thừng
n. 繩子

keo dán
n. 膠水

hồ dán
n. 漿糊

kéo
n. 剪刀

**南 băng keo /
北 băng dính**
n. 膠帶

kính lão
n. 老花眼鏡

在郵局會做什麼呢？

★★★
01 郵寄／領取信件、包裹

寄件及取件常做的事有哪些？

nhận bưu phẩm
ph. 領包裹

gửi bưu phẩm
ph. 郵寄包裹

đóng gói bưu phẩm
ph. 打包包裹

gửi bảo đảm
ph. 寄掛號郵件

nhận thư bảo đảm
ph. 領掛號郵件

niêm phong
v. 密封信件

◖ 郵件的種類 ◗

越南的郵件有分成 bưu phẩm nội địa（國內郵件）以及 bưu phẩm quốc tế（國際郵件）兩。其中 bưu phẩm nội địa 的可細分為：bưu phẩm thường（一般郵件）、bưu phẩm bảo đảm（掛號郵件）和 bưu phẩm chuyển phát nhanh（快遞郵件），又稱 bưu phẩm EMS（EMS 是英文縮寫 express mail service 是快速郵件服務的意思）的這三種寄送方式。 Bưu phẩm quốc tế 方面則可細分成兩種寄運的方式，分別是 vận chuyển đường biển（海運）和 vận chuyển đường hàng không（空運）。

Xin hỏi, gửi **bưu phẩm chuyển phát nhanh** từ thành phố Hồ Chí Minh đi Hà Nội mất bao lâu?
從胡志明市寄到河內的快遞郵件需要花多久時間呢？

Tips 一樣是「包裹」，bưu phẩm 和 bưu kiện 有什麼不同呢？

Bưu phẩm 是所有郵件的總稱，包括信、明信片、印刷品、小包裹等，重量比較輕，大概在 5 公斤以下的各種郵件。

Bưu kiện 是指重量較重的，通常會放在紙箱裡封起來的包裹。

Tôi muốn gửi **bưu kiện** đi Bắc Kinh. Xin hỏi một ký bao nhiêu tiền?
我想寄大包裹去北京。請問一公斤多少錢？

★★★
02 購買信封／明信片／郵票等商品

◖ 在郵局還可以看到哪些東西呢？ ◗

BP04-04-04
NP04-04-04

🇻🇳南 **bao thư /**
🇻🇳北 **phong bì**

n. 信封

bưu thiếp

n. 明信片

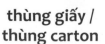

**thùng giấy /
thùng carton**

/các-tông/

n. 紙箱

cân
n. 磅秤

hòm thư
n. 信箱

thùng thư
n. 郵筒

信封上面會看到什麼

BP04-04-05
NP04-04-05

1. **thông tin người nhận** n. 收件者資訊
2. **thông tin người gửi** n. 寄件者資訊
3. **tem** n. 郵票
4. **dấu bưu điện** n. 郵戳
5. **mã bưu chính** n. 郵遞區號

在郵局常用的句子

1. **Xin hỏi gửi thư đi Hà Nội cần dán mấy con tem?**
   請問寄信去河內要貼幾張郵票？

2. **Gửi bưu phẩm đường hàng không đi Đài Loan cước phí thế nào?**
   寄航運包裹到台灣費用多少？

3. **Anh muốn gửi thường hay gửi bảo đảm?** 你想寄一般郵寄還是掛號的呢？

4. **Anh muốn gửi thường hay chuyển phát nhanh?**
   你想寄一般郵寄還是快遞的呢？

5. **Anh muốn gửi đường biển hay đường hàng không?** 你想寄海運還是空運？

6. **Xin hỏi gửi đường hàng không khoảng bao lâu đến?** 請問空運多久會到？

7. **Bưu kiện chỉ được tối đa 20 ký một kiện, của anh quá ký rồi.**
   郵件一件頂多 20 公斤，你的超重了。

8. **Xin hỏi, bên trong có hàng dễ vỡ không?** 請問裡面有易碎的東西嗎？

9. **Bên trong có hàng dễ vỡ, chị làm ơn đóng gói cẩn thận giúp tôi nhé.**
   Cảm ơn. 裡面有易碎品，麻煩妳包裝時小心處理，謝謝。

10. **Tôi muốn nhận thư bảo đảm.** 我想領掛號信。

11. **Xin vui lòng cho mượn chứng minh thư.** 請借我你的身分證。

12. **Anh vui lòng ký tên vào đây.** 請你在此簽名。

13. **Xin lỗi, hàng này không gửi được. Anh phải có giấy chứng nhận sản phẩm.** 抱歉，這個東西不能寄。你要附有產品的證明書。

171

（有標紅色的是直轄市；各部行政單位依越文字母順序排列）

北部

BP04-04-06
NP04-04-06

Hồ Hoàn Kiếm（還劍湖）--河內

Chùa Bái Đính（拜頂寺）--寧平

Vịnh Hạ Long（下龍灣）--廣寧

❶ Bắc Cạn	北洴（省）	⑭ Lạng Sơn	諒山（省）
❷ Bắc Giang	北江（省）	⑮ Lào Cai	老街（省）
❸ Bắc Ninh	北寧（省）	⑯ Nam Định	南定（省）
❹ Cao Bằng	高平（省）	⑰ Ninh Bình	寧平（省）
❺ Điện Biên	奠邊（省）	⑱ Phú Thọ	富壽（省）
❻ Hà Giang	河江（省）	⑲ Quảng Ninh	廣寧（省）
❼ Hà Nam	河南（省）	⑳ Sơn La	山羅（省）
❽ Hà Nội	河內（市）	㉑ Thái Bình	太平（省）
❾ Hải Dương	海陽（省）	㉒ Thái Nguyên	太原（省）
❿ Hải Phòng	海防（市）	㉓ Tuyên Quang	宣光（省）
⑪ Hòa Bình	和平（省）	㉔ Vĩnh Phúc	永福（省）
⑫ Hưng Yên	興安（省）	㉕ Yên Bái	安沛（省）
⑬ Lai Châu	萊州（省）		

中部

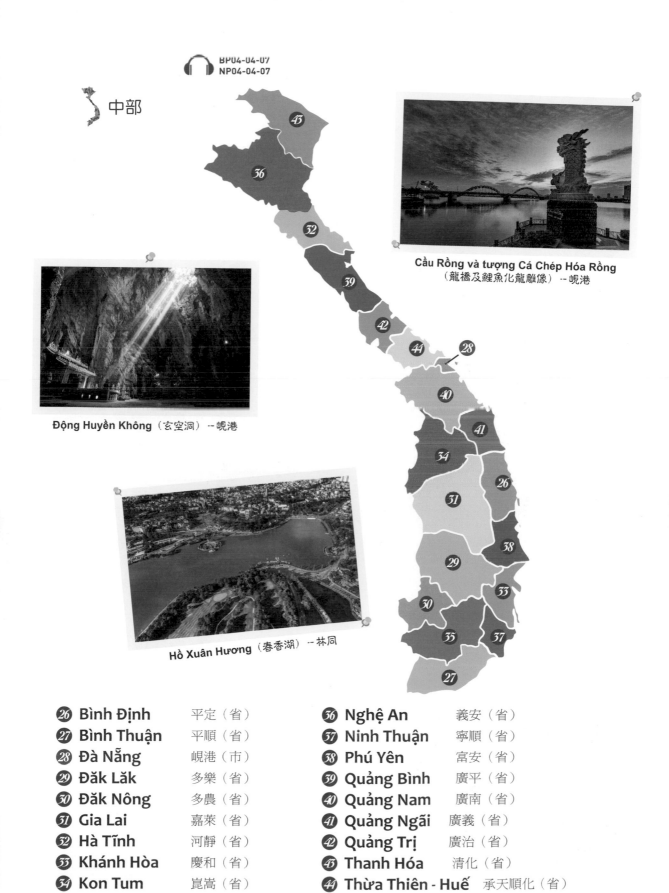

Cầu Rồng và tượng Cá Chép Hóa Rồng
（龍橋及鯉魚化龍雕像）-- 峴港

Động Huyền Không （玄空洞） -- 峴港

Hồ Xuân Hương （春香湖） -- 林同

26	**Bình Định**	平定（省）		36	**Nghệ An**	義安（省）
27	**Bình Thuận**	平順（省）		37	**Ninh Thuận**	寧順（省）
28	**Đà Nẵng**	峴港（市）		38	**Phú Yên**	富安（省）
29	**Đăk Lăk**	多樂（省）		39	**Quảng Bình**	廣平（省）
30	**Đăk Nông**	多農（省）		40	**Quảng Nam**	廣南（省）
31	**Gia Lai**	嘉萊（省）		41	**Quảng Ngãi**	廣義（省）
32	**Hà Tĩnh**	河靜（省）		42	**Quảng Trị**	廣治（省）
33	**Khánh Hòa**	慶和（省）		43	**Thanh Hóa**	清化（省）
34	**Kon Tum**	崑嵩（省）		44	**Thừa Thiên - Huế**	承天順化（省）
35	**Lâm Đồng**	林同（省）				

南部 🎧 BP04-04-08
NP04-04-08

④⑤ **An Giang** 安江（省）
④⑥ **Bà Rịa - Vũng Tàu** 巴地頭頓（省）
④⑦ **Bạc Liêu** 薄遼（省）
④⑧ **Bến Tre** 檳椥（省）
④⑨ **Bình Dương** 平陽（省）
⑤⓪ **Bình Phước** 平福（省）
⑤① **Cà Mau** 金甌（省）
⑤② **Cần Thơ** 芹苴（市）
⑤③ **Đồng Nai** 同奈（省）
⑤④ **Đồng Tháp** 同塔（省）

Nhà thờ Đức Bà（西貢紅教堂）--胡志明市

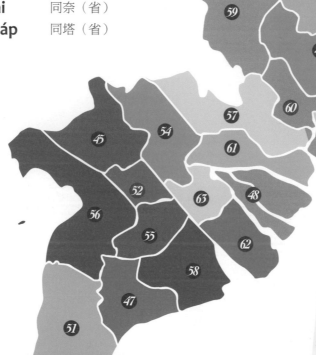

Chùa Nôdol（高棉諾多寺）--茶榮

Cầu đi bộ Ninh Kiều（寧橋徒步橋）--芹苴

⑤⑤ **Hậu Giang** 後江（省）
⑤⑥ **Kiên Giang** 堅江（省）
⑤⑦ **Long An** 隆安（省）
⑤⑧ **Sóc Trăng** 朔莊（省）
⑤⑨ **Tây Ninh** 西寧（省）
⑥⓪ **Thành phố Hồ Chí Minh** 胡志明市
⑥① **Tiền Giang** 前江（省）
⑥② **Trà Vinh** 茶榮（省）
⑥③ **Vĩnh Long** 永隆（省）

Phần 5

Mua sắm 購物

Cửa hàng tiện lợi 便利商店

BP05-01-01
NP05-01-01

這些應該怎麼說？

便利商店的配置

① **quầy tính tiền**   n. 收銀台

② **kệ hàng**   n. 產品架

③ **khách hàng**   n. 消費者

④ **hóa đơn**   n. 發票

⑤ **nhân viên bán hàng**   n. 店員

⑥ **màn hình cảm ứng**   n. 觸碰式螢幕

⑦ **bảng quảng cáo**   n. 廣告牌

⑧ **hàng khuyến mãi**   n. 優惠商品

⑨ **thuốc lá**   n. 香菸

⑩ 南 **hộp quẹt** / 北 **bật lửa**   n. 打火機

⑪ 南 **kẹo sinh-gum** / 北 **kẹo cao su**   n. 口香糖

⑫ **ống hút**   n. 吸管

⑬ **mì ăn liền** / 南 **mì gói** / 北 **mì tôm**   n. 泡麵

⑭ **pin**   n. 電池

● 在便利商店會做什麼呢？

★★★
01 商品架／貨架

貨架上的常見的商品有哪些？

● 零食架

bánh quy
n. 餅乾

南 **snack** / 北 **bim bim**
n. 洋芋片

kẹo
n. 糖果

kẹo mút
n. 棒棒糖

kẹo dẻo
n. 軟糖

sô-cô-la
n. 巧克力

南 **trái cây sấy** /
北 **hoa quả sấy**
n. 水果乾

南 **đậu phộng** /
北 **lạc**
n. 花生

mực (tẩm) xé sợi
n. 魷魚絲

xúc xích
n. 香腸

南 **hột gà trà** /
北 **trứng gà trà**
n. 茶葉蛋

bánh mì ngọt
n. 甜麵包

Tips 跟零食有關的慣用語

● dễ như ăn kẹo：就像跟吃糖果一樣地容易。形容很容易就能辦到。相當於中文的「輕而易舉」。

Bài kiểm tra này **dễ như ăn kẹo**, **tôi** làm 5 phút là xong.

這場考試太簡單了，我只花五分鐘就作答完了。

● 冷藏及冷棟櫃

**nước suối /
nước khoáng**
n. 礦泉水

nước sô-đa
n. 氣泡水

nước ngọt
n. 汽水

nước bổ sung ion
n. 運動飲料

nước tăng lực
n. 能量飲料

南 **trà** / 北 **chè**
n. 茶

sữa
n. 牛奶

南 **nước trái cây /**
北 **nước hoa quả**
n. 果汁

sữa đậu nành
n. 豆漿

trà sữa
n. 奶茶

cà phê
n. 咖啡

bia
n. 啤酒

rượu
n. 酒

sữa chua / ya-ua
n. 優格

kem
n. 冰淇淋

**南 kem cây /
北 kem que**
n. 冰棒

**南 bánh flan /
北 bánh caramen**
n. 布丁

(nước) đá
n. 冰塊

BP05-01-05
NP05 01 05

Tips 跟水與飲料有關的慣用語（其他與水相關的慣用語，請參考 **59** 頁及 **338** 頁）

● **nước sông không phạm nước giếng**：河水不犯井水。比喻人與人之間各有自己的生活，不彼此招惹侵犯。相當於中文的「井水不犯河水」。
Nước sông không phạm nước giếng, tôi không động đến **anh** thì cũng mong **anh** đừng động đến **tôi**.
井水不犯河水，我不冒犯你希望你也別冒犯我。

● **nước chảy đá mòn**：水流磨損石頭。比喻如果堅定決心，不論做多難的事情也一定會成功。相似於中文的「滴水穿石」。
Em đừng nản chí, **nước chảy đá mòn**, có quyết tâm nhất định sẽ thành công.
你不要灰心，正所謂「滴水穿石」，如果你有決心就一定會成功。

● **nước xa không cứu được lửa gần**：遠水救不了近火。這句與中文的「遠水救不了近火」完全相同。

● **rượu vào lời ra**：酒入話出。意指說當人喝了酒之後，會變得嘰嘰喳喳講個不停，或會把擺放在心裡不講的真話講出來。其中一個意義相似於中文的「酒後吐真言」。
Anh ấy bình thường rất ít nói, nhưng mỗi lần uống rượu là nói cả ngày không nghỉ. Đúng là "**rượu vào lời ra**".
他平常很少講話，但一喝酒之後就「酒後吐真言」，會整天講個不停。

● **bình cũ rượu mới**：舊瓶新酒。比喻雖然外觀看起來相同，但是裡面的內容物已不一樣。

● **rượu chè**：酒和茶。指「愛喝酒」的意思。
Rượu chè, cờ bạc là hai thứ nên tránh xa.
嗜酒、賭博這兩樣都是必須遠離的壞習慣。

kem đánh răng
n. 牙膏

bàn chải đánh răng
n. 牙刷

dầu gội (đầu)
n. 洗髮精

sữa rửa mặt
n. 洗面乳

dao cạo râu
n. 刮鬍刀

băng vệ sinh
n. 衛生棉

giấy vệ sinh
n. 衛生紙

băng keo cá nhân
n. OK 繃

bao cao su
n. 保險套

常見的冰櫃有哪些呢？

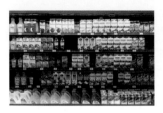

tủ mát trưng bày
thực phẩm /
tủ mát siêu thị
n. 開放性冰櫃

tủ mát
n. 冷藏櫃

tủ kem
n. 冰淇淋冷凍櫃

★★★
02 結帳

結帳時，常做的事有哪些？

BP05-01-08
NP05-01-08

mua cà phê
ph. 買咖啡

hâm nóng
v. 微波加熱

nạp thẻ / nạp tiền
ph. 加值

thanh toán hóa đơn
ph.（水、電、瓦斯）
帳單繳費

nhận hàng
ph. 取貨
gửi hàng
ph. 寄貨

tính tiền
ph. 結帳

Tips　生活小常識：越南的雜貨店

在越南，除了在大城市如胡志明市、河內以外，cửa hàng tiện lợi（便利商店）都尚未普及。越南人大部分都還是會去傳統的 tiệm tạp hóa（雜貨店）買日常用品。

Tiệm 是「店」，tạp hóa 是「雜貨」，意指「雜貨店」，而說白了就是台灣早期的「柑仔店」，它提供一般家庭的生活日常必須品，所以在這邊幾乎什麼都有賣。而越南的雜貨店，通常會位於路邊或是巷子內。當然，以 tiệm tạp hóa 就是柑仔店的形態來看，其自然就不會提供像便利商店所提供的「熱食、宅急便、ATM」等新穎的服務。

Tiệm tạp hóa 的佔地面積通常也比便利商店狹小多了。因為通常貨品的擺置都將店裡的空間佔滿，幾乎鮮少有行走空間（如圖），所以越南人自然不會以血拼的概念進去慢慢逛，而是只拿了需要的東西後便銀貨兩訖走人。相同的概念下，這邊當然也不會提供發票。

雖然現在在越南，超市、便利商店開始逐漸普及，但是一部分的越南人仍習慣上 tiệm tạp hóa 去買東西。一來是因為已經習慣了、二來則是某些商品的價格有機會比超市便宜一些，比較划算。

★★★ Chương 2
Siêu thị 超級市場

這些應該怎麼說？

BP05-02-01
NP05-02-01

超級市場的配置

你知道嗎？

✕╌✦╌✕✦★✕╌✦✕★╌✕╌✦★

1. **nhân viên thu ngân**   n. 收銀員
2. **quầy thu ngân**   n. 收銀台
3. **máy đếm tiền**   n. 數鈔機
4. **hàng khuyến mãi**   n. 優惠商品
5. **băng chuyền**   n. 輸送帶
6. **túi mua hàng**   n. 購物袋
7. **kệ hàng**   n. 商品架
8. **cửa chắn**   n. 入口矮推門

越南的超市為了防止小偷喬裝成客人進入偷竊，所以一般是不允許客人揹帶大型的背包、袋子等進入購物區。

如果你來到越南的超市，工作人員往往會請客人將上述的物品先放到 quầy giữ đồ（寄物櫃）去請專人保管並索取保管的號碼牌。但若你的背包裡有如筆電、平板等貴重物品，不適合擺置物櫃時，便可向工具人員反應。此時他們便會拿出束帶將客人的背包自拉鍊處束起，讓客人暫時無法打開背包。

超市裡常見的東西還有哪些？

xe đẩy hàng
n. 購物車

giỏ mua hàng
n. 購物籃

thẻ thành viên
n. 會員卡

mã vạch
n. 條碼

máy quét mã vạch
n. 條碼掃描器

phiếu giảm giá
n. 折價券

hóa đơn
n. 發票

在超市常見哪些用品區域呢？

★★★
01 蔬果區

1. **tiêu xanh** n. 青胡椒
2. **hẹ** n. 韭菜
3. **hành (lá)** n. 蔥
4. **cần tây** n. 芹菜
5. 南 **bắp** / 北 **ngô** n. 玉米
6. 南 **ngò** / 北 **rau mùi** n. 香菜
7. **bắp cải** n. 高麗菜
8. **ớt chuông** / 北 **ớt ngọt** n. 彩椒
9. **củ dền** n. 甜菜根
10. 南 **nấm mèo** / 北 **mộc nhĩ** n. 木耳

11 **hành tím**　n. 紅蔥

12 **khoai lang**　n. 地瓜

13 **đậu bắp**　n. 秋葵

14 南 **bí đỏ** / 南 **bí rợ** / 北 **bí ngô**　n. 南瓜

15 **cải thìa** / **cải bẹ trắng**　n. 青江菜

16 **khoai mỡ** / 南 **khoai ngọt** / 北 **củ lăng**　n. 紫山藥

17 **tỏi**　n. 蒜頭

18 **cà chua**　n. 番茄

19 南 **giá** / 北 **giá đỗ**　n. 豆芽

20 **đậu que** / **đậu (cô) ve**　n. 四季豆

21 **cà tím** / **cà dái dê**　n. 茄子

22 **củ cải đỏ** / **cà rốt**　n. 紅蘿蔔

23 **bí ngòi**　n. 夏南瓜（西葫蘆）

24 南 **khổ qua** / 北 **mướp đắng**　n. 苦瓜

25 **khoai tây**　n. 馬鈴薯

26 **chanh**　n. 檸檬

27 **măng**　n. 竹筍

28 **xà lách**　n. 萵苣

29 **bí đao**　n. 冬瓜

30 **khoai môn**　n. 芋頭

31 **đậu Hà Lan**　n. 豌豆莢

32 南 **dưa leo** / 北 **dưa chuột**　n. 小黃瓜

33 **bạc hà**　n. 薄荷

34 **su su**　n. 佛手瓜

35 **hành tây**　n. 洋蔥

36 **ớt**　n. 辣椒

37 **cải thảo**　n. 白菜

38 **củ cải trắng**　n. 白蘿蔔

39 **bông điên điển**　n. 田菁花

40 南 **đậu xanh** / 北 **đỗ xanh**　n. 綠豆

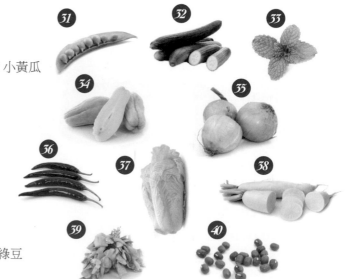

41 南 **đậu rồng** / 北 **đỗ khế** n. 翼豆

42 **đậu đỏ** n. 紅豆

43 **thì là** n. 茴香

44 **rau chân vịt / cải bó xôi** n. 甜菠菜

45 南 **bông thiên lý /**
北 **hoa thiên lý** n. 夜香花

46 **me** n. 羅望子

47 **rau răm** n. 越南香菜

48 **rau mồng tơi /**
rau mùng tơi n. 皇宮菜

49 **mướp** n. 絲瓜

50 **đậu nành lông (Nhật Bản)** n. 毛豆莢

51 **rau diếp cá** n. 魚腥菜

52 南 **ngó súng /**
北 **cọng hoa súng** n. 越南睡蓮莖

53 **củ sen** n. 蓮藕

54 **đậu đen** n. 黑豆

55 **nấm cẩm thạch** n. 鴻喜菇

56 **rau muống** n. 空心菜

57 **húng quế** n. 紅梗九層塔

58 **hoa bụp giấm** n. 洛神花

59 **nấm hương** n. 香菇

60 **cà pháo** n. 小茄子

61 南 **đậu trắng** / 北 **đỗ trắng** n. 白豆

62 **rau dền** n. 莧菜

63 **súp lơ xanh** / 南 **bông cải xanh**
n. 綠花椰菜

64 南 **bắp non** / 北 **ngô bao tử**
n. 玉米筍

65 **súp lơ trắng** 南 **bông cải trắng**
n. 白色花椰菜

66 **sả** n. 香茅

67 南 **củ sắn** / 北 **củ đậu** n. 豆薯

68 **bắp cải tím** n. 紫高麗

69 **gừng** n. 生薑

⑦ **măng tây** n. 蘆筍

⑦ **nghệ** n. 黃薑

⑦ **riềng** n. 南薑

⑦ 南 **ngò gai** / 北 **mùi tàu** n. 刺芹

🎧 BP05-02-04
NP05-02-04

Tips 跟蔬菜有關的慣用語

- **gừng càng già càng cay**：薑越老越辣。比喻人的年紀越大越有多經驗。即相當於中文的「薑是老的辣」。

  Anh nên suy nghĩ những lời ông **anh** khuyên, **gừng càng già càng cay** mà.
  你該聽聽你爺爺勸你的話，別忘了「薑是老的辣」嘛！

- **cùi bắp**：玉米芯。比喻一個人很沒用。

  Cua gái dễ vậy mà **mày** cũng không biết, đúng là "**cùi bắp**".
  把妹這麼簡單的事情你也不會，真是沒用。

● 水果類 🎧 BP05-02-05
NP05-02-05

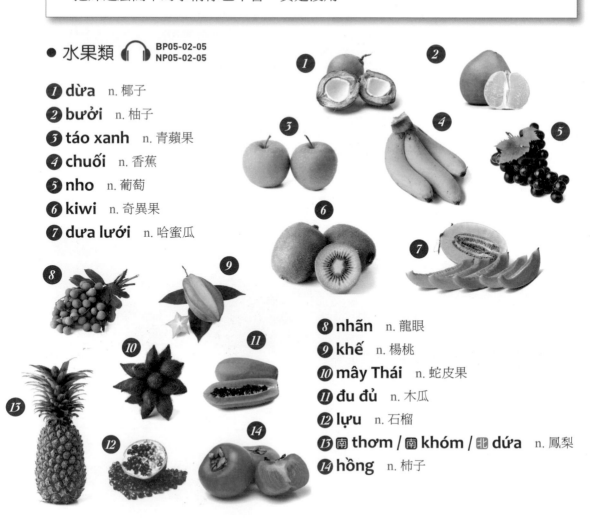

❶ **dừa** n. 椰子

❷ **bưởi** n. 柚子

❸ **táo xanh** n. 青蘋果

❹ **chuối** n. 香蕉

❺ **nho** n. 葡萄

❻ **kiwi** n. 奇異果

❼ **dưa lưới** n. 哈蜜瓜

❽ **nhãn** n. 龍眼

❾ **khế** n. 楊桃

❿ **mây Thái** n. 蛇皮果

⓫ **đu đủ** n. 木瓜

⓬ **lựu** n. 石榴

⓭ 南 **thơm** / 南 **khóm** / 北 **dứa** n. 鳳梨

⓮ **hồng** n. 柿子

15 **bơ**　n. 酪梨

16 南 **mãng cầu ta** / 南 **mãng cầu dai** /
北 **na**　n. 釋迦

17 **nhót tây** / **tỳ bà**　n. 枇杷

18 **dưa hấu**　n. 西瓜

19 南 **mận** / 北 **roi**　n. 蓮霧

20 **thanh long**　n. 火龍果

21 **xoài**　n. 芒果

22 南 **chanh dây** /
北 **chanh leo**　n. 百香果

23 **lê**　n. 梨子、水梨

24 **cam**　n. 柳丁

25 **bưởi chùm**　n. 葡萄柚

26 **quýt**　n. 橘子

27 **táo**　n. 蘋果

28 **việt quất** / **blueberry**　n. 藍莓

29 **dâu tằm**　n. 桑椹

30 **cherry** / **anh đào**　n. 櫻桃

31 **đào**　n. 桃子

32 **mâm xôi**　n. 覆盆子

33 **dâu tây**　n. 草莓

34 南 **mận Hà Nội** / 南 **mận Bắc**
北 **mận**　n. 李子

越南常見的水果還有哪些呢？

🎧 BP05-02-06
NP05-02-06

sầu riêng
n. 榴蓮

măng cụt
n. 山竹

chôm chôm
n. 紅毛丹

bòn bon
n. 龍宮果

mít
n. 菠蘿蜜

vú sữa
n. 牛奶果

南 mãng cầu gai /
南 mãng cầu xiêm /
北 na gai
n. 紅毛榴蓮

cóc
n. 番橄欖

ổi
n. 芭樂

sơ ri
n. 西印度櫻桃

vải
n. 荔枝

南 sa-pô (-chê) /
南 lồng mứt / 北 hồng xiêm
n. 仁心果

BP05-02-07
NP05-02-07

Tips 跟水果有關的慣用語

- tránh vỏ dưa gặp vỏ dừa：避開瓜子皮，卻碰到了椰子皮。比喻避開不好的事卻碰到更慘的事。相當於中文的「愈弄愈糟」。

  Tôi nghĩ mua trái cây ở chợ rẻ hơn trong siêu thị nên tôi đi chợ mua, không ngờ giá mắc hơn gần gấp đôi. Đúng là "**tránh vỏ dưa gặp vỏ dừa**".

  我以為去市場買水果會比去超市買更便宜，所以我就去市場買，沒想到價錢貴了快兩倍，真是愈弄愈糟。

- vỏ quýt dày có móng tay nhọn：尖指甲能剝橘子的厚皮。比喻說厲害的人會有比他更厲害的人可以收服他。相當於中文的「道高一尺、魔高一丈」及「強中自有強中手，一山還有一山高」。

  Tên trộm không ngờ hắn hành động thần bí như vậy mà cảnh sát có thể điều tra ra. Đúng là "**vỏ quýt dày có móng tay nhọn**".

  小偷萬萬沒想到他的行動那麼地隱密但還是被警察給揪出來了。正所謂「強中自有強中手，一山還有一山高」。

- 南 ăn cây nào rào cây nấy / 北 ăn cây nào rào cây ấy：吃哪一棵樹，就把它圍起來。這句成語正負面的語義都有，若為正面時，就是指「當人受到某人給的利益時，要就盡全力感恩報人」，相似中文的「飲水思源」；而若為負面時，引申為「誰給了好處就貪利忘義地靠向那個人」，相當於中文的「有奶便是娘」。

- há miệng chờ sung：張口等著無花果落下。比喻懶惰，都不主動做事，只等著撿現成的。相似於中文的「好吃懶做」。
  Chúng tôi làm bài tập nhóm nhưng **nó** không làm gì cả, **nó** chỉ biết "**há miệng chờ sung**", chờ **chúng tôi** làm xong thì lấy bài nộp.
  我們一起做作業可是他什麼都不做，只想要等現成的，等我們做好了就自己先交了吧！

- buôn dưa lê：賣香瓜。指聊八卦、打屁的意思。
  Cô ấy không có gì làm nên đi "**buôn dưa lê**" với hàng xóm rồi.
  她沒事做所以就跑去跟鄰居聊天打屁了。

你知道嗎？

注意事項：水果的量詞

在越南語中，水果的量詞北部和南部用的是不同的用詞。Trái 是南方人的說法，而 quả 是北方人的說法。這兩個量詞在初階的越南語應用中就很常用到，請牢記喲！

Trái sầu riêng này bao nhiêu ký?
這顆榴蓮幾公斤？（南方說法）

Quả sầu riêng này bao nhiêu ký?
這顆榴蓮幾公斤？（北方說法）

★★★
02 生鮮區

🎧 BP05-02-08
NP05-02-08

thịt bò
n. 牛肉

南 **thịt heo** / 北 **thịt lợn**
n. 豬肉

thịt vịt
n. 鴨肉

thịt gà
n. 雞肉

thịt dê
n. 羊肉

thịt gà tây
n. 火雞肉

thịt ếch
n. 田雞肉

sườn cây / sườn cọng
n. 肋排

thịt nạc thăn
n. 豬里肌

thịt ba chỉ / thịt ba rọi
n. 五花肉

bít tết bò
n. 牛排

sườn cốt lết
n. 豬排

thịt nạc dăm
n. 梅花肉

南 giò heo / 北 chân giò
n. 豬腳

南 đồ lòng heo / 北 nội tạng lợn
n. 豬內臟

thịt hun khói / thịt xông khói
n. 培根

giăm bông
n. 火腿

xúc xích
n. 香腸

chả lụa
n. 越南火腿

cánh gà
n. 雞翅

đùi gà
n. 雞腿

ức gà
n. 雞胸肉

phao câu gà
n. 雞屁股

thịt xay
n. 絞肉

 南 **chà bông** / 北 **ruốc**
n. 肉鬆

khô
n.（魚、肉）乾

 南 **hột gà** / 北 **trứng gà**
n. 雞蛋

★★★
03 海鮮區

🎧 BP05-02-09
NP05-02-09

cá thu
n. 鯖魚

cá ngừ
n. 鮪魚

cá hồi
n. 鮭魚

**南 cá bóp /
北 cá giò**

n. 海鱺

cá mú

n. 石斑魚

cá đổng (cờ)

n. 金線鱲

cá đuối

n. 魟魚

cá nục

n. 四破魚、藍圓鰺

cá trứng

n. 柳葉魚

cá (bống) kèo

n. 蝦虎魚

cá măng sữa

n. 虱目魚

cá rô phi

n. 吳郭魚

cá điêu hồng

n. 紅尼羅魚（紅吳郭魚）

cá tra / cá ba sa

n. 巴沙魚

cá lóc

n. 泰國鱧、魚虎

cá nheo

n. 鯰魚

cá trê

n. 土虱

cá chép

n. 鯉魚

lươn
n. 鱔魚

tôm sú
n. 草蝦

**tôm thẻ
(chân trắng)**
n. 白蝦

tôm càng xanh
n. 泰國蝦

tôm hùm
n. 龍蝦

cua
n. 螃蟹

ghẹ
n. 青蟹

mực
n. 魷魚

bạch tuộc
n. 章魚

hàu
n. 生蠔

南 **nghêu** / 北 **ngao**
n. 蛤蜊

bào ngư
n. 鮑魚

sò điệp
n. 扇貝

ốc hương
n. 風螺

sò huyết
n. 血蛤

Tips 跟海鮮有關的慣用語

- ngang như cua：像螃蟹一樣橫著走（固執）（一語雙關）。在越南語中，ngang 是「橫」也是「固執」的意思。因為螃蟹移動時都是橫向爬行，所以用同音的 ngang 表示「一個人凡事固執己見，不納人言或是不講道理」。相似於中文的「硬要爭到贏」或「蠻橫無理」。

Tôi nói gì **cô ấy** cũng không nghe, đúng là "**ngang như cua**".

我怎麼說她都不聽，實在是有夠愛爭的。

- câm như hến：跟蜆仔一樣地啞巴。由於蜆仔很少打開牠的殼，所以就像蜆仔的這種習性一樣，這句話可以比喻人沉默寡言的個性，或是在爭論時因話鋒失利而啞口無言的狀況。

  Tôi đưa ra bằng chứng nên **nó câm như hến**, không thể chối cãi được nữa.

  我提出證據所以他就啞口無言，沒辦法抵賴了。

- vắng chủ nhà gà vọc niêu tôm：當家裡的主人不在時，雞就翻啄（越南傳統家庭裡用來）儲存食用蝦的甕。比喻說負責的人不在時，下面的人就胡作非為。相當於中文的「貓不在，老鼠就作怪」或「山中無老虎，猴子稱大王」。

Hôm nay sếp không ở công ty nên "**vắng chủ nhà gà vọc niêu tôm**", nhân viên người thì lên mạng, người thì chơi game.

今天經理不在公司，所以「貓不在，老鼠就作怪」。有些員工在開始上網、有一些就打起電玩來了。

- thả con tép bắt con tôm：放小蝦當餌來抓大蝦子。比喻利用微小價值的東西來吸引他人以便達到更高的目的。相當於中文的成語「拋磚引玉」或「放小魚釣大魚」。

  Chương trình khuyến mãi của siêu thị thực chất là "**thả con tép bắt con tôm**", tặng **bạn** quà tặng nhỏ nhưng khiến **bạn** tự nguyện bỏ ra số tiền lớn để mua hàng.

  超市的優惠其實就是一種拋磚引玉的手法，送你一個小贈品讓你願意花一大筆錢來購買商品。

- cá lớn nuốt cá bé：大魚吞小魚。比喻權勢大的人會欺壓權勢小的人。相近於中文的「大魚吃小魚」。

★★★ Chương 2
Siêu thị 超級市場

**南 nước tương /
北 xì dầu**
n. 醬油

nước mắm
n. 魚露

tương ớt
n. 辣椒醬

**sốt cà chua /
tương cà**
n. 番茄醬

**tương đen /
tương ngọt**
n. 海鮮醬

tương xí muội
n. 酸梅醬

mù tạc / mù tạt
n. 黃芥末醬

mayonnaise
/ma-don-ne/
n. 美乃滋

dầu hào
n. 蠔油

chao
n. 豆腐乳

sa tế
n. 沙茶醬

muối tiêu
n. 胡椒鹽

★★★
05 其他用品區域

BP05-02-12
NP05-02-12

**quầy thực phẩm
đông lạnh**
n. 冷藏區

quầy bánh ngọt
n. 麵包區

**quầy sữa và
các chế phẩm
từ sữa**
n. 乳製品區

quầy bánh kẹo
n. 零食區

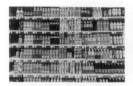

quầy thức uống
n. 飲料區

quầy thức ăn chế biến sẵn
n. 熟食區

quầy thực phẩm đóng hộp
n. 罐頭食品區

quầy đồ gia dụng
n. 雜物區

quầy mỹ phẩm
n. 美妝區

quầy mẹ và bé
n. 婦幼用品區

quầy văn phòng phẩm
n. 文具區

quầy quần áo may sẵn
n. 衣物區

quầy đồ dùng cho thú cưng
n. 寵物用品區

quầy điện gia dụng
n. 家電區

quầy đồ vệ sinh cá nhân
n. 個人用品區

quầy chất tẩy rửa
n. 清潔用品區

★★★
06 服務櫃檯

gói quà
ph. 包裝禮物

đăng ký thẻ thành viên
ph. 申請會員卡

xuất hóa đơn VAT
/vê-a-tê/ **/ xuất hóa đơn đỏ**
ph. 打統編

mua phiếu mua hàng
ph. 買禮券

đổi trả hàng
ph. 退換貨

nhận quà tặng
ph. 領贈品

sửa quần áo
ph. 修補衣服

dịch vụ giao hàng tận nhà
ph. 送貨服務

你知道嗎？

越南有許多型態的傳統市場

BP05-02-14
NP05-02-14

越南的傳統菜市場叫做 chợ。一般在越南的市區才會看到 siêu thị（超市），所以如果住在郊區或鄉下的人想去買菜的話，一般還是要到 chợ（市場）去，才能買到生活必備的柴米油鹽。

世界各地都差不多，在 siêu thị 裡購物，價格一般都是固定的，可是如果到 chợ 來買東西的話，都是可以 trả giá（講價、殺價）的，

買到的東西甚至於可能比超市更便宜。若到傳統的市場裡購物，你會聽到很多攤客的叫賣聲，情景相當地熱鬧。除此之外，如果你跟賣家比較熟，也可能在你買了東西後又能得到一些免費贈品，例如香菜、辣椒等等。

在鄉下的地方，**chợ** 通常是群集在路邊的，大家在地板上擺攤，蹲著叫賣，這種市場叫做 **chợ chồm hổm**（chồm hổm 是「蹲」的意思）。而在城市中，**chợ** 通常是在一座建築物裡，這種場所叫做 **nhà lồng chợ**。越南的市場大多是早市，但仍有一些讓下班的人方便買菜的 chợ chiều（黃昏市場），當然也有晚上才聚集的 chợ đêm（夜市）。但 chợ đêm 大多是不會賣菜，只會賣衣服、小吃等而已。

Đa số người đi làm sau khi tan ca thường đi **chợ chiều** mua đồ ăn.
多數的上班族下班後常去黃昏市場買菜。

● 除了這些傳統市場，越南還有些很有特色的市場

水上市場 chợ nổi（nổi 是浮著的意思）：水上市場是越南西南部的特色市場，特別是在芹苴市相當常見。水上船商們會從凌晨到早上 8-9 點左右在河上聚集，形成特殊水上市場的景象。在這裡，**大家都會在船上買賣，大部分的交易品都是以農產品為主。**在每艘船的賣家都會在船上插一根稱為 bẹo 的竿子，並上面懸掛著他們所販售的商品，買菜的人可以認 bẹo 找尋想找的商船。

陰府市場 chợ âm phủ（âm phủ 是「地府」的意思）：這是**大勒市的特別市集**。Chợ âm phủ 是在晚上聚集成市，因為早期聚市的時候攤商們都用只用簡便的油燈照著商品供人選貨，整個陰暗的環境就好像身處在陰曹地府一樣，所以長久下來就被稱為是 chợ âm phủ。

愛情市集 chợ tình（tình 是「愛情」的意思）：這是**沙壩市鎮（Sapa）的景點**，通常在星期六的晚上開市。這個市集自古以來就是少數民族的傳統拍賣市集。因為少數民族們從遙遠的山上移動到這裡來聚集，通常都需要一些時間，所以他們都提早前一天抵達先作開市的準備，並於開市地點過夜。由於該晚大家都會聚集在一起，相當地熱鬧，這也提供了族裡年輕人們一個聚會並產生情愫的機會。所以才被稱之為 chợ tình。

跳蚤市場 chợ trời：是指露天的市場。Chợ trời **不會賣菜，商品大部分是衣服、機器、工具、古董或賣二手的商品等**。Chợ trời 中攤商都是隨機的擺位，商品的陳列也沒有固定的空間，常常隨意地就放在桌子或地板上。商品通常都是價格便宜，只不過品質的好壞就難以確保。

 BP05-02-15
NP05-02-15

Tips 跟市場有關的慣用語

● vắng mợ thì chợ vẫn đông：就算沒有舅媽，市場的人還是一樣多。比喻某人的角色並不是很重要。有就有，沒有也無所謂。
Anh ấy nghĩ nếu mình không đến thì mọi người sẽ rất thất vọng, nhưng thực sự là **"vắng mợ thì chợ vẫn đông"**, mọi người vẫn chơi rất vui.
他認為如果他不來的話，大家就都會很失望。但其實有他沒他根本就沒差，大家都還是一樣玩得很開心。

- chợ đen：黑市。比喻不正式或不合法的市場。

Tôi không mua được vé xem liveshow nên đành mua vé **chợ đen**, mặc dù giá mắc gấp đôi.

我買不到演唱會門票，所以即使價格貴了兩倍，也只好買黃牛票了。

- đem con bỏ chợ：把孩子丟在市場（，人就不見了）。比喻做人沒有責任感，幫別人幫到一半就收手了，讓被幫助的人不知道該怎麼辦才好。

Ban đầu **anh ấy** đồng ý góp vốn làm ăn với **tôi**, bây giờ đột nhiên **anh ấy** rút vốn, "**đem con bỏ chợ**" thế này **tôi** thật sự không biết phải làm thế nào.

他一開始同意跟我一起集資做生意，現在他卻突然退資，這種半途收手的行徑真是讓我不知該如何是好？

在市場中常用到的句子

1. **Cái này bán thế nào, vậy chị?**
請問妳這個怎麼賣？

2. **Thịt gà bao nhiêu một ký?**
雞肉一公斤多少錢？

3. **Xin hỏi, tôi muốn làm bò bít tết nên dùng loại thịt nào?**
請問，我想做牛排該用哪一種肉呢？

4. **Xin hỏi, có bán giò heo không, chị?**
請問妳有賣豬腳嗎？

5. **Mắc quá, bớt một chút được không, chị?**
太貴了，可以算便宜一點嗎？

6. **Mua nhiều có bớt không, chị?**
請問買多有打折嗎？

7. **Tôi bán đúng giá, không nói thách đâu. Anh yên tâm.**
我賣的都合理的價格，不會亂喊價。你放心吧！

8. **Có thể ăn thử không, chị.**
請問妳可以試吃嗎？

9. **Chị cho tôi đổi 100 nghìn tiền lẻ được không?**
妳可以幫我換 10 萬越盾的零錢嗎？

10. **Anh có muốn mua gì nữa không ạ?**
你還有想要買什麼嗎？

11. **Anh có lấy túi không?**
你需要袋子嗎？

12. **Xin lỗi, chị chưa thối tiền cho tôi.**
不好意思，妳還沒找我錢。

Trung tâm mua sắm 百貨公司

這些應該怎麼說？

BP05-03-01
NP05-03-01

百貨公司的配置

❶ **nhân viên bán hàng** n.（專櫃）店員

❷ **khách hàng** n. 顧客

❸ **quầy trang phục nữ** n. 女裝部

❹ **quầy trang phục nam** n. 男裝部

❺ **quầy mỹ phẩm** n. 化妝品區

❻ **quầy trang sức** n. 珠寶區

❼ **quầy nước hoa** n. 香水區

❽ **quầy giầy dép** n. 鞋類區

❾ **quầy da thuộc** n. 皮件部

❿ **tủ trưng bày hàng** n. 展示櫃

⓫ **ma-nơ-canh** n. 假人模特兒

➖ **mua sắm** v. 血拼

➖ **giết thời gian** ph. 殺時間

➖ **trú mưa** ph. 躲雨

➖ 南 **xài máy lạnh** / 南 **dùng máy lạnh**
北 **ngồi điều hòa** ph. 吹冷氣

➖ 南 **mắc** / 北 **đắt** adj. 貴

➖ **rẻ** adj. 便宜

還有哪些常見的地方呢？

quầy thông tin
n. 服務台

**khu ăn uống /
food court**
n. 美食街

thang cuốn
n. 手扶梯

thang máy
n. 電梯

tầng hầm để xe
n. 地下停車場

**quầy trang
phục trẻ em**
n. 童裝部

quầy đồ chơi
n. 玩具部

khu trò chơi
n. 遊戲區

★★★ Chương 3
Trung tâm mua sắm / 百貨公司

在百貨公司會做什麼呢？

★★★
01 化妝品專櫃

貼心小提醒 更多與化妝相關的內容，請翻閱第292頁—
P08-4【美容院】。

化妝品有哪些呢？

❶ **kem nền**　n. 粉底
❷ **phấn mắt**　n. 眼影
❸ **cọ đánh phấn mắt**
　n. 眼影棒
❹ **(chổi) mascara /
chuốt mi**　n. 睫毛刷
❺ **chì kẻ mày**　n. 眉筆
❻ **cọ chải lông mày**
　n. 眉刷
❼ **(phấn) má hồng**
　n. 腮紅

8 **cọ má hồng** n. 腮紅刷

9 **cọ phủ phấn** n. 蜜粉刷

10 **mút trang điểm** n. 粉撲

11 **son (môi)** n. 口紅

12 **bút kẻ mắt nước** n. 眼線液

13 南 **đồ chuốt viết chì /**
北 **đồ gọt bút chì** n. 削筆器

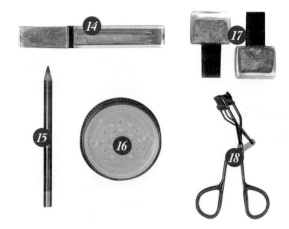

14 **son tint** /tin/ n. 唇蜜

15 **chì kẻ môi** n. 唇筆

16 **phấn phủ** n. 蜜粉

17 **(nước) sơn móng tay** n. 指甲油

18 **dụng cụ bấm mi** n. 睫毛夾

有哪些保養品？

BP05-03-04
NP05-03-04

1 **toner / nước hoa hồng**
n. 化妝水

2 **nước tẩy trang** n. 卸妝油

3 **kem lót** n. 隔離霜

4 **kem chống nắng** n. 防曬乳液

5 **kem ban ngày** n. 日霜

6 **kem ban đêm** n. 晚霜

7 **kem dưỡng ẩm** n. 保濕霜

8 **serum** n. 精華液

9 **sữa dưỡng trắng** n. 美白乳液

10 **gel dưỡng mắt** n. 眼膠

11 **kem dưỡng mắt** n. 眼霜

12 **mặt nạ dưỡng da** n. 面膜

13 **mặt nạ mắt** n. 眼膜

14 **sữa dưỡng thể** n. 身體乳液

15 **kem dưỡng tay** n. 護手霜

202

化妝的動作有哪些？

**bôi kem /
thoa kem**
ph. 擦抹

đánh phấn
ph. 打粉撲

南 **thoa son /**
北 **tô son /** 北 **bôi son**
ph. 擦口紅

kẻ mắt
ph. 畫眼線

kẻ mày
ph. 畫眉毛

bấm mi
ph. 夾睫毛

chuốt mascara
ph. 梳睫毛

tẩy trang
ph. 卸妝

rửa mặt
ph. 洗臉

★★★ Chương 3
Trung tâm mua sắm 百貨公司

★★★
02 參加折扣活動

百貨公司常見的特價活動有哪些呢？

對於消費者來說，既期待又令人興奮的事就是百貨公司的特價活動。那麼，一整年之間絕不可錯過的特價活動有哪些呢？在越南的特價優惠常會在某一個節日舉行，例如國慶日、聖誕節、勞動節等等。

那麼，一定要看懂一些越南文的常見標語才能在血拼時使出混身解數！所以快來看看吧！「特價」類常看得見的標語有 khuyến mãi（優惠、促銷）、giảm giá（打折）。

有些店還會寫上極具吸引力的的標語，例如：giá sốc（sốc 就是英文的 shock，是驚訝的意思），即是指價格便宜到嚇死人，也就是「驚喜價」的意思。此外，如果看到 đại hạ giá（大減價）的時候，也是可以過去挑挑看的。

在越南，一些商家會常在 cuối năm（年終）舉辦 thanh lý（清倉大拍賣）的相關促銷活動。此時，你會會看到一些標語如 xả hàng cuối năm 或 thanh lý hàng tồn kho 或 xả hàng tồn kho，這些全都是「清倉大拍賣」的意思喔。

Trung tâm mua sắm Vincom đang có chương trình **xả hàng tồn kho**. Cuối tuần này **chúng mình** đi xem có gì mua được không.
Vincom 百貨公司正在舉辦清倉大拍賣的活動。我們這週末去看看可以買到什麼東西。

Tips 細分越南語中兩種等同中文的「禮券」！

在報章雜誌或宣傳單上常會看到「截角的折價優惠券」，越南語就是 phiếu giảm giá（折價券）。字中的 giảm giá 是「折扣」的意思，所以這張票券的功效就是在你購物時可以讓你可以折抵價錢。現在在網路購物不一定需要實體票券，只要有（折價碼）mã giảm giá，在購物網上輸入號碼就能打折。除了折扣之外，有些可以兌換 quà tặng（贈品）的折價券則稱為 phiếu quà tặng。一般來說，多半的 phiếu giảm giá 上面都清楚地註明著「有效兌換期限」和「兌換規定」，所以必需在有效期限內，並且同時符合兌換規定才可以使用。

Đừng quên sử dụng **phiếu giảm giá** trước khi hết hạn.
別忘了在過期之前使用折價券。

Phiếu mua hàng（禮券），百貨公司推出的「消費禮券」的外觀就像鈔票一樣，每張 phiếu mua hàng 上都會清楚地標註著金額，如果消費者一次購買多張，百貨公司也會給予消費者相當的折扣，許多消費者不但會購買 phiếu mua hàng，在週年慶活動開跑時使用，有時還會購買 phiếu mua hàng 當作禮物送人。

Lấy **phiếu mua hàng** làm quà giáng sinh tặng bạn bè cực kỳ thực tế.
用禮券當聖誕節禮物送給朋友是非常實際的。

Phần 6

Ẩm thực 飲食

Chương 1

Quán cà phê 咖啡廳

BP06-01-01
NP06-01-01

這些應該怎麼說？

咖啡廳的配置

1. **quầy order / quầy gọi món** n. 點餐櫃台
2. **thực đơn** n. 菜單看板
3. **tủ lạnh trưng bày hàng** n. 冷藏展示櫃
4. **cốc lưu niệm** n. 紀念杯
5. **khu vực để khay sau khi ăn** n. 餐盤回收區
6. 南 **nước (ép) trái cây /**
   北 **nước (ép) hoa quả** n. 果汁
7. **bánh ngọt** n. 蛋糕
8. **cà phê** n. 咖啡
9. **sandwich / bánh mì kẹp** n. 三明治
10. **thức ăn nhẹ** n. 輕食
11. **bánh nướng** n. 烘焙食品
12. **khách hàng** n. 消費者
13. **ghế ngồi** n. 座位
14. **tạp chí** n. 雜誌
15. **giá** n. 價格

在咖啡廳會做什麼呢？

★★★
01 挑選咖啡

> 咖啡的釀製方法和種類有哪些呢？

● 釀製方法　　　　　　　　　　　　　　 BP06-01-02
　　　　　　　　　　　　　　　　　　　　　NP06-01-02

cà phê hòa tan
n. 即溶咖啡

cà phê túi lọc
n. 掛耳式咖啡

cà phê giấy lọc
n. 手沖咖啡

cà phê pha lạnh
n. 冰滴咖啡

cà phê ủ lạnh
n. 冰釀冷泡咖啡

cà phê thẩm thấu ngược
n. 虹吸式咖啡

● 種類　　　　　　　　　　　　　　　　 BP06-01-03
　　　　　　　　　　　　　　　　　　　　　NP06-01-03

cà phê đen
n. 越式黑咖啡

南 cà phê sữa /
北 (cà phê) nâu
n. 越式煉乳咖啡

espresso
n. 義式濃縮咖啡

cappuccino

n. 卡布奇諾

americano

n. 美式咖啡

caramel macchiato

n. 焦糖瑪奇朵

latte

n. 拿鐵

mocha

n. 摩卡咖啡

frappucino / đá xay

n. 星冰樂

● 飲用咖啡的添加品

sữa tươi

n. 鮮奶

sữa đặc

n. 煉乳

đường

n. 糖

(nước) đá

n. 冰塊

caramel /ca-ra-men/

n. 焦糖

si-rô

n. 糖漿

bọt sữa

n. 奶泡

**kem sữa béo /
kem bông tuyết**

n. 鮮奶油

vụn sô-cô-la

n. 碎巧克力

02 挑選麵包／挑選蛋糕

常見的輕食有哪些呢？

喝咖啡一定要來點輕食小點心了，越南語的 thức ăn nhẹ 是「輕食」的意思。那麼，咖啡廳最常見的 thức ăn nhẹ 有哪些呢？

● 鹹食

BP06-01-05
NP06-01-05

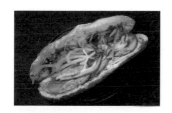
bánh mì
n. 越南法國麵包

**sandwich /
bánh mì kẹp**
n. 三明治

(bánh) hamburger
n. 漢堡

salad Nga
n. 俄國沙拉

bánh bagel / bánh mì vòng
n. 貝果

bánh tortilla
n. 墨西哥薄餅

trứng ốp-lết
n. 美式蛋捲、歐姆蛋

mỳ Ý
n. 義大利麵

xúc xích
n. 香腸

khoai tây chiên
n. 薯條

南 chả giò / 北 nem rán
n. 炸春捲

phô mai que
n. 起司棒

(bánh) muffin
n. 馬芬

(bánh) cupcake
n. 杯子蛋糕

**cheese cake /
bánh phô mai**
n. 起司蛋糕

(bánh) tiramisu
n. 提拉米蘇

(bánh) brownie
n. 布朗尼

(bánh) donut
n. 甜甜圈

**bánh kếp /
bánh crêpe**
n. 可麗餅

(bánh) waffle
n. 鬆餅

(bánh) pancake
n. 薄烤餅

bánh tart
n. 甜派

**bánh sừng bò /
bánh cua /
bánh croissant**
n. 可頌

**南 salad trái cây /
北 salad hoa quả**
n. 水果沙拉

sữa chua / ya-ua
n. 優格

(bánh) pudding
n. 焦糖布丁

kem
n. 冰淇淋

你知道嗎？ ×+×+★+☆+★+☆+★+☆+★+☆+★

越南的咖啡店有哪些種類？

越南是世界上咖啡生產大國之一。由此可見，喝咖啡自是越南人不可或缺的生活文化，咖啡店在此基礎下四處林立。現在的越南，可以將享受咖啡的地方分成三種：

① 形態一：是**越南傳統咖啡館**，這種也算是最平價的咖啡店，除了店內的座位之外，通常在路邊小店面前也設有矮桌椅，早上上班之前和晚上下班之後的時段客群為最集中，而大部分會聚集的則是男性，他們通常會在咖啡館聚會聊天或談正事。事實上，在越南的生活文化中，傳統咖啡館本來就是男性喜好聚集，且女性鮮少涉足的場所。所以在這

裡希望能澄清一下從外國人的眼中對越南男性產生的偏差誤解，當你看到咖啡館中都是男性聚在一起時，千萬請不要主觀認為越南男性都只會聚在這裡游手好閒，他們只是在這喝杯咖啡聚會聊天，且單純只是多數的女性沒有習慣會想來這裡而已。當有電視播足球賽的時候，店附近也會設置銀幕或大台的電視機，男人們也都在咖啡館邊看足球邊評論，熱鬧極了。

越南傳統咖啡館一定會附有下述的飲料：cà phê đen（黑咖啡）、🇻 cà phê sữa /🇻 (cà phê) nâu（煉乳咖啡）及 nước ngọt（汽水）。傳統咖啡店一般並不是用 sữa tươi（鮮奶）加在咖啡裡，而是用 sữa đặc（煉乳）配入咖啡中。此外，由於越南的天候普遍較熱，所以越南人喝咖啡的時候，許多人喜歡加入 nước đá（冰塊），如果要跟老闆要求整杯的冰塊，那麼可以用越南語跟老闆說要：「🇻 cái tẩy」或「🇻 ly đá」。

Chị ơi, cho tôi xin 2 cái tẩy.
老闆娘，麻煩請給我兩杯冰塊。

● **南、北部都有其獨特的咖啡類的飲料：**

◆ Bạc xỉu 是南部特有的飲品，這種飲品是由越南的華人所發明的，「bạc xỉu」是從「白杯點啡」中抽出「白」跟「點」這兩個字形成縮寫，用廣東話唸就變成「bạc xỉu」，從它原本的名字中就可以猜出這項飲品就只加一點點咖啡而已，所以「bạc xỉu」即指用牛奶或煉乳加一點點咖啡合成帶有咖啡味的飲品。

◆ Cà phê trứng 是指「雞蛋咖啡」，是河內特有的咖啡。用雞蛋打成發泡狀再加在咖啡上面形成一層泡沫，也可以在上面拉花看起來又美麗又好喝。

● **越南的傳統咖啡店都會依下述這兩項古法沖泡咖啡：**

1. pha phin：「pha」是「泡」的意思，phin 是用一個小小的過濾器來泡咖啡。咖啡粉會放在 phin 裡面後，再倒入熱水，接著等咖啡一滴一滴地滴落下來。這種方式需要多一點時間，如果在咖啡館裡喝這種咖啡，老闆會給客人一個 phin，裡面有咖啡粉和熱水，讓客人自己動手泡。裝咖啡的杯子通常是透明的玻璃杯以便客人欣賞咖啡慢慢滴落的過程，這算是一種雅趣。咖啡泡完之後，還可以加糖、煉乳、冰塊等調出自己想要的口味。這種引用滴漏方式的咖啡就稱為 cà phê phin（越南式滴漏咖啡）。若店家碰上有些沒耐心慢慢的客人時。這時老闆也問說：「Muốn uống pha phin hay pha sẵn?（請問想要 DIY 的咖啡還是泡好的咖啡呢？）」

2. pha vợt：vợt 是「網子」的意思。所以這種泡法就把咖啡粉放在一個濾掛網再放在熱水煮大概 5-10 分鐘完成。這種泡法比 pha phin 麻煩耗時，所以客人上門後，通常是由咖啡館的老闆打理一切再端給客人飲用。而這種方式煮好的咖啡則稱為 cà phê vợt（手沖咖啡）。

....

② 形態二：現在除了一些傳統的咖啡館之外，還有一些為了應合年輕人或上班族胃口喜好、具有華美裝潢、高級感有風格的咖啡店應運而生。這樣的店家型態比較能吸引年輕族群來這邊聚會，吹冷氣、欣賞咖啡館的設計以及建築或是談正事。這種咖啡店通常氣氛優雅，店家環境會放輕音樂，能讓心情平靜。除了一些傳統咖啡之外，這裡也會賣 sinh tố（冰沙）、南 nước ép trái cây / 北 nước ép hoa quả（果汁）等飲料。

③ 形態三：因為國際化的關係，現在在
越南也出現了許多**西式的咖啡館**。這
種咖啡館與前兩種形態在經營上有點
不同，設計是上比較現代化，有分
dùng tại chỗ（內用）或 mang đi（外
帶）兩種（前兩者在越南沒有外帶服
務）。這類型的咖啡館也會提供 bánh
ngọt（蛋糕）等其他甜品之類的服
務。經營面上主要是讓客人來聚會聊
天的，所以一般店內不會放音樂干擾
客人。

在咖啡館裡點咖啡的常用對話

**Nhân viên: Xin chào quý khách. Anh vui lòng đến quầy order giúp em.
Xin hỏi anh uống gì ạ?**
店員：歡迎光臨。麻煩你到櫃檯點餐。請問你想喝什麼呢？

Khách hàng: Cho tôi 1 ly cappuccino và một ly trà xanh đá xay.
客人：我要一杯卡布奇諾跟一杯抹茶星冰樂。

Nhân viên: Anh muốn dùng ly vừa hay ly lớn ạ?
店員：請問你要中杯還是大杯呢？

Khách hàng: Ly lớn. 客人：大杯好了。

Nhân viên: Anh có muốn dùng thêm bánh ngọt không ạ?
店員：請問你要甜點嗎？

Khách hàng: Cho tôi một phần tiramisu.
客人：我要一份提拉米蘇。

**Nhân viên: Em xin xác nhận lại order của anh: một ly cappuccino lớn, 1
ly trà xanh đá xay lớn, 1 phần tiramisu. Của mình tổng cộng là 150 ngàn ạ.
Anh muốn dùng ở đây hay mang đi ạ?**
店員：我跟您確認一下，您點的是一杯大的卡布奇諾、一杯大的抹茶星冰樂及一份提拉米蘇。
這樣總共是 15 萬盾，請問您要內用還是外帶呢？

Khách hàng: Dùng ở đây. 客人：內用。

Nhân viên: Xin vui lòng cho em biết tên ạ. 店員：請問您貴姓。

Khách hàng: Hứa. 客人：許。

**Nhân viên: Anh Hứa vui lòng giữ hóa đơn và chờ một chút. Khi nào
chuẩn bị xong em sẽ gọi ạ. Cảm ơn anh ạ.**
店員：許先生拿著你發票稍等一下。飲料準備好了我會通知你。謝謝你。

Chương 2

Nhà hàng 餐廳

這些應該怎麼說？

BP06-02-01
NP06-02-01

餐廳的擺設

1. **nhà hàng kiểu Tây** n. 西式餐廳
2. **chỗ ngồi** n. 座位
3. **ghế** n. 椅子
4. **ghế sofa / ghế sô-pha** n. 沙發
5. **bàn** n. 桌子
6. 南 **nĩa** / 北 **dĩa** n. 叉子
7. **dao** n. 刀子
8. 南 **muỗng** / 北 **thìa** n. 湯匙
9. 南 **ly** / 北 **cốc** n. 杯子
10. 南 **dĩa** / 北 **đĩa** n. 盤子

11 **khăn ăn**   n. 餐巾

12 **lọ tiêu**   n. 胡椒罐

13 **lọ muối**   n. 鹽罐

14 **tủ rượu**   n. 酒櫃

15 **quầy bar**   n. 吧台

16 **tranh treo tường**   n. 壁畫

17 **thảm**   n. 地毯

18 **màn**   n. 窗簾

19 **khăn trải bàn**   n. 桌布

20 南 **ly nước** / 北 **cốc nước**   n. 水杯

21 **ly rượu**   n. 酒杯

22 **thực đơn / menu**   n. 菜單

23 **máy xay cà phê**   n. 咖啡研磨器

24 **nhà hàng kiểu Trung Quốc**
n. 中式餐廳

25 **điểm sấm / dimsum**
/đim-sum/   n. 港式（點心）飲茶

26 **nhà hàng điểm sấm /
nhà hàng dimsum /
nhà hàng Hồng Kông**
n. 港式飲茶茶樓

27 **nhà bếp**   n. 廚房

28 **ấm trà / bình trà**   n. 茶壺

29 **khách**   n. 客人

30 **đũa**   n. 筷子

31 **lồng tre**   n. 竹籠

32 **xe dimsum**   n. 港式飲茶推車

33 南 **nùi giẻ** / 北 **giẻ lau**   n. 抹布

34 **nhân viên phục vụ**   n.（男女）服務生

★★★
01 點餐

> 想在越南點對餐大快朵頤，必須要認得這些字

在越南點餐時，若菜單上沒有照片，又看不懂越南文就虧大了。必需要先看得懂菜單 thực đơn / menu （菜單）上的字，才不會點到自己不想要吃的東西。而在 thực đơn 裡，最常見的內容大致可以分成四大類：món khai vị、món chính、món tráng miệng、thức uống。

🎧 BP06-02-02
NP06-02-02

❶ Món khai vị 就是指「開胃菜」或「前菜」。常見的越南開胃菜有哪些呢？

gỏi
n. 涼拌

salad /sa-lát/
n. 沙拉

súp
n. 羹、湯

 chả giò /
北 **nem rán**
n. 炸春捲

❷ Món chính 則是「主菜」。各家餐廳的主菜皆不同，所以基本上必需先看得懂 món chính 上的關鍵字：

● 肉類

🎧 BP06-02-03
NP06-02-03

cá
n. 魚

thịt bò
n. 牛肉

南 **thịt heo /** 北 **thịt lợn**
n. 豬肉

thịt gà
n. 雞肉

thịt dê
n. 羊肉

thịt vịt
n. 鴨肉

hải sản
n. 海鮮

thịt nướng
n. 烤肉

南 **lòng** / 北 **nội tạng**
n. 內臟

● 麵、飯類

🎧 BP06-02-04
NP06-02-04

mì
n. 麵

bún
n. 米粉

bánh canh
n. 米苔目

南 **cơm chiên /**
北 **cơm rang**
n. 炒飯

❺ Món tráng miệng 則是「餐後點心」，常見的餐後點心有哪些呢？ 🎧 BP06-02-05
NP06-02-05

chè
n. 甜湯

南 **trái cây /**
北 **hoa quả**
n. 水果

南 **rau câu /**
北 **thạch**
n. 果凍

kem
n. 冰淇淋

④ Thức uống 則是「飲料」，常見的 thức uống 大致上可分成兩種，thức uống không cồn（非酒精飲料）和 thức uống có cồn（酒精飲料）。

● 非酒精飲料　

| **cà phê**
n. 咖啡 | **南 trà / 北 chè**
n. 茶 | **南 nước (ép) trái cây / 北 nước (ép) hoa quả** n. 果汁 | **nước ngọt / nước có ga**
n. 汽水 |

● 酒精飲料　

 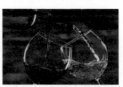 

| **bia**
n. 啤酒 | **rượu vang**
n. 紅酒 | **rượu sâm-panh**
n. 香檳 | **cocktail / cốc-tai**
n. 雞尾酒 |

貼心小提醒 如果你是茹素者，可以特別學下 ăn chay 這個字，就可以跟店家方面告知你的飲食需求喔！

Món này có thịt **tôi** không ăn được, vì **tôi ăn chay.**
因為我是吃素的，所以這道菜裡有肉我不能吃。

你知道嗎？ ✕×✦×✦×★×✦×✦× ★ ×✦×✦× ★ ×✦×✦× ★ ×✦×✦× ★

牛排的「幾分熟」是這樣分的

依個人的喜好不同，選擇牛排的熟度時也不同，但是要如何用越南語表達牛排的「幾分熟」呢？越南的牛排生、熟程度主要是可區分成如右頁說明：

❶ **tái** 「一分熟」	Tái 的表層是完全煎熟，但裡面還是生的，會滲出血水。	
	依牛排內層肉的溫度界定 ５２～５５度C	依煎烤時間界定 每面約１分鐘

❷ **tái vừa** 「三分熟」	Tái vừa 的表層呈褐色、外層呈灰色、內層呈血紅色。	
	依牛排內層肉的溫度界定 ５５～６０度 C	依煎烤時間界定 每面約 1 分半～ 2 分鐘
❸ **tái chín** 「五分熟」	Tái chín 的表層呈褐色、中間層呈灰色、最內層呈粉紅色。	
	依牛排內層肉的溫度界定 ６０～６５度 C	依煎烤時間界定 每面約 2 分半～ 3 分鐘
❹ **chín vừa** 「七分熟」	Chín vừa 的表層呈暗褐色、中間層呈灰色、最內層呈微微、淡淡的粉紅色。	
	依牛排內層肉的溫度界定 ６５～６９度 C	依煎烤時間界定 每面約 3 分半～ 4 分鐘
❺ **chín kỹ** 「全熟」	Chín kỹ 的表層呈暗褐色、內層呈灰色。	
	依牛排內層肉的溫度界定 ７１～１００度 C	依煎烤時間界定 每面約 4 分半～ 5 分鐘

貼心小提醒 煎牛排時，要注意火候，小心別把牛排外層一下子就煎到偏黑，這樣牛排就 khét／🔺 cháy（燒焦）囉！

Tips 關於餐具的慣用語

● 還有一個跟越南語點餐有關的趣味說法是「đi chợ」。「Đi chợ」原本是「去菜市場」的意思，因為點菜也像去菜市場買菜一樣，要慢慢地精挑細選，故越南人便常把「đi chợ」這個字當作「點菜」風趣說法。

Chị "đi chợ" đi, tôi ăn món nào cũng được.
妳來點菜吧，我什麼菜都可以吃。

常用的點菜對話句

1. **Xin hỏi, anh dùng gì ạ?** 請問您想要點什麼？
2. **Em chờ một chút, tôi chọn xong sẽ gọi. Cảm ơn em.**
   請妳等一下，我想好了就會叫妳。
3. **Em ơi, tôi muốn gọi món.** 不好意思，我想要點餐。
4. **Ở đây có món gì ngon, vậy em? Có thể giới thiệu cho tôi không?**
   請問這裡的招牌菜是什麼？有什麼美味可以請推薦一下嗎？
5. **Tôi muốn một phần bít tết.** 我要一份牛排。
6. **Xin hỏi, anh muốn tái hay chín?** 請問，您要半熟的還是熟的呢？
7. **Tôi muốn một phần bít tết chín vừa.** 我要一份七分熟的牛排。
8. **Tôi muốn gọi món này.** 我要點這個。

用餐時會用到的餐具有哪些呢？

1 南 nĩa / 北 dĩa　n. 叉子
2 dao　n. 刀子
3 tách / 北 chén　n. 茶杯
4 ấm trà / bình trà　n. 茶壺
5 ly rượu vang　n. 紅酒杯
6 南 dĩa / 北 dĩa　n. 盤子
7 南 dĩa súp / 北 dĩa súp /
　北 dĩa sâu lòng　n. 大淺盤
8 khăn trải bàn　n. 桌布

9 南 chén / 北 bát　n. 碗
10 南 muỗng / 北 thìa　n. 湯匙
11 đũa　n. 筷子
12 gác đũa　n. 筷架
13 南 dĩa nước chấm /
　北 dĩa nước chấm　n. 醬碟
14 khăn ăn　n. 餐巾
15 khăn giấy　n. 面紙
16 ống hút　n. 吸管
17 tăm (xỉa răng)　n. 牙籤

你知道嗎？

南部及北部人口中說的餐具傻傻分不清？

北部跟南部餐具名稱的有點不一樣，如果講不對的話會被誤會哦！碗在南部的說法是「chén」，不過如果在北部你跟別人要「chén」的話，有可能人家會給你一個杯子哦！所以去北部的時候，想要碗要說「bát」。另外，盤子在南部的說法是「dĩa」，不過「dĩa」在北部是「叉子」的意思。所以如果在北部如果想找盤子，要說「dĩa」北部人才聽得懂。

另外，碗、湯匙也有差別。請看上述的餐具單字表。

Tips 關於餐具的慣用語

● **qơ đũa cả nắm** 或 **vơ đũa cả nắm**：抓一束筷子。這句成語有負面的語義，比喻把所有東西不分好壞都當作同類對待的意思。相當於中文的「以偏概全」或「一竿子打翻一船人」。

● **ăn cháo đá bát**：吃完粥就把碗踢開。比喻忘恩負義、背叛恩人的行為。相當於中文的「過河拆橋」。

● **đôi đũa lệch**：長度不一的筷子。是指一對情侶或夫妻，一方比較漂亮（帥俊）、完美，但另一半卻不是這樣。

Tuy họ là một "**đôi đũa lệch**" nhưng họ rất hạnh phúc.
他們雖然看起來完全不配，但是卻很幸福。

● 南 **lên đĩa** / 北 **lên đĩa** / **lện thớt**：擺上盤子 / 擺上砧板。是指一個人面臨不理想的情況，這下了麻煩大了。相當於中文的成語「待宰羔羊」。
例：Tuần sau là thi cuối kỳ nhưng tôi vẫn chưa ôn bài. Tôi sắp "**lên đĩa**" rồi.（下禮拜是期末考但我都還沒溫習功課。我快要變成待宰羔羊了。）

你知道嗎？

各種杯子在越南語裡，有什麼樣細微的不同呢？

北部	南部	說明	圖案
ly	ly	有腳的杯子。常用來喝西洋的酒類。即中文的「酒杯」。	
cốc	ly	不論有沒有把手的杯子皆屬之，可用來喝一般的飲料。一般都是用玻璃或塑膠製作的。	

北部	南部	說明	圖案
cốc	ly / cốc	有把手的杯子。一般是用陶瓷製作的。杯形較為矮小。即指中文的「馬克杯」。	
cốc / gáo (múc nước)	ca	有把手的杯子。外形跟馬克杯的樣子差不多，可是大小比馬克杯還要大。一般是用塑膠製作的。可以用來裝水或舀水。在北越，圖左邊的容器是 cốc、在右邊的是 gáo (múc nước)。	
chén	tách	有把手的小杯子。用來喝茶或咖啡。與英文的 cup 相似。	
chén	chung	沒有把手的小小杯子。常用來喝茶或酒。	

Tô 和 chén 中文都是「碗」，不過依大小不同，叫法就不一樣哦！

在北部，人們對於「碗」的概念都一樣，沒有不同的用詞，都叫 bát。但是，在南部就分成 tô 跟 chén，劃分地相當清楚。那麼，差別在哪呢？

 chén：指的是常用來裝飯的碗。

 tô：碗口比 chén 大，常用來盛大量湯或麵時用的碗。

用餐時常用到的句子

1. **Xin hỏi món ăn đã lên đủ chưa ạ?** 請問菜都到齊了嗎？
2. **Em ơi, món lẩu chưa đem lên. Tôi chờ lâu lắm rồi.**
   不好意思，火鍋還沒上。我等很久了。
3. **Xin lỗi, anh thông cảm chờ một chút. Do quán đông quá em làm không kịp.** 不好意思。請您再稍候一下，因為客人比較多，所以我們還在煮。
4. **Em ơi, cho tôi xin chén nước mắm.** 麻煩妳，請給我魚露。
5. **Em ơi, tôi không có gọi món này.** 不好意思，我沒有點這道菜。
6. **Em ơi, có thể giúp tôi gói lại không?** 不好意思，可以幫我打包嗎？

Tips　為什麼在宴席中，越南人都不會打包？

越南人在吃完飯後，如果菜還有剩，往往也不常打包，這是為什麼呢？

因為在越南的文化觀裡，特別是去參加婚禮後，肯定不會打包菜肴，因為在越南的普世觀裡，這樣是貪吃的象徵，會被他人笑話的。還有，越南人聚餐時，常會把餐盤上的最後一小部分留下，這是因為大家都不好意思吃完的緣故，這種替他人設想的概念是文化優點之一。但反過來一看，無形中也變成一種越南民族普遍浪費食物的小小壞習慣了。

★★★
03 結帳

常見的東西有哪些？

BP06-02-12
NP06-02-12

tiền boa / tiền típ
n. 小費

hóa đơn
n. 發票

túi mang về
n. 打包袋

常見的付款方式有哪些呢？

BP06-02-13
NP06-02-13

trả tại quầy
ph. 櫃檯結帳

trả bằng thẻ
ph. 刷卡支付

trả bằng tiền mặt
ph. 付現

在越南，一般的餐廳不會接受讓同一批的客人分開結帳，即使客人要求，一般也都會被婉拒。然越南人通常會很客氣，所以結帳的時候大家幾乎都搶著結帳。「請客」的越南語叫做 mời 或 đãi（招待），例如：chầu này tôi **mời.**（這頓飯我請客）。

現今在越南，年輕人們因為受到西方文化影響，所以也會各付各的。越南語的「各付各的」叫做 mạnh ai nấy trả 或有一個流行語叫做 chơi kiểu Mỹ（玩美式的方式）。

Chầu này **chơi kiểu Mỹ** đi. 這頓咱們各付各的吧！

結賬時常用的對話

Khách hàng: Em ơi, tính tiền. 　客人：麻煩妳，請結帳。

Nhân viên phục vụ: Anh uống mấy chai bia ạ?
服務員：請問你喝了幾瓶啤酒呢？

Khách hàng: 5 chai. 　客人：5 瓶。

Nhân viên phục vụ: Anh có xài khăn lạnh không ạ?
服務生：你有用（冰過的）溼紙巾嗎？

Khách hàng: Có, tôi xài 3 cái. 　客人：有，我用三個。

Nhân viên phục vụ: Dạ, tổng cộng của anh là 480 nghìn.
服務員：那麼總計是 48 萬越盾。

Khách hàng: Có thể trả bằng thẻ không? 　客人：可以刷卡嗎？

Nhân viên phục vụ: Dạ, ở đây chỉ có thể trả bằng tiền mặt thôi ạ.
不好意思，這裡只收現金。

Khách hàng: (đưa tiền) Không cần thối. 　客人：（給錢）不用找了。

Nhân viên phục vụ: Cảm ơn anh ạ. 　服務生：謝謝。

一般在越南的餐廳裡吃飯，khăn ướt（溼紙巾）往往不是免費附贈，而是要另外計價的喔！如果結帳時多了那麼幾千盾的話，可以注意看一下明細。大概就是溼紙巾的費用了！

★★★
04 越南佳餚

常見的越南料理有哪些呢？

越南料理是舉世聞名的料理之一。一般來說，越南料理的口味比較濃厚，添加許多調味品。越南人的飲食習慣上，一般不太喜歡油膩的口味，而且長期搭配生菜、

沾醬料食用。因此越南的醬料發展也相當地多元豐富，其中越南最特色的醬料是 nước mắm（魚露），魚露能在經過不同的調味方式之後，變成許多不同的口味。在越南，依氣候、自然環境、文化的不同，造就了不同地區皆具有不同的口味及飲食特色。所以越南料理的豐富與特色自然不在話下。以下列出越南北、中、南部的特色和代表菜餚。

● 北部口味偏向鹹味、濃厚、不會很辣、色彩較多半偏鮮艷的料理傾向。北部料理的醬料主要是採用清淡的魚露或 mắm tôm（蝦醬）。

BP06-02-14
NP06-02-14

phở bò
n. 牛肉河粉

南 **chả giò** / 北 **nem rán**
n. 炸春捲

bún đậu mắm tôm
n. 豆腐蝦醬米線

bún chả
n. 烤肉米線

bún mọc
n. 貢丸米線

bún thang
n. 什錦絲湯米線

bún ốc
n. 田螺米線

chả cá Lã Vọng
n. 呂望黃薑炸魚米線

bánh cuốn
n. 蒸粉捲

phở cuốn
n. 河粉捲

cốm
n. 綠扁米

bánh đậu xanh
n. 綠豆糕

- 中越的口味比較濃厚，口味偏辣味及鹹味，菜餚的色彩主要偏向紅色和深棕色。常搭配中越知名的 *mắm tôm chua*（酸蝦醬）和 *mắm ruốc*（蝦醬泥）一同食用。由於順化是越南的古都，所以料理多半帶有皇家的風味，做法相當地考究，菜色亦呈現多彩的一面。

bún bò Huế
n. 順化牛肉米線

bánh bột lọc
n. 包蝦水晶餃

bánh bèo
n. 浮萍粿

bánh nậm
n. 肉蝦粿

cơm hến
n. 順化蜆飯

cao lầu
n. 會安高樓麵

mì quảng
n. 廣麵

bánh tráng hai đầu da
n. 峴港豬肉薄餅

nem nướng
n. 烤豬肉丸

bánh canh chả cá
n. 越式魚板米苔目

bánh căn
n. 烤粿

bánh đập
n. 打餅

bánh xèo miền Trung
n. 中部脆皮煎餅

bún cá dầm
n. 魚肉米線

mè xửng
n. 順化芝麻軟糖

● 南部的料理受到華人、柬埔寨人的影響較深，所以口味偏向酸甜，食物裡常加糖和 nước cốt dừa（椰奶）調味。南部淡水海產比較多且豐富，所以有無數各種各樣的 mắm（魚醬）和 khô cá（魚乾）。另外，南部的田地廣闊且肥沃，故能取得不少的野生食材，田鼠、蛇、鳥、青蛙等許多鄉野間的野生動物也變成了下鍋必備的食材之一。

BP06-02-16
NP06-02-16

cơm tấm
n. 排骨碎米飯

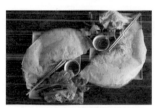

bánh xèo
n. 越式煎餅

bánh mì
n. 越南法國麵包

gỏi cuốn
n. 生春捲

hủ tiếu Nam Vang
n. 金邊粿條

canh chua cá
n. 酸魚湯

bánh khọt
n. 小圓炸蝦餅

bún riêu
n. 田蟹米線

gà xé phay
n. 涼拌雞肉

bún mắm
n. 魚醬米線

lẩu mắm
n. 魚醬火鍋

cơm cháy kho quẹt
n. 魚露醬鍋巴飯

cá tai tượng chiên xù
n. 酥炸象耳魚

cá lóc nướng trui
n. 烤鱧魚

bánh pía
n. 榴槤餅

bánh da lợn
n. 香蘭糕

kẹo dừa
n. 椰子糖

các loại mắm
n. 各種魚醬

常見的其他越南路邊小吃 BP06-02-17
NP06-02-17

bánh tráng trộn
n. 現拌米紙

bánh tráng nướng
n. 烤米紙

bò bía
n. 潤餅捲

cá viên chiên
n. 炸魚丸

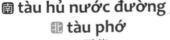

南 **tàu hủ nước đường /**
北 **tàu phớ**
n. 豆花

bột chiên
n. 蘿蔔糕煎蛋

chuối nướng
n. 烤芭蕉

chuối chiên
n. 酥皮炸芭蕉

chuối nếp nướng
n. 烤糯米包芭蕉

phá lấu
n. 滷味

bắp xào
n. 玉米炒蝦米

南 **hột vịt lộn /**
北 **trứng vịt lộn**
n. 鴨仔蛋

你知道嗎？

越南的麵食種類，有什麼不一樣？

🎧 BP06-02-18
NP06-02-18

越南有很多麵類。我們來認識以下越南常見的麵類。

● bún：米粉。外觀為乳白色、麵條斷面為圓形，吃起來口感比較軟。越南的 bún 與台灣的不一樣，可以直接生吃，不必先用熱水煮過。

● bánh canh：米苔目。外觀為乳白色、麵條斷面為圓形。外觀及口感雖然比較像 bún，但跟 bún 比起來，相對比較大條一點。

● hủ tiếu：粿條。外觀為微透明的乳白色、麵條斷面為正方形，吃起來口感比較脆。平常是乾硬的，要吃的時候，才會煮熟。

● phở：河粉。外觀為乳白色、麵條斷面為方形，吃起來口感比較軟。

Mì、bún、hủ tiếu 有時可分湯的和乾的。若你想點湯的，就把「nước」字放在麵類名稱後面；反之，想吃乾的時就將「khô」字加在麵類名稱後面即可。

這些麵類的菜也常搭配 rau sống（生菜）吃，如果不想吃生的，可以請服務生幫先燙過做成 rau trụng（燙青菜）再食用。

Cho tôi một tô hủ tiếu khô và một tô hủ tiếu nước. À, tôi không ăn rau sống, cho tôi một dĩa rau trụng.
請給我一碗乾粿條和一碗湯粿條。對了，我不吃生菜，請給我一盤燙青菜。

Chương 3

Tiệm thức uống 飲料店

這些應該怎麼說？

飲料的種類

BP06-03-01
NP06-03-01

茶類

❶ **trà bạc hà** n. 薄荷茶

❷ **trà hoa cúc** n. 甘菊茶

❸ **trà hoa oải hương** n. 薰衣草茶

❹ **hồng trà / trà đen** n. 紅茶

❺ **trà atiso đỏ / trà hibiscus** n. 洛神花茶

❻ **trà xanh** n. 綠茶

❼ **trà Ô Long** n. 烏龍茶

❽ **trà thảo mộc** n. 草本茶

❾ **trà sữa** n. 奶茶

果汁類

❿ 南 **nước ép (trái cây) /**
北 **nước ép (hoa quả)** n. 果汁

⓫ **sinh tố** n. 冰沙

● **sữa đu đủ** n. 木瓜牛奶

● **nước khế ngâm** n. 楊桃汁

● **nước dưa hấu** n. 西瓜汁

● **nước dừa** n. 椰子汁

Tips 生活小常識：越南果汁

越南是一個熱帶國家，因此水果的盛產也相當豐富。在越南除了生吃水果之外，也常用水果製作成 nước ép（（果）汁）或 sinh tố（冰沙）。那麼，如果在越南想用越南語表達要喝某一種果汁或冰沙時，一般直接將水果名放在 nước ép 或 sinh tố 的後面就可以了。

Cho **tôi** một ly **nước ép táo** và một ly **sinh tố dâu tây**.
請給我一杯蘋果汁和一杯草莓冰沙。

在飲料店會做什麼呢？

★★★
01 點飲料

kích cỡ ly 杯型大小

BP06-03-02
NP06-03-02

Tiệm trà sữa（飲料店）的杯型可分成 ❶ to / lớn（大）、❷ vừa（中）、❸ nhỏ（小）三種，依據消費者點購的飲料冷熱而不同，店員也會用不同的杯子盛裝飲料，如果消費者點的是 thức uống nóng（熱飲），店員會貼心地用熱飲杯盛裝，並加上 nắp（蓋子），消費者握杯時，才不易燙手；反之，消費者點購 thức uống lạnh（冷飲）時，店員則會

使用冷飲杯盛裝，並且提供 ống hút（吸管），方便消費者飲用。另外，店員也提供 túi（提袋）方便客人手提移動。

độ ngọt 飲料甜度

BP06-03-03
NP06-03-03

台灣的 tiệm thức uống（飲料店）販賣的飲料甜度都分成五種：

❶ đường bình thường 正常糖

❷ đường vừa 少糖

❸ nửa đường 半糖

❹ ít đường 微糖

❺ không đường 無糖

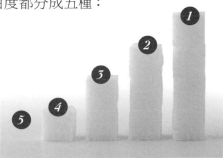

在越南，幾乎都是直接講「數字＋ phần trăm (%)」來表示飲料的甜度。

lượng đá 冰塊量

台灣的 tiệm thức uống（飲料店）販賣的飲料冰塊量可分成四種：

1 đá bình thường 正常冰塊量

2 đá vừa 少冰

3 nửa đá 半冰

4 ít đá 微冰

5 không đá 去冰

6 thêm đá 加冰

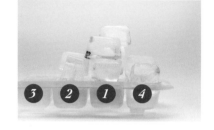

Xin hỏi, **anh muốn đường đá thế nào?** - Tôi muốn **ít đường, đá bình thường.**
請問你的冰塊要怎麼加？－ 我要微糖正常冰。

在越南，幾乎都是直接講「數字＋ phần trăm (%)」來表示飲料的冰塊量。

飲料裡的配料有哪些？

thạch dừa
n. 椰果

**南 bánh flan /
北 bánh caramel /
bánh pudding**
n. 布丁

trân châu
n. 粉圓（珍珠）

sương sáo
n. 仙草

đậu đỏ
n. 紅豆

南 rau câu / 北 thạch
n. 果凍；寒天

**thạch aiyu /
thạch bông cỏ**
n. 愛玉

nha đam / lô hội
n. 蘆薈

trân châu khoai môn
n. 芋圓

在飲料店購買飲料時，常用的基本對話

Nhân viên: Xin chào, anh muốn uống gì ạ?
店員：您好，請問您需要喝什麼呢？

Khách hàng: Tôi muốn một ly trà xanh lớn, thêm nha đam và trân châu.
顧客：我要一杯大杯的綠茶加蘆薈和珍珠。

Nhân viên: Xin hỏi anh muốn trân châu to hay nhỏ?
店員：請問你要大珍珠還是小珍珠呢？

Khách hàng: Tôi muốn trân châu lớn. 顧客：我要大珍珠。
Nhân viên: Đường và đá bình thường phải không ạ?
顧客：甜度和冰塊都正常嗎？

Khách hàng: Không đường, không đá. Cảm ơn. 顧客：無糖去冰，謝謝。
Nhân viên: Của anh 30 ngàn ạ. 店員：麻煩您，總共 3 萬盾，謝謝。
Nhân viên: Anh vui lòng chờ một chút ạ. 店員：請稍等。

(5 phút sau...) （5 分鐘後～）

Nhân viên: Xin hỏi, anh cần túi không ạ? 店員：請問你需要袋子嗎？
Khách hàng: Có. 顧客：好啊！
Nhân viên: Đây là trà xanh nha đam và trân châu của anh, còn đây là hóa đơn và tiền thối. Cảm ơn anh, hẹn gặp lại.
店員：這是您的大杯的綠茶加蘆薈和波霸，然後這是您的發票和零錢，謝謝光臨。

Khách hàng: Cảm ơn. 顧客：謝謝。

Tips 生活小常識：越南的路邊飲料

如果把奶茶視為象徵台灣的庶民飲品，那麼在越南與其具有相同地位的，則是 nước mía（甘蔗汁）了。

在越南，街上到處都能夠看到 xe nước mía（甘蔗汁攤）。這種在地又便宜的飲品總是能讓人在大太陽底下瞬間解渴。但即使如此，這些路邊的甘蔗汁攤，衛生方面可能不見得一定有保障。所以有一些有特別衛生處理過的攤位會特別掛上 siêu sạch（超乾淨）這兩個字，好讓客人放心上門消費。如果你看到 siêu sạch 這兩個字時，也許就可以放心的購買了。

除了 nước mía 之外，越南普遍的可以解熱、消暑的路邊攤飲料還有 dừa tắc（金桔椰子汁）、sâm lạnh / nước mát （涼茶）、rong biển（海草涼茶）、trà atiso（洋蓟茶）、trà chanh （檸檬茶）等等。不過這些飲品前前後後都還是曾發生過衛生問題，所以想喝的話，建議還是找值得自己信賴的攤位購買吧！

233

Chương 4

Quán bar 酒吧

BP06-04-01
NP06-04-01

這些應該怎麼說？

酒吧內的擺設

1 (quán) bar   n. 酒吧

2 quầy bar   n. 吧台

3 khu vực trước quầy bar   n. 吧台前區

4 ghế bar   n. 吧台高腳椅

5 ghế sofa / ghế sô-pha   n. 沙發

6 ghế bành   n. 扶手椅

7 gối sofa / gối tựa lưng   n. 靠墊

8 nhân viên pha chế / bartender   n. 調酒師

9 khách   n. 顧客

⑩ quầy pha chế
　　n.（調酒師工作的地方）吧台內

⑪ rượu mạnh n. 烈酒

⑫ giá treo ly n. 置杯架

⑬ thùng đá n. 冰桶

⑭ quầy cocktail n. 雞尾酒工作台

⑮ khay úp ly n.（水杯）滴水板

⑯ máy làm bia tươi n. 生啤酒機

⑰ 南 máy làm nước trái cây /
北 máy làm nước hoa quả
　　n. 鮮果汁機

⑱ máy lọc nước n. 飲水機

⑲ thùng đá n.（雞尾酒旁）冰塊槽

⑳ cốc bia n. 啤酒杯

㉑ ly rượu n. 酒杯

㉒ gạt tàn thuốc n. 菸灰缸

BP06-04-02
NP06-04-02

常見的調酒工具有哪些呢？

❶ 南 muỗng khuấy / 北 thìa khuấy n. 調酒錘匙

❷ 南 muỗng cà phê / 北 thìa cà phê n. 調酒匙

❸ dụng cụ lọc n. 過濾器

❹ bình lắc n. 調酒器

❺ chày dầm pha chế n. 攪拌棒

❻ ly đong / ly định lượng n. 量酒器

7 dụng cụ lọc đá　n. 過濾冰塊器

8 dụng cụ bào vỏ chanh　n. 刮檸檬皮茸刀

9 ly mixing có vạch chia　n. 量酒杯

10 bình lắc cocktail　n. 雞尾酒搖酒杯

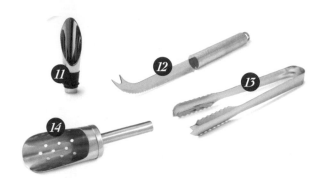

11 đầu rót rượu　n. 酒嘴

12 dao quán bar　n. 酒吧刀

13 dụng cụ gắp đá　n. 冰夾

14 dụng cụ xúc đá　n. 冰鏟

15 dụng cụ vắt chanh　n. 手動搾汁器

16 dụng cụ khui rượu　n. 開瓶器

17 dụng cụ hút chân không rượu

　n. 真空酒瓶塞

18 nút chai rượu　n. 酒瓶塞

在酒吧會做什麼呢？

★★★
01 喝酒

常見的烈酒有哪些呢？

rượu vang
n. 紅酒

rượu champane /sâm-panh/
n. 香檳

rượu gin
n. 琴酒

rượu rum
n. 蘭姆酒

rượu whisky /uýt-ki/
n. 威士忌

rượu cocktail
n. 雞尾酒

rượu brandy
n. 白蘭地

rượu vodka /vốt-ka/
n. 伏特加

rượu tequila /tê-ki-la/
n. 龍舌蘭酒

★ ★ ★
02 朋友聚會

在酒吧裡常做的事有哪些？

 BP06-04-04
NP06-04-04

selfie /
(chụp ảnh) tự sướng
ph. 自拍

bắt chuyện
ph. 搭訕

nâng ly (chúc mừng)
ph. 舉杯（慶祝）

tụ tập bạn bè
ph. 朋友聚會

hát karaoke
ph. 唱 KTV

nhảy
v. 跳舞

越南男人大部分都很喜歡喝酒。在越南語的口語中，喝酒可以說 nhậu。男人們常常去路邊的 quán nhậu（酒館）、nhà hàng（餐廳）喝上一杯，或甚至於可以去更高級一點的 quán bar（酒吧）邊喝酒邊跳舞，開心一下。在 quán nhậu 裡一般大部分都只有提供 rượu đế（越南白酒）和 bia（啤酒）等較簡易的酒品，rượu mạnh（烈酒）在這裡比較少見。

要用越南語喊「乾杯」時，就是 cạn ly 。如果想讓氣氛更活化時，可以說 vô（vô 是「來」的意思，引申就變成「乾杯」。雖然文字寫「vô」，但越南人都會念「dô」）。為了讓大家一起乾杯，一般會有一個帶頭的人先喊 1-2-3（một-hai-ba），然後大家一起喊 vô 後，要再一次碰杯，就只會再講 2-3 vô。通常這個時候氣氛已經很 high 了，所以大家都會大聲地一起喊，整體氛圍會變得更熱鬧。

Chúng ta cạn ly nào! 1-2-3 vô, 2-3 vô.
我們來乾杯吧！ 1-2-3 乾杯，2-3 乾杯。

俗話說「杯底嘸通飼金魚」，氣氛夠 high 時，「呼搭啦」的越南語要怎麼說呢？如果想叫一個人把酒喝乾時，越南語可以說「trăm phần trăm」，這個字是「100%」的意思，延伸之意就是「把酒全部喝乾」的意思。但是每個人的 tửu lượng（酒量）不同，有些人喝一點點就 say（喝醉）了，所以如果一個人酒量不

好或不太會喝時盡量體諒他，不要強求他 trăm phần trăm，可以請他喝小口點淺嚐隨意就好，這時候的可以跟他說 nhấp môi（喝一小口）就行了。

Tửu lượng em không tốt, không cần "trăm phần trăm" với anh, chỉ cần nhấp môi được rồi.
妳的酒量不好，就不用跟我乾杯了，喝一小口意思意思就好了。

喝醉是不太好的事情，喝醉了之後在回程上往往也容易發生各種危險，所以請盡量不要喝太醉。話雖如此，但是越南人喝酒後，都常常開玩笑地把 không say không về（不醉不歸）這句話掛在嘴上，讓喝醉這件事合理化，不過千萬不要把這句玩話笑當真喔！假如真的喝醉了，那需要擔心的事可就多了。

Chúng ta cạn ly chúc mừng sinh nhật anh Nam. Tối nay mọi người không say không về nhé.
我們來乾杯慶祝南哥的生日。今晚大家就不醉不歸囉！

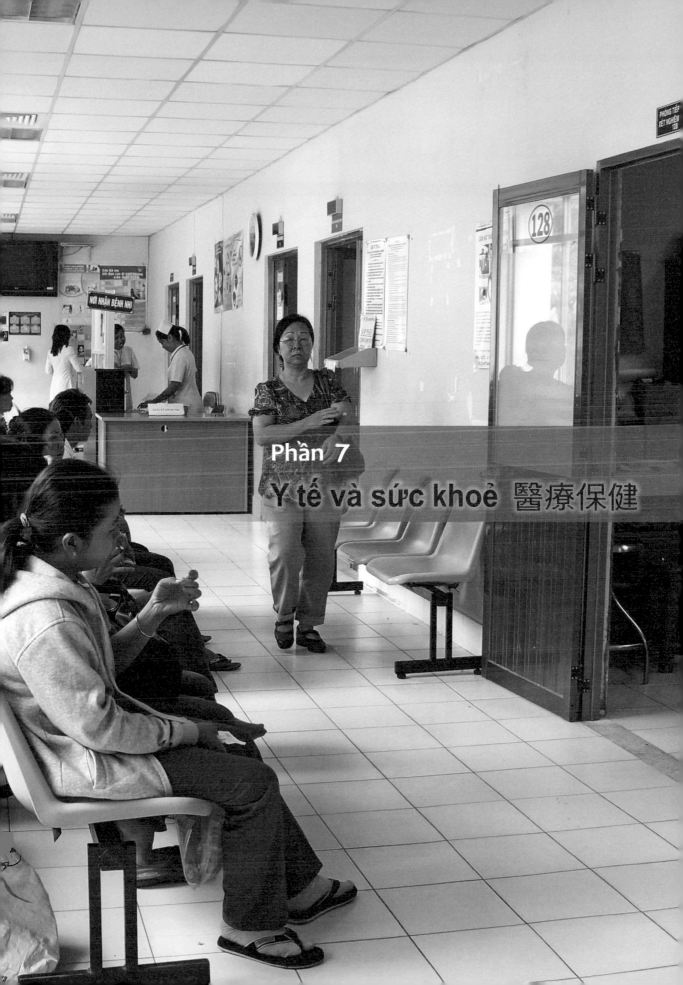

Phần 7
Y tế và sức khoẻ 醫療保健

Chương 1

Bệnh viện 醫院

這些應該怎麼說？

BP07-01-01
NP07-01-01

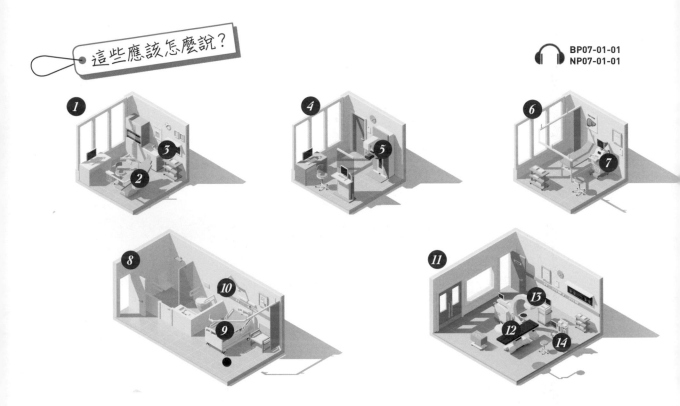

醫院各科的擺設　貼心小提醒

更多與健康及外傷相關的內容，請翻閱第 123 頁 — P03-03-01【保健室】。

● **nha khoa** 牙科
- ❶ **phòng nha** n. 牙科診間
- ❷ **ghế nha khoa** n. 牙科躺椅
- ❸ **đèn đọc phim X-quang** n. X 光觀片箱

● **nhũ khoa** 乳房外科
- ❹ **phòng chụp nhũ ảnh** n. 乳房攝影室
- ❺ **máy X-quang nhũ ảnh /** **máy chụp nhũ ảnh** n. 乳房攝影儀器

● **khoa phụ sản** 婦產科
- ❻ **phòng siêu âm** n. 超音波室
- ❼ **máy siêu âm** n. 超音波儀器

● **khoa tim mạch** 心臟科
- ❽ **phòng bệnh** n. 病房
- ❾ **giường bệnh** n. 病床
- ❿ **máy theo dõi nhịp tim** n. 生理監測器

• khoa ngoại tổng quát 一般外科

⑪ **phòng phẫu thuật** n. 手術室

⑫ **bàn phẫu thuật** n. 手術台

⑬ **máy quét X-quang** n. X 光掃描器

⑭ **máy gây mê** n. 麻醉器

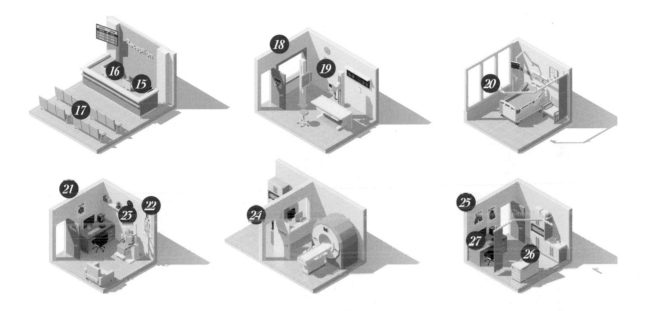

• quầy tiếp nhận 櫃檯

⑮ **quầy thanh toán** n. 出納櫃檯

⑯ **quầy đăng ký** n. 掛號櫃檯

⑰ **khu vực chờ** n. 等候區

• khoa xạ trị 放射科

⑱ **phòng xạ trị** n. 放射室

⑲ **máy chụp X-quang**
　　n. X 光攝影儀器

• khoa hồi sức tích cực
加護病房

⑳ **phòng hồi sức** n. 恢復室

• khoa mắt / nhãn khoa 眼科

㉑ **phòng khám mắt** n. 眼科診間

㉒ **bảng đo thị lực** n. 視力表

㉓ **máy đo thị lực** n. 驗光儀

• phòng chụp cộng hưởng từ
核磁共振造影室

㉔ **phòng chụp cộng hưởng từ**
　　n. 核磁共振造影室

• khoa nội tổng quát 一般內科

㉕ **phòng khám** n. 診間

㉖ **giường khám bệnh** n. 診療台

㉗ **bàn làm việc** n. 工作桌

貼心小提醒 這組單字屬越南醫療體系之編制。

★ ★ ★
01 健康檢查

醫院裡常出現的人物

 BP07-01-02
NP07-01-02

bác sĩ
n. 醫師

y tá
n. 護士、護理師

nhân viên cấp cứu
n. 急救人員

nhân viên xét nghiệm
n. 醫檢師

kỹ thuật viên X-quang
n. 放射師

dược sĩ
n. 藥師

一般健檢項目有哪些？

 BP07-01-03
NP07-01-03

đo chiều cao
ph. 量身高

đo cân nặng
ph. 量體重

đo vòng eo
ph. 量腰圍

đo huyết áp
ph. 量血壓

đo nhiệt độ
ph. 量體溫

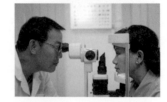

đo thị lực / đo mắt
ph. 檢查視力

lấy máu
ph. 抽血

đo đường huyết
ph. 測血糖

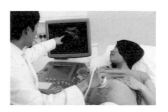

siêu âm
v. 超音波檢查

chụp X-quang
ph. X光檢查

chụp CT /xi-ti/
chụp cắt lớp
ph. 電腦斷層掃描

đo điện tim
ph. 照心電圖

nội soi
v. 做內視鏡

**xét nghiệm phân
và nước tiểu**
ph. 檢驗糞便和小便檢體

xét nghiệm sinh thiết
ph. 活體組織切片檢查

Tips 生活小常識：看病篇

去醫院 khám bệnh （看病）的時候要先 lấy số （掛號）再看病。由於越南人不是每個人都有 bảo hiểm y tế （健保），所以掛號的時候櫃檯人員會問你有沒有 bảo hiểm y tế，如果有的話，診金就能算便宜一點囉！櫃檯人員會給你一本 sổ khám bệnh （病歷表），患者必須要先填寫自己的個人資料，看病的時候醫生會加寫病況在表上。醫生看了你的病可能會指示你去 xét nghiệm máu / thử máu （驗血）、chụp X-quang（照X光）等檢查後，才能診斷得出來結果。如果醫生可以馬上判斷出來，就會把你的病況立刻寫在

sổ khám bệnh 上面，並診斷出看你是否需要 nhập viện （住院）或是 kê toa / kê đơn thuốc （開藥）給你就好。醫生開藥之後，你就自己去 nhà thuốc （藥局）買藥，不過越南跟台灣有點不一樣的是，去藥房是買藥，不是領藥喔！所以拿藥當然是要另外付費給藥局哦！

除了一般的看病方式叫做 khám thường 之外，還有另一種服務比較好，不需花太多等候時間的看診模式，稱為 khám dịch vụ 或 khám theo yêu cầu。當然，打消時間成本的同時，費用自然也比 khám thường 來得較高，這種服務的差別只在時間，醫生技術都是一樣的。

Nếu bạn muốn tiết kiệm thời gian **khám bệnh**, bạn có thể chọn dịch vụ **khám dịch vụ**.
如果你想省時間看病，可以選擇特別門診服務。

★★★
02 醫院各科及相關疾病

● khoa tai mũi họng 耳鼻喉科

BP07-01-04
NP07-01-04

1. **sổ mũi** n. 流鼻涕
2. **viêm xoang** n. 鼻竇炎
3. **viêm mũi dị ứng** n. 鼻子過敏
4. **lệch vách ngăn mũi** n. 鼻中膈彎曲
5. **ung thư vòm họng** n. 鼻咽癌
6. **viêm a-mi-đan** n. 扁桃腺炎
7. **viêm khí quản** n. 氣管炎
8. **viêm tai giữa** n. 中耳炎

● khoa mắt 眼科

BP07-01-05
NP07-01-05

1. **cận thị** n. 近視
2. **viễn thị** n. 遠視
3. **loạn thị** n. 亂視
4. **lão thị** n. 老花眼
5. **khô mắt** n. 乾眼症
6. **đau mắt đỏ / viêm kết mạc** n. 結膜炎
7. **tăng nhãn áp** n. 青光眼
8. **đục thủy tinh thể** n. 白內障

● khoa hô hấp 胸腔內科

BP07-01-06
NP07-01-06

1. **cảm** n. 感冒
2. **ho** n. 咳嗽
3. **hen suyễn** n. 氣喘
4. **viêm phế quản** n. 支氣管炎
5. **viêm phổi** n. 肺炎
6. **ung thư phổi** n. 肺癌

● khoa tim mạch 心臟科

BP07-01-07
NP07-01-07

1. đau tim / nhồi máu cơ tim
   n. 心肌梗塞
2. suy tim   n. 心臟衰竭
3. cao huyết áp   n. 高血壓
4. thiếu máu cơ tim   n. 缺血性心臟病
5. hẹp van 2 lá   n. 二尖瓣狹窄
6. hở van 2 lá   n. 二尖瓣閉鎖不全
7. xơ vữa động mạch   n. 動脈硬化
8. tai biến mạch máu não /
   đột quỵ / trúng gió   n. 中風

● khoa tiêu hóa 腸胃科

BP07-01-08
NP07-01-08

1. xơ gan   n. 肝硬化
2. ung thư gan   n. 肝癌
3. đau dạ dày / đau bao tử   n. 胃痛
4. viêm loét dạ dày   n. 胃潰瘍
5. ung thư dạ dày   n. 胃癌
6. viêm tụy   n. 胰腺炎
7. viêm ruột thừa / đau ruột thừa
   n. 盲腸炎
8. viêm đại tràng   n. 大腸炎
9. trào ngược dạ dày   n. 胃食道逆流
10. đầy hơi / chướng bụng
    n. 消化不良
11. ợ chua   n. 胃灼熱
12. 南 muốn ói / 北 buồn nôn   n. 反胃
13. tiêu chảy   n. 腹瀉
14. táo bón   n. 便秘
15. trĩ   n. 痔瘡

● khoa tiết niệu 泌尿科

BP07-01-09
NP07-01-09

1. sỏi thận   n. 腎結石
2. suy thận   n. 腎功能衰竭
3. sỏi mật   n. 膽結石
4. tiểu buốt   n. 排尿困難
5. viêm bàng quang   n. 膀胱炎

● nam khoa 男性機能科

BP07-01-10
NP07-01-10

1. viêm tuyến tiền liệt   n. 前列腺炎
2. ung thư tuyến tiền liệt
   n. 前列腺癌
3. viêm tinh hoàn   n. 睪丸炎
4. ung thư tinh hoàn   n. 睪丸癌
5. di tinh   n. 滑精
6. mộng tinh   n. 夢遺
7. xuất tinh sớm   n. 早洩
8. yếu sinh lý   n. 性功能低下
9. liệt dương   n. 陽痿
10. hẹp bao quy đầu   n. 包莖、包皮過長

貼心小提醒 上述兩科的內容在臺灣都是泌尿科司掌的治療範圍，但在越南是分開的。

● khoa nội tiết 內分泌科

BP07-01-11
NP07-01-11

1. tiểu đường / đái tháo đường
   n. 糖尿病
2. suy giáp   n. 甲狀腺機能低下症
3. cường giáp   n. 甲狀腺機能亢進症

4. **suy tuyến thượng thận** n. 腎上腺機能不足

5. **suy tuyến yên** n. 垂體低能症

● khoa cơ xương khớp 骨科

BP07-01-12
NP07-01-12

1. **gãy xương** n. 骨折
2. **loãng xương** n. 骨質疏鬆
3. **gai cột sống** n. 頸椎病
4. **viêm khớp** n. 關節炎
5. **thấp khớp** n. 風濕
6. **gút / gout** n. 痛風
7. **thoát vị đĩa đệm** n. 椎間盤突出
8. **đau thần kinh tọa** n. 坐骨神經痛

● khoa da liễu 皮膚科

BP07-01-13
NP07-01-13

1. 南 **phỏng** / 北 **bỏng** adj. 燙到
2. **mụn** n. 痘痘
3. **viêm da** n. 皮膚炎
4. **nấm da** n. 皮癬菌
5. **ung thư da** n. 皮膚癌
6. **dị ứng** n. 過敏
7. **nổi mề đay** n. 蕁麻疹
8. **vảy nến** n. 牛皮癬
9. **ghẻ** n. 疥瘡
10. **nấm móng** n. 灰指甲

● khoa thần kinh 神經內科

BP07-01-14
NP07-01-14

1. **đau đầu / nhức đầu** n. 頭痛
2. **đau nửa đầu** n. 偏頭痛
3. **chấn thương sọ não** n. 創傷性腦損傷
4. **bệnh tâm thần** n. 神經病
5. **tâm thần phân liệt** n. 神經分裂症
6. **trầm cảm** n. 憂鬱症
7. **tự kỷ** n. 自閉症
8. **bệnh Alzheimer** n. 老年癡呆症、阿茲海默症
9. **bệnh Parkinson** n. 帕金森氏症
10. **động kinh** n. 癲癇
11. **rối loạn tiền đình** n. 梅尼爾氏症
12. **bệnh ra mồ hôi tay chân / bệnh phong thấp** n. 風濕

● khoa phụ sản 婦產科

BP07-01-15
NP07-01-15

1. **u xơ tử cung** n. 子宮肌瘤
2. **ung thư tử cung** n. 子宮癌
3. **u nang buồng trứng** n. 卵巢囊腫
4. **viêm âm đạo** n. 陰道炎
5. **viêm cổ tử cung** n. 子宮頸炎
6. **ung thư cổ tử cung** n. 子宮頸癌
7. **rối loạn kinh nguyệt** n. 月經不調
8. **rong kinh** n. 月經過多
9. **vô sinh** n. 不孕症
10. **viêm tuyến vú** n. 乳腺炎
11. **ung thư vú** n. 乳癌

● khoa nhi 小兒科

1. **sởi** n. 麻疹
2. **rôm sảy** n. 痱子
3. **rubella / sởi Đức** n. 德國麻疹
4. 南 **trái rạ** / 北 **thủy đậu** n. 水痘
5. **bệnh tay chân miệng** n. 手足口病
6. **quai bị** n. 流行性腮腺炎

7. **viêm màng não** n. 腦膜炎
8. **bại liệt** n. 小兒麻痺
9. **ho gà** n. 百日咳
10. **sốt xuất huyết** n. 登革熱
11. **bệnh giun sán** n. 蟯蟲
12. **suy dinh dưỡng** n. 營養不良

● khoa truyền nhiễm 感染科

1. **AIDS** /ét/ **/ HIV** /hát-i-vê/ **/ SIDA** /si-da/
   n. 愛滋病
2. **giang mai** n. 梅毒
3. **sùi mào gà** n. 尖銳濕疣
4. **bệnh lậu** n. 淋病
5. **đậu mùa** n. 大花
6. **dịch tả** n. 霍亂
7. **thương hàn** n. 傷寒

8. **uốn ván** n. 破傷風
9. **bệnh dại** n. 狂犬病
10. **dịch hạch** n. 鼠疫
11. **lao** n. 結核病
12. **cúm** n. 流感
13. **sốt rét** n. 瘧疾
14. **sốt phát ban** n. 玫瑰疹
15. **viêm gan siêu vi B** n. B 型肝炎

● khoa dinh dưỡng 營養科

1. **béo phì** n. 肥胖症

2. **mỡ trong máu** n. 高血脂

● khoa chấn thương chỉnh hình 矯形外科
● khoa phục hồi chức năng 物理治療科
● khoa gây mê hồi sức 麻醉科
● khoa hồi sức cấp cứu 急診
● khoa miễn dịch 免疫學科

Tips 小提醒：生病的說法

越南語中，如果你想說你罹患某種疾病，就把
「bị」加在病或症狀的名稱前面。

Tôi vừa đi khám bệnh, bác sĩ nói tôi **bị** béo phì
nên **tôi** phải giảm cân.
我剛去看病，醫生說我得了肥胖症所以我必要
減肥。

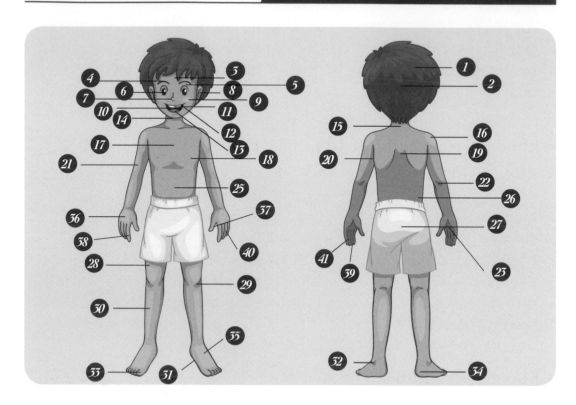

1. **đầu** n. 頭
2. **tóc** n. 頭髮
3. **trán** n. 額頭
4. **chân mày /**
   lông mày n. 眉毛
5. **lông mi** n. 睫毛
6. **mắt** n. 眼睛
7. **(lỗ) mũi** n. 鼻子
8. **(lỗ) tai** n. 耳朵
9. **má** n. 臉頰
10. **miệng** n. 嘴巴
11. **răng** n. 牙齒
12. **môi** n. 嘴唇
13. **lưỡi** n. 舌頭
14. **cằm** n. 下巴

15. **cổ** n. 脖子
16. **vai** n. 肩膀
17. **ngực** n. 胸部
18. **núm vú** n. 乳頭
19. **lưng** n. 背
20. **nách** n. 腋窩
21. **cánh tay** n. 手臂
22. **khuỷu tay** n. 手肘
23. **bàn tay** n. 手掌
24. **ngón tay** n. 手指
25. **bụng** n. 肚子
26. **eo** n. 腰
27. **mông / đít** n. 屁股
28. **đùi** n. 大腿
29. **chân** n. 腳

30. **đầu gối** n. 膝蓋
51. **bàn chân** n. 腳底
52. **mắt cá (chân)** n. 腳踝
53. **gót chân** n. 腳跟
54. **ngón chân** n. 腳趾
55. **mu bàn chân** n. 腳背
56. **mu bàn tay** n. 手背
57. **ngón cái** n. 拇指
58. **ngón trỏ** n. 食指
59. **ngón giữa** n. 中指
40. **ngón áp út /**
    ngón đeo nhẫn /
    ngón vô danh
    n. 無名指
41. **ngón út** n. 小指

BP07-01-20
NP07-01-20

Tips 跟身體上的部分有關的慣用語

● bắt cá hai tay：字面上的意思有兩種解釋：
（1）bắt cá 是動詞，「賭博」的意思。所
以是正反兩邊都下注，開哪邊都能贏；（2）
cá 是名詞，是「魚」的意思，bắt cá 是抓魚，
即兩隻手各抓一條魚。這句比喻為了能得到
更多保證而同時兼顧兩件事情（一般用於男
女的情感之間）。相當於中文的「腳踏兩條
船」或「劈腿」。

Dù anh ấy đẹp trai, nhà giàu nhưng là người "**bắt cá hai tay**" thì cũng không đáng
để yêu.

他雖然長得帥、又富有，但若是個會腳踏兩條船的人，那也不值得愛。

● bó tay：手被綁起來。相當於中文的「無
可奈何」、「束手無策」的意思。
Ông ấy bị bệnh ung thư giai đoạn cuối, đến
bác sĩ giỏi nhất cũng **bó tay** rồi.
他罹患了癌症末期，連最厲害的醫生也
無可奈何了。

● nước đến chân mới nhảy：等水淹到腳
的時候才跳起來。指等事情都已經快發生
了才有所反應。相似於中文的「平時不燒
香、臨時抱佛腳」或「火燒眉毛」。
Đừng đợi **nước đến chân mới nhảy**, có
thời gian rảnh thì từ từ viết luận văn đi.
別臨時才抱佛腳了，有空就慢慢寫論文
吧。

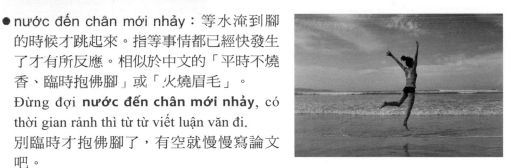

● vạch áo cho người xem lưng：把上衣脫下來給人家看
背部。意指把自己或是內部的人的短處讓外人知情。相
當於中文的「家醜外揚」、「自曝其短」。
Chuyện gia đình anh thì để người trong nhà biết thôi, chứ
đừng **vạch áo cho người xem lưng**.
你家裡的事自家人知道就好，不要跟外人講家醜外揚。

● **kỳ đà cản mũi**：擋路（擋在鼻子前）的
巨蜥。比喻礙事的人，相當於中文的「電
燈泡」意思。
**Họ đi hẹn hò mày theo để làm kỳ đà cản
mũi à?**
他們去約會，你跟著去當電燈泡幹嘛？

● **nước đổ đầu vịt**：把水倒在鴨頭上。就
像把水倒在鴨子的頭上一樣，完全不會
淋濕牠的羽毛。比喻對某人苦言相勸但
他完全不聽。相當於中文的「充耳不聞」
或「馬耳東風」。也有聽了勸戒或責備
的話語後，表現出一付毫不在意，不痛
不癢的模樣的意思。

● **đàn gảy tai trâu**：在水牛的耳邊彈琴。即
等同中文的「對牛彈琴」。

● **mặt dày**：臉皮很厚。即指人不要臉也不會
感到羞恥。相當於中文的「厚臉皮」。

● **hai mặt**：兩張臉。即指人表面對人親和友
善，但私底下卻險惡地道人是非。相當於中
文的「雙面人」。

● **lật mặt**：把臉反過來。即指人轉變成不友善
的態度。相當於中文的「翻臉」。

● **chống lưng**：撐著背部。比喻有權有勢的人在後面幫忙，相當於中文的「有
靠山」。
**Cô diễn viên ấy có đại gia chống lưng, hèn chi mặc dù diễn xuất kém nhưng bộ
phim nào cô ấy cũng đóng vai chính.**
那位女演員有富翁在背後做靠山，難怪演技差卻又每一部電影都可以當女主角。

● **đầu voi đuôi chuột**：大象的頭，老鼠的尾巴。比喻人做事一開始時就像大象
的頭一樣氣勢如虹，結果收尾時卻像老鼠尾巴一樣隨隨便便。相當於中文的
「虎頭蛇尾」、「雷聲大，雨點小」。

★★★
04 內臟

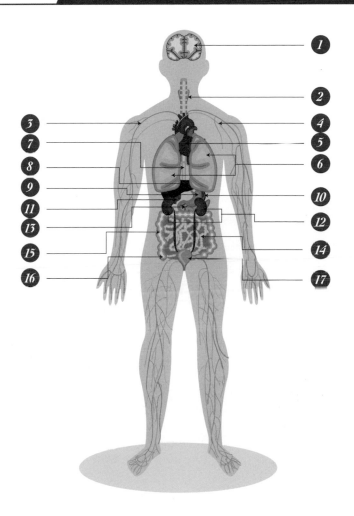

1 **não**   n. 腦

2 **cổ họng / yết hầu**   n. 喉嚨

3 **động mạch**   n. 動脈

4 **tĩnh mạch**   n. 靜脈

5 **tim**   n. 心臟

6 **phổi**   n. 肺臟

7 **thực quản**   n. 食道

8 **gan**   n. 肝臟

9 **dạ dày / bao tử**   n. 胃

10 **lá lách**   n. 脾臟

11 **túi mật**   n. 膽

12 **thận**   n. 腎臟

13 **tuyến tụy**   n. 胰臟

14 **ruột non**   n. 小腸

15 **ruột già**   n. 大腸

16 **ruột thừa**   n. 盲腸

17 **bàng quang**   n. 膀胱

Tips 跟內臟有關的慣用語

- **bụng làm dạ chịu**：人吃什麼胃就得接受什麼。比喻人做了什麼，就要自己承擔後果。相當於中文的「自作自受」。
  Bụng làm dạ chịu, còn than vãn gì nữa?
  這是你自作自受，還有什麼好抱怨的？

- **máu chảy ruột mềm**：血流通，腸子就軟。血與腸的關係緊緊相連，就像每位家人之間的關係一樣。故比喻家人之間關係親密，當有家人出事時，其他人也會跟著坐立不安。親情濃厚的部分意思相似於中文的「血濃於水」。

- **đi guốc trong bụng**：穿木屐走在肚子裡。比喻看透別人的想法。相似的中文為「是…肚子裡面的迴蟲」。
  Anh đừng tưởng **tôi** không biết **anh** đã làm gì, **tôi đi guốc trong bụng** anh.
  我是你肚子裡的迴蟲，你別以為我不知道你做了什麼！

- **suy bụng ta ra bụng người**：以自己的心理來判斷別人的心。指一個人以主觀的想法或修為來判斷他人的想法或行為，通常帶有負面語義。
  Tôi không bao giờ nói dối, **anh** đừng suy **bụng ta ra bụng người**.
  我永遠不說謊的，別將你的思維邏輯套在我身上。

- **ngậm máu phun người**：含血噴人。比喻造謠中傷他人。與中文的「含血噴人」完全相同。

- **não phẳng**：平面腦袋。由於腦面通常是崎嶇不平的，所以如果腦面是平的，代表這個人不聰明。所以 não phẳng 是比喻「沒有腦袋」、「無腦」的意思。

- **có tâm**：有心。即指「用心」，做事很細膩、貼心的意思。
  Muốn lấy lòng bạn gái thì phải chụp hình **"có tâm"**, không được qua loa.
  想要討女朋友的歡心，就要為她用心拍照，別敷衍了事。（因時下越南女性普遍喜好拍照文化，甚至於男性是否能幫忙拍照這件事，都能影響她們是否對一名男性產生好感。故衍生此例句。）

- **đứt ruột (đứt gan)**：腸子（和肝）斷掉。比喻很痛苦的情況。相當於中文的「肝腸寸斷」。

- **thứ bảy máu chảy về tim**：週六時血往心（臟）流。這句是常用開玩笑的話，意思是說人們工作整個禮拜後已經很累了，週末就應該好好休息放鬆，享受歡愉的假日生活。

- **có gan**：有肝。即指「有膽子」的意思。越南語跟中文不同，以「肝」來表示膽量。

★★★ 05 手術房

BP07-01-23
NP07-01-23

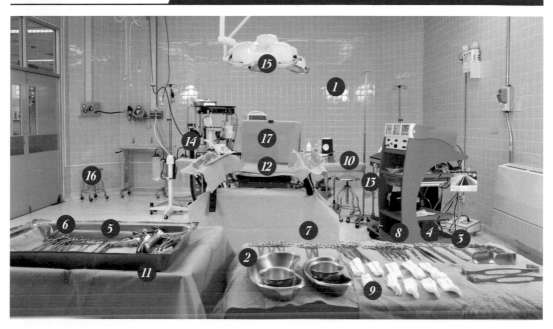

❶ **phòng phẫu thuật / phòng mổ**
n. 開刀房

❷ **dụng cụ phẫu thuật**　n. 手術器械組

❸ **kẹp cầm máu**　n. 止血鑷

❹ **kéo cắt chỉ phẫu thuật**　n. 縫合剪刀

❺ **dao phẫu thuật / dao mổ**　n. 于術刀

❻ **kéo phẫu thuật**　n. 手術剪

❼ **nhíp phẫu thuật**　n. 手術鑷

❽ **kẹp khăn mổ**　n. 布巾鉗

❾ **gạc**　n. 紗布

❿ **giá đựng dụng cụ phẫu thuật**
n. 器械架

⓫ **khay đựng dụng cụ phẫu thuật**
n. 器械盤

⓬ **bàn phẫu thuật / bàn mổ**　n. 手術台

⓭ **máy khử rung tim**　n. 心臟電擊器

⓮ **máy gây mê**　n. 麻醉器

⓯ **đèn phẫu thuật / đèn mổ**　n. 手術燈

⓰ **ghế phẫu thuật / ghế mổ**　n. 手術圓凳

⓱ **khăn phẫu thuật**　n. 手術用消毒巾

◀ 進手術房需換上哪些裝備？

BP07-01-24
NP07-01-24

1. 南 **nón phẫu thuật /**
   北 **mũ phẫu thuật**　n. 手術帽

2. **găng tay phẫu thuật**
   n. 手術用手套

3. **khẩu trang**　n. 口罩

4. **áo phẫu thuật**
   n.（綠色）手術衣

源自中國的治療方式有哪些？ BP07-01-25
NP07-01-25

châm cứu
ph. 針灸

giác hơi
ph. 拔罐

cạo gió
ph. 刮痧

bắt mạch
ph. 把脈

bấm huyệt
ph. 按摩穴道

mát-xa / 北 xoa bóp
v. 按摩

在醫院常用的對話

Tại quầy tiếp tân　在服務台

Nhân viên tiếp tân: Xin chào, anh có hẹn trước không?
醫護人員：您好，請問您有預約嗎？

Bệnh nhân: Có, tôi hẹn khám bệnh lúc 2 giờ chiều.
病患：有，我約了下午兩點。

Nhân viên tiếp tân: Xin hỏi anh tên gì?　醫護人員：請問您的大名是？

Bệnh nhân: Tôi tên Trần Văn Minh.　病患：我叫陳文明。

Nhân viên tiếp tân: Anh có bảo hiểm y tế không?
醫護人員：請問您有健保卡嗎？

Bệnh nhân: Có, đây ạ.　病患：有，給你。

Nhân viên tiếp tân: Anh vui lòng ngồi chờ một chút nhé, khi nào đến lượt tôi sẽ gọi anh.
醫護人員：請您坐著稍候一下，輪到您時我就會通知您。

(Ít phút sau)（數分鐘後）
Nhân tiên tiếp tân: Anh Trần Văn Minh, mời anh vào phòng khám bệnh số 2 ạ.
醫護人員：陳文明先生，請您到第二診間。

•••

Tại phòng khám bệnh số 2　在第二診間

Bác sĩ: Xin chào, anh thấy trong người thế nào?　醫生：您好，你哪裡不舒服？
Bệnh nhân: Tôi ho liên tục và có đờm.　病患：我一直咳嗽，喉嚨有痰。
Bác sĩ: Anh bị từ khi nào?　醫生：什麼時候開始的？
Bệnh nhân: Dạ, 2 ngày rồi ạ.　病患：兩天前。
Bác sĩ: Anh há miệng ra tôi xem.　醫生：請張開您的嘴。

(Kiểm tra cổ họng bệnh nhân...)　（檢查喉嚨中～）
Bác sĩ: Anh hít vào thở ra xem nào.　醫生：深呼吸，再吐氣。

(Kiểm tra ngực bệnh nhân...)　（聽病患的胸腔～）
Bác sĩ: Còn có triệu chứng nào khác không?　醫生：還有其他症狀嗎？

Bệnh nhân: Dạ, không.　病患：沒有。
Bác sĩ: Anh có dị ứng thuốc gì không?　醫生：吃樂會過敏嗎？
Bệnh nhân: Tôi bị dị ứng thuốc aspirin. Bệnh tôi thế nào, bác sĩ?
病患：我對阿斯匹靈過敏。我得了什麼病呢？
Bác sĩ: Anh yên tâm, anh chỉ bị viêm họng nhẹ thôi. Tôi sẽ kê đơn thuốc cho anh.　醫生：你放心，你喉嚨稍微發炎而已。我開些藥給你吃就行了。
Bệnh nhân: Tôi có cần kiêng ăn gì không, bác sĩ?
病患：醫生，請問我有什麼東西不能吃嗎？
Bác sĩ: Anh nên hạn chế ăn đồ lạnh và đồ cay. Nhớ uống nhiều nước nhé.　醫生：你要少吃冰和辣的食物。記得多喝水。
Bệnh nhân: Dạ, tôi biết rồi.　病患：好的，我知道了。
Bác sĩ: Anh cầm đơn thuốc ra nhà thuốc mua thuốc nhé. Thuốc uống ngày 3 lần sau bữa ăn.
醫生：你拿著藥單去藥局買藥。每天三餐飯後服用。
Bệnh nhân: Cảm ơn bác sĩ.　病患：謝謝。

Chương 2

Nha khoa 牙科

這些應該怎麼說？

BP07-02-01
NP07-02-01

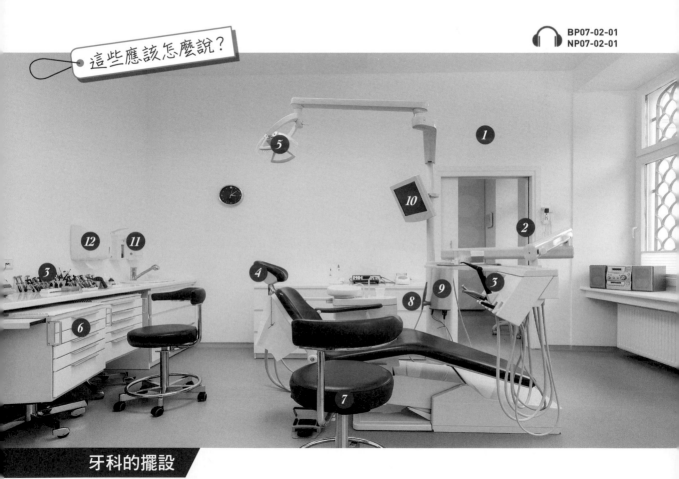

牙科的擺設

1 **phòng khám nha khoa**
n. 牙醫診療間

2 **thiết bị nha khoa**
n. 牙醫診療設備

3 **tay khoan nha khoa**
n. 牙科手機

4 **ghế nha khoa** n. 牙醫躺椅

5 **đèn nha khoa** n. 牙醫照明燈

6 **tủ nha khoa** n. 牙醫櫃

7 **ghế đẩu nha khoa** n. 牙醫圓凳

8 **máy quét nha khoa** n. 牙醫掃描器

9 **máy hút chân không nha khoa**
n. 牙醫真空吸唾器

10 **màn hình** n. 螢幕

11 **máy khử trùng tay** n. 酒精消毒機

12 **khăn giấy lau tay** n. 擦手紙

★★★
01 牙齒檢查／洗牙

常見的潔牙等相關用工具有哪些？

 BP07-02-02
NP07-02-02

bàn chải đánh răng
n. 牙刷

bàn chải (đánh răng) điện tử
n. 電動牙刷

dụng cụ cạo lưỡi
n. 刮舌器

bàn chải kẽ răng
n. 牙間刷

kem đánh răng
n. 牙膏

nước súc miệng
n. 漱口水

chỉ nha khoa
n. 牙線

tăm chỉ
n. 牙線棒

tăm (xỉa răng)
n. 牙籤

máy tăm nước
n. 沖牙機

miếng dán trắng răng
n. 美白牙貼

bút tẩy trắng răng
n. 牙齒美白筆

人的一生中會長兩次牙，分別是長出 răng sữa（乳牙）和 răng vĩnh viễn（恆牙）。嬰兒在出生約 6 個月時，開始長出來的牙齒，稱之為 răng sữa（乳牙），在乳牙階段時， răng hàm trên（上排牙）會長出 10 顆，răng hàm dưới（下排牙）也會長出 10 顆。大約 6 歲之後，răng sữa 會逐漸脫落，脫落之後再長出來的牙齒，就稱之為 răng vĩnh viễn（恆牙），vĩnh viễn 是指「固定的、永久性的」的意思。完整的 răng vĩnh viễn（恆牙）加上 răng khôn（智齒）則上、下排牙齡都會各有 16 顆，所以全口總共會是 32 顆牙。

● răng sữa 乳牙

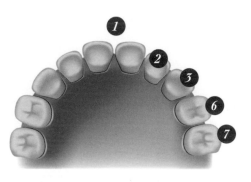

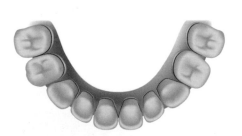

● răng vĩnh viễn 恆牙

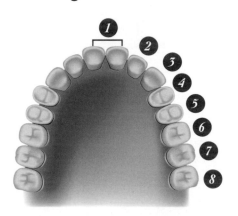

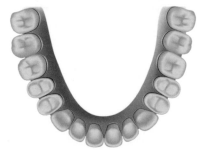

BP07-02-03
NP07-02-03

❶ răng cửa　n. 門牙

❷ răng cửa bên　n. 側門齒

❸ răng nanh　n. 犬齒

❹ răng hàm nhỏ thứ nhất
　n. 第一小臼齒

❺ răng hàm nhỏ thứ hai
　n. 第二小臼齒

❻ răng hàm lớn thứ nhất
　n. 第一大臼齒

❼ răng hàm lớn thứ hai
　n. 第二大臼齒

❽ răng hàm lớn thứ ba
　n. 第三大臼齒

răng khôn
　n. 智齒

Tips　常見的牙齒保健方法有哪些呢？

如果想擁有一口漂亮又健康的牙齒，除了必須養成正確的刷牙習慣之外，每半年至牙科診所做 kiểm tra răng miệng định kỳ（定期口腔檢查）也是非常重要的；為患者檢查牙齒的同時，牙醫師會透過 chụp X-quang răng（照牙齒 X 光）徹底了解患者的牙齒狀況後，再開始為患者進行 lấy cao răng / cạo vôi răng（清潔牙垢），甚至有些貼心的牙醫師還會為患者的牙齒表層塗上 fluor /phờ-lo/（氟化物），其功能為加強防護牙齒對酸性的侵蝕，同時也能降低蛀牙的發生率。

Nha sĩ khuyên nên **kiểm tra răng miệng định kỳ** 6 tháng một lần.
牙科醫師勸導應每半年定期做一次口腔檢查。

★★★
02 治療牙齒疾病

常見的牙齒疾病有哪些？

sâu răng
n. 蛀牙

bệnh nha chu
n. 牙周病

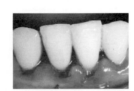

南 **nướu chảy máu** /
北 **lợi chảy máu**
n. 牙齦出血

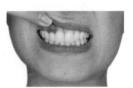

南 **viêm nướu** /
北 **viêm lợi**
n. 牙齦炎

牙套的種類有哪些？

**mắc cài
(niềng răng)**
n. 牙齒矯正器（牙套）

mão răng
n. 牙套

máng bảo vệ hàm
n. 護牙套

cầu răng
n. 牙橋

trám răng
ph. 補牙

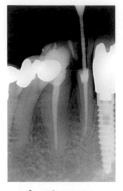

lấy tủy răng
ph. 根管治療

**cạo vôi răng /
lấy cao răng**
ph. 清潔牙垢

nhổ răng
ph. 拔牙

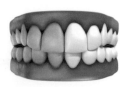

tẩy trắng răng
ph. 牙齒美白

răng giả
n. 活動式假牙

gây tê cục bộ
ph. 局部麻醉

cấy răng / trồng răng
ph. 植牙

niềng răng
ph. 帶牙套

Tips　跟牙齒有關的慣用語

● **lo bò trắng răng**：擔心牛的牙齒會變白。比喻憂心一些沒必要擔心的事。相當於中文的「杞人憂天」。

Nó có năng lực sợ gì không tìm được việc. **Anh đừng lo bò trăng răng** nữa.

他有能力還怕找不到工作嗎？你別再杞人憂天了啦。

看牙醫時常會用到的會話

1. **Răng** tôi **bị buốt khi ăn đồ lạnh.**
我吃冰的東西時，牙齒會感覺到很酸。

2. **Anh có vài cái răng sâu,** tôi **sẽ trám lại cho** anh.
你有幾顆蛀牙，我幫你補一下。

3. **Anh nên dùng chỉ nha khoa sau khi ăn.**
你吃完飯後要用牙線清理。

4. **Nướu của** tôi **thường xuyên bị chảy máu.**
我的牙齦常常會流血。

5. **Răng khôn của** anh **mọc lệch, sẽ ảnh hưởng đến răng bên cạnh. Anh nên nhổ bỏ đi.**
你的智齒長歪了，會影響到旁邊的牙齒。你該把它拔掉。

6. **Thức ăn thường dính vào răng sau khi ăn, rất khó chịu.**
吃完飯後菜渣常卡在牙縫裡，很難過。

7. **Nên đánh răng mỗi ngày tối thiểu 2 lần.**
每天應至少刷牙兩次。

8. **Cạo vôi sẽ hơi đau, anh ráng chịu một chút nhé.**
清潔牙垢時會有一點痛，請你稍微忍耐一下。

9. **Anh há miệng to một chút để** tôi **kiểm tra.**
你嘴巴張大一點讓我檢查。

10. **Xong rồi, anh súc miệng đi.**
好了，你先漱個口。

🎧 BP07-02-08
NP07-02-08

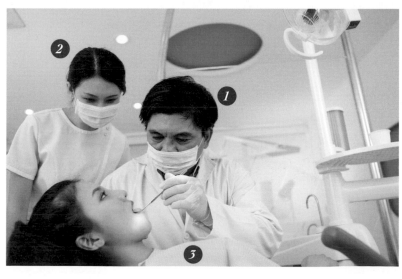

① **nha sĩ**　n. 牙醫師　　**②** **trợ lý nha khoa**　n. 牙科助理　　**③** **bệnh nhân**　n. 患者

Chương 3

Nhà thuốc 藥局

這些應該怎麼說？

BP07-03-01
NP07-03-01

藥局的擺設

① **nhà thuốc (tây) /**
   tiệm thuốc tây n. 藥局

② **dược sĩ** n. 藥劑師

③ **quầy** n. 櫃台

④ **toa thuốc / đơn thuốc** n. 處方籤

⑤ **kệ thuốc** n. 藥櫃

⑥ **thuốc** n. 藥物

⑦ **thực phẩm chức năng**
   n. 保健食品

⑧ **hỏi** v. 詢問

⑨ **tư vấn** v. 諮詢

⚫ **mua thuốc** ph. 買藥

在藥局會做什麼呢？

★★★
01 處方箋

處方箋上常見的資訊有哪些呢？

BP07-03-02
NP07-03-02

PHÒNG KHÁM ĐA KHOA ĐÀI VIỆT
② Phòng khám Đài Việt
③ Địa chỉ: số 5, đường Trung Hoa, Q. 1, Tp.HCM
Khoa: Tai - Mũi - Họng

① ĐƠN THUỐC

④ Họ tên bệnh nhân: Trần Văn Minh
Ngày sinh: ⑤ 24/12/1988
⑥ Địa chỉ: Số 23/54 đường Trần Hưng Đạo, P.7, quận 5, Tp.HCM
Số BHYT: ⑦ 012546257 ⑧ Hạn BHYT:
31/12/2018
⑨ Chẩn đoán: Viêm họng

⑩ 1. Amocillin 500mg   15 viên
⑪ Ngày uống 3 lần, mỗi lần 1 viên (uống sau ăn no)
2. Aspirin   5 viên
Ngày uống 1 lần, mỗi lần 1 viên (uống buổi sáng)
3. Kẹo ho Anti-cough   3 hộp
Ngày ngậm 2-3 viên

⑫ Lời dặn: Uống thuốc theo toa. Không ăn thức ăn lạnh và cay. Ăn nhiều trái cây và uống nhiều nước.
⑬ Tái khám: Ngày 30/04/2018
⑭ Ngày 23 tháng 4 năm 2018
⑮ Bác sĩ
Nguyễn Tuấn Anh

① **toa thuốc / đơn thuốc**
n. 處方箋

② **tên phòng khám** n. 診所名稱
③ **địa chỉ phòng khám**
n. 診所地址
④ **họ tên bệnh nhân** n. 病患姓名
⑤ **ngày sinh** n.（病患）出生日期
⑥ **địa chỉ** n.（病患）地址
⑦ **số bảo hiểm y tế** n. 健保編號
⑧ **hạn bảo hiểm y tế**
n. 健保期限
⑨ **chẩn đoán** n. 診斷
⑩ **tên thuốc** n. 藥名
⑪ **liều dùng** n. 劑量；服用方法
⑫ **lời dặn** n. 注意事項
⑬ **ngày tái khám** n. 回診日期
⑭ **ngày tháng** n. 日期
⑮ **chữ ký bác sĩ kê đơn**
n. 處方醫師簽名

★★★
02 購買成藥

常見的成藥有哪些？

BP07-03-03
NP07-03-03

thuốc cảm
n. 感冒藥

thuốc hạ sốt
n. 退燒藥

thuốc giảm đau
n. 止痛藥

thuốc aspirin
n. 阿斯匹靈

thuốc kháng sinh
n. 抗生素

kẹo ngậm thông cổ
n. 喉糖

si-rô ho
n. 咳嗽糖漿

thuốc đau dạ dày
n. 制酸劑；胃藥

**thuốc ngủ /
thuốc an thần**
n. 安眠藥

thuốc trị tiêu chảy
n. 止瀉藥

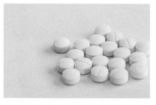

thuốc chống say xe
n. 暈車藥

**thuốc tránh thai /
thuốc ngừa thai**
n. 避孕藥

**thuốc tẩy giun /
thuốc sổ giun**
n. 驅蟲藥

thuốc sát trùng
n. 殺菌劑

 南 **thuốc trị phỏng /**
北 **thuốc trị bỏng**
n. 燙傷藥

🎧 BP07-03-04
NP07-03-04

Tips 跟藥有關的慣用語

● thuốc đắng dã tật：苦藥消解病。比喻指正的話語雖可以幫人指出缺點並導正，但往往卻很難使人聽進耳裡。相當於中文的「良藥苦口」、「忠言逆耳」。

常見的醫療用品和保健食品有哪些？

BP07-03-05
NP07-03-05

vitamin
n. 維他命

dầu cá
n. 魚油膠囊

thuốc bổ sung can-xi
n. 鈣片

viên sủi
n. 發泡錠

nước cốt gà
n. 雞精

nước muối sinh lý
n. 生理食鹽水

thuốc nhỏ mắt
n. 眼藥水

ống hít thông mũi
n. 鼻通劑

thuốc mỡ / thuốc bôi
n. 藥膏

que thử thai
n. 驗孕棒

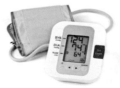

máy đo huyết áp
n. 血壓計

khẩu trang
n. 口罩

Chương 4

Thú y 獸醫

這些應該怎麼說？

BP07-04-01
NP07-04-01

獸醫院的配置

1 **bác sĩ thú y** n. 獸醫

2 **trợ lý thú y** n. 獸醫助理

3 **ống nghe** n. 聽診器、聽筒

4 **thú cưng** n. 寵物

5 **chủ nhân** n.（寵物）主人

6 **chứng chỉ hành nghề thú y** n. 獸醫證明

7 **gấu bông** n. 布娃娃

8 **mèo** n. 貓

9 **râu** n. 鬚

10 **chân trước** n. 前腳

11 **chân sau** n. 後腳

12 **ngón** n. 肉球

13 **móng** n. 爪子

14 **lông** n. 毛

15 **đuôi** n. 尾巴

⑯ bàn khám bệnh   n. 診療台

⑰ đèn soi tai   n. 耳鏡

⑱ kính lúp   n. 放大鏡

⑲ máy khử trùng tay   n. 酒精消毒劑

⑳ khăn lau tay   n. 擦手紙巾

㉑ cân thú y   n. 寵物體重計

㉒ sữa rửa tay   n. 洗手乳

㉓ thép không gỉ   n. 不鏽鋼

在獸醫那裡會做什麼呢？

★★★
01 帶寵物去做檢查、打預防針

常見的檢查有哪些？

BP07-04-02
NP07-04-02

khám sức khỏe
ph. 做健康檢查

kiểm tra tai thú cưng
ph. 檢查寵物耳朵

kiểm tra răng thú cưng
ph. 檢查寵物牙齒

tiêm vắc-xin / chích ngừa
ph. 接種疫苗

đo nhiệt độ thú cưng
ph. 幫寵物量體溫

kiểm tra da và lông thú cưng
ph. 檢查寵物的毛和皮膚

Tips 生活小常識：寵物美容篇

大多數的獸醫院裡，除了幫寵物看診以外，也額外提供了 làm đẹp thú cưng（寵物美容）的服務，像是 tắm（洗澡）、tỉa lông（剪毛）、làm sạch tai（清潔耳朵）和 cắt móng（修剪指甲）等，方便寵物在看診之餘，也能有光鮮亮麗、煥然一新的外在。

Làm đẹp thú cưng định kỳ không những giúp thú cưng của **bạn** thoải mái và sạch sẽ mà còn có thể giúp thú cưng có một sức khỏe tốt.
定期的（寵物）美容不僅能讓你的寵物舒服又乾淨，而且還能保持健康。

★★★
02 治療寵物

▶ 常見的治療有哪些？

 BP07-04-03
NP07-04-03

điều trị ký sinh trùng
ph. 治療心絲蟲

nhỏ thuốc nhỏ mắt diệt khuẩn
ph. 使用抗菌眼藥水

phẫu thuật
v. 做手術

bổ sung dinh dưỡng
ph. 服用營養品

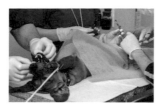

triệt sản
ph. 結紮

làm sạch răng
ph. 洗牙

**vòng chụp cổ /
loa chụp cổ / vòng cổ Elizabeth**
n. 頸護罩

rọ mõm
n. 狗嘴套

lồng
n. 籠子

**dây dắt chó /
dây xích chó**
n. 狗鍊

**thuốc tẩy giun /
thuốc xổ giun**
n. 體內驅蟲藥
thuốc tẩy bọ
n. 體外驅蟲藥

**thuốc tiêu búi lông
cho mèo**
n. 化毛藥

去獸醫院時常常會用到的會話句

1. **Tôi phải dẫn chó của tôi đi thú y.** 我必須帶我的狗去看醫生。
2. **Chó của tôi vừa ói, vừa tiêu chảy.** 我的小狗又吐又拉的。
3. **Thú cưng của tôi không thèm ăn.** 我的寵物沒有食慾。
4. **Nếu bạn dẫn chó đi dạo mỗi ngày sẽ rất có ích cho sức khỏe của nó.**
   如果你每天帶狗散步，這樣可以有助於牠的健康。
5. **Mèo của bạn nên đeo vòng cổ Elizabeth, như vậy nó mới không làm
   tổn thương bản thân.** 你的貓需要戴頸護罩，這樣牠才不會不小心傷了自己。

chó
n. 狗

mèo
n. 貓

thỏ
n. 兔子

hamster
n. 倉鼠

chuột lang / bọ
n. 天竺鼠

nhím
n. 刺蝟

sóc bay Úc
n. 蜜袋鼯

cá vàng
n. 金魚

ếch
n. 青蛙

chim
n. 鳥

vẹt
n. 鸚鵡

bồ câu
n. 鴿子

rùa
n. 烏龜

rồng nam mỹ / iguana
n. 綠鬣蜥

rắn
n. 蛇

Tips 與寵物有關的慣用語

- **lên voi xuống chó**：騎上大象，從狗背上下來。比喻人與事的盛衰更替，總是變化無常。相近於中文的「風水輪流轉」、「十年河東、十年河西」。
Cuộc đời **lên voi xuống chó**, nên lúc giàu có thì đừng nên vội đắc ý.
人生在世，總是十年河東、十年河西，故富裕的時候也不要太過得意。

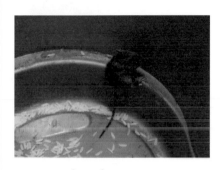

- **chuột sa chĩnh gạo**：老鼠陷入米缸裡。意指一個人幸運地得到他想要的境遇。相近於中文的「正中下懷」。
Anh ấy lấy được cô vợ nhà giàu, đúng là "**chuột sa chĩnh gạo**".
他娶了有錢人家的女兒，真的是讓他稱心如意了。

- **cõng rắn cắn gà nhà**：背蛇來咬家裡的雞。比喻自己把壞人引入住居裡。相當於中文的「引狼入室」。
Đã biết người ấy không phải là người tốt mà vẫn dắt về nhà chơi, kết quả tiền ở nhà bị mất trộm rồi. Đúng là "**cõng rắn cắn gà nhà**".
明知道他不是好人還帶他來家裡玩，結果家裡的錢就被偷走了，真的是引狼入室了。

- **não cá vàng**：金魚腦。指人的記憶力不好。相當於中文的「貴人多忘事」。
Cô ấy có **não cá vàng**, nên anh nên thường xuyên nhắc nhở cô ấy.
她老是忘東忘西的，所以你應該要常常提醒她。

- **chó ngáp phải ruồi**：狗打哈欠剛好含到蒼蠅。指一個人沒有能力但卻幸運地行事順遂。相當於中文的「瞎貓碰上死耗子」。

271

● cháy nhà ra mặt chuột：房子燒了才看到老鼠跑出來。意指當發生變故的時候才會看清楚一個人的真面目。

● mèo khen mèo dài đuôi：貓咪誇自己的尾巴長。諷刺某個人自己誇讚自己。相當於中文的「老王賣瓜，自賣自誇」。

● ếch ngồi đáy giếng：青蛙坐在井底。相當於中文的「井底之蛙」。

● chậm như rùa：慢如烏龜。相似於中文的「慢手慢腳」、「慢郎中」。

● như cá gặp nước：像魚碰見了水。比喻碰到很適合的環境。相同於中文的「如魚得水」。

● khẩu phật tâm xà：佛口蛇心。相當於中文的「佛口蛇心」。

● treo đầu dê bán thịt chó：掛羊頭賣狗肉。這句與中文的「掛羊頭賣狗肉」是完全相同的。

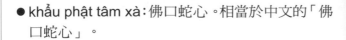

Phần 8

Giải trí 休閒娛樂

★★★ Chương 1

Rạp chiếu phim 電影院

這些應該怎麼說？

BP08-01-01
NP08-01-01

電影院的配置

❶ **rạp chiếu phim**　n. 電影院

❷ **màn hình**　n. 銀幕

❸ **ghế cạnh lối đi**　n. 走道座位

❹ **ghế hàng đầu**　n. 前排座位

❺ **ghế hàng cuối**　n. 後排座位

❻ **ghế hàng giữa**　n. 中間座位

❼ **lối thoát hiểm / cửa thoát hiểm**
n. 緊急出口

❽ **số ghế**　n. 座位號碼

❾ **biển báo lối thoát hiểm**
n. 緊急出口標示

❿ **khay để cốc**　n. 杯架

⑪ lối đi n. 走道　　　　　**⑮ đèn chỉ hàng ghế** n. 座位排指示燈

⑫ đèn lối đi n. 走道燈　　　**⑭ loa** n. 音箱

在電影院會做什麼呢？

★★★
01 購票、附餐

電影票種類有哪些？

BP08-01-02
NP08-01-02

● 電影票的種類可以分成

1. **vé người lớn** n. 全票
2. **vé ưu đãi** n. 優待票
   又可分成四種
   - **vé sinh viên** n. 學生優待票
   - **vé trẻ em** n. 孩童優待票
   - **vé dành cho quân nhân và cảnh sát** n. 軍警優待票
   - **vé dành cho người cao tuổi** n. 老人優待票
3. **vé mua sớm** n. 早鳥票
4. **suất chiếu sớm** n. 午前場
5. **suất chiếu khuya** n. 午夜場
6. **suất chiếu đặc biệt** n. 首映

phòng vé / quầy vé
n. 售票處

BP08-01-03
NP08-01-03

Tips 跟電影院有關的慣用語

● cháy vé：票燃火。意指某電影或表演的門票大暢銷，很多人買都供不應求。
Liveshow của Châu Kiệt Luân vừa mở bán 1 ngày đã cháy vé rồi. 周杰倫演唱會的門票很搶手，一開售 一天就賣光光了。

● phim bom tấn：巨大炸彈般的電影。指在技術、卡司、劇情上花了大筆資金籌畫的一部令觀眾相當期待的電影，即為「大片」。
Mùa hè này có rất nhiều phim bom tấn được công chiếu. 這暑假會有很多大片上映。

電影院小吃部裡，常見的飲食和醬料有哪些呢？

● 食物

bánh quy xoắn
n. 鹹脆捲餅

gà viên chiên
n. 雞塊

hamburger /ham-bơ-gơ/
n. 漢堡

gà rán
n. 炸雞

bắp rang bơ
n. 爆米花

khoai tây chiên
n. 薯條

hot dog
n. 熱狗

khoai tây xoắn
n. 旋風薯片

bánh churros
n. 吉拿棒

● 飲料

**nước ngọt /
nước có ga**
n. 汽水

hồng trà / trà đen
n. 紅茶

nước suối
n. 瓶裝水

cô-ca (cô-la)
n. 可樂

★★★
02 看電影

常見的電影類型有哪些？

BP08-01-06
NP08-01-06

1. **phim hài** n. 喜劇片
2. **phim noir** /noa/ n. 黑色電影
3. **phim chiến tranh** n. 戰爭片
4. **phim hình sự** n. 犯罪片、警匪片
5. **phim kỳ ảo** n. 奇幻片
6. **phim phiêu lưu** n. 冒險片
7. **phim hoạt hình** n. 動畫片
8. **phim tiểu sử** n. 傳記片
9. **phim gia đình** n. 家庭片
10. **phim nhạc kịch** n. 音樂劇
11. **phim trinh thám** n. 偵探片
12. **phim lịch sử** n. 歷史片
13. **phim tài liệu** n. 紀錄片
14. **phim thể thao** n. 運動片

15. **phim nghệ thuật** n. 藝術片
16. **phim người lớn / phim heo** n. 成人片
17. **phim hành động** n. 動作片
18. **phim kinh dị** n. 恐怖片、鬼片
19. **phim ma** n. 鬼片
20. **phim tình cảm (lãng mạn)** n. （浪漫）愛情片
21. **phim kinh dị** n. 驚悚片
22. **phim khoa học viễn tưởng** n. 科幻片
23. **phim hài Sác-lô** n. 默劇
24. **phim cao bồi miền Tây** n. 西部片
25. **phim chính kịch** n. 劇情片

你知道嗎？ 電影影像呈現的種類有哪些？

隨著科技快速地發展，電影院銀幕的影像呈現也愈來愈科技與多元，除了一般畫質明亮、色彩飽和的 phim 2D（2D 電影）以外，還有 phim 3D（3D 立體版電影）和 phim 4D（4D 動感電影）；phim 3D 播放的是立體影片，所以觀眾必需要配戴 kính 3D（3D 眼鏡）才能呈現立體電影的效果。有些電影院為了讓觀眾享有最佳的 phim 3D 品質，還特別引進了 công nghệ IMAX（IMAX 大影像），以超大銀幕的方式，將整部電影更清晰地呈現給各位觀眾；phim 4D 跟 phim 3D 最大不同的是 phim 4D 特別為觀眾增設了動感座椅的體驗，它可以配合電影的劇情做出一些特效，讓觀眾雖然坐在座椅上，但是同時也能擁有身歷其境的感受。

Đeo kính 3D xem phim 3D là một trải nghiệm rất đặc biệt.
戴 3D 眼鏡看 3D 電影真是相當特別的體驗。

貼心小提醒 phim 2D, 3D, 4D 裡面的 D 越南語唸法是「đê」。例如：phim 3D 唸「phim ba đê」。

◁ 電影院常看到的規定

BP08-01-07
NP08-01-07

Không mang thức ăn bên ngoài vào rạp
禁帶外食

Cấm hút thuốc
禁止抽菸

Cấm quay phim, chụp hình
禁止攝影

Tắt chuông điện thoại
手機請關靜音

Không làm ồn
請降低音量

Tự bảo quản tư trang
請留意隨身貴重物品

電影院裡常用的對話句

● 買票

Khách hàng: Tôi muốn mua 2 vé phim "Người sắt", suất 7 giờ tối.
客人：我想買兩張《鋼鐵人》的票，晚上七點那場。

Nhân viên bán vé: Xin hỏi, anh muốn xem 2D hay 3D ạ?
售票員：請問您想要看 2D 的還是 3D 的呢？

Khách hàng: 3D. 客人：3D。

Nhân viên bán vé: Xin anh vui lòng xem màn hình và chọn ghế. Ghế màu xanh là ghế còn trống. 售票員：請您看螢幕並選擇座位。藍色的座位是空的位置。

Khách hàng: Ghế F5, F6. 客人：我要 F5, F6 的座位。

Nhân viên bán vé: 2 vé phim "Người sắt" 3D, suất 19 giờ, ghế F5, F6. Xin hỏi anh có dùng bắp rang và nước không ạ?
售票員：兩張《鋼鐵人》的 3D 票，19 點的場，F5、F6 位置。請問您需要爆米花跟飲料嗎？

Khách hàng: Tôi muốn một phần bắp rang bơ lớn và 2 ly cô-ca vừa.
客人：我要一份大的爆米花跟兩杯中杯可樂。

Nhân viên bán vé: Tổng cộng của anh là 300 nghìn đồng. Đây là vé xem phim của anh. Xem phim rạp số 4. Anh vui lòng qua quầy bắp nước để nhận bắp và nước uống. Cảm ơn và chúc anh xem phim vui vẻ.
售票員：好的！總共是 30 萬盾。這是您的票。電影在第四廳。麻煩您過大賣爆米花與飲料攤位取得爆米花與飲料。謝謝，祝您收視愉快。

● 票售完的情況

Khách hàng: Xin hỏi, phim "Người nhện" suất chiều gần nhất là mấy giờ?
客人：請問《蜘蛛人》最近的場是幾點？

Nhân viên bán vé: Suất gần nhất là 20 giờ, nhưng hiện tại hết vé rồi ạ. Suất tiếp theo là 22 giờ, anh có muốn đặt không ạ?
售票員：最近的場是 20 點，但目前票售完了。下一場是 22 點，您要買嗎？

Khách hàng: Trễ quá. Hôm khác tôi đến. Cảm ơn.
客人：太晚了。我改天再來吧！謝謝。

★★★ Chương 2
Tiệm hoa 花店

這些應該怎麼說？

BP08-02-01
NP08-02-01

店外的擺設

❶ tiệm hoa n. 花店

❷ mái che / mái hiên n. 涼篷；雨篷

❸ tủ trưng bày n. 展示櫥窗

❹ vật trang trí n. 裝飾品

❺ thảm lau chân n. 踏墊

❻ giá cây cảnh n. 盆栽架

❼ bảng tên cây cảnh n. 盆栽插牌

❽ thực vật n. 植物

❾ chậu cây n. 花器

❿ cây cảnh n. 盆栽

⓫ cây cảnh lá n. 觀葉植物

⓬ cây cảnh hoa n. 開花植物

⓭ cây cảnh trái n. 果類植物

店內的擺設

- ⑭ **người bán hoa** n. 花商、花店老闆
- ⑮ **chuyên gia cắm hoa** n. 花藝設計師
- ⑯ **tạp dề** n. 圍裙
- ⑰ **quầy** n. 櫃台
- ⑱ **kéo cắt cành / kéo cắt hoa** n. 花剪
- ⑲ 南 **bình hoa** / 北 **lọ hoa** n. 花瓶
- ⑳ **giỏ hoa** n. 花籃
- ㉑ **chậu hoa** n. 花盆
- ㉒ **thùng hoa** n. 花桶
- ㉓ **dây ruy băng** n. 緞帶
- ㉔ **giấy gói** n. 包裝紙

BP08-02-02
NP08-02-02

Tips 與花草樹木有關的慣用語

- **gái bán hoa**：賣花的女孩。暗喻賣淫的女子。

- **hoa lài cắm bãi phân trâu** 或 **hoa nhài cắm bãi phân trâu**：一朵茉莉花插在水牛糞上。比喻一個優秀的女性卻與一個沒什麼優點的男性在一起。相當於中文的「一朵鮮花插在牛糞上」。

- **cho ~ leo cây**：讓（人）爬樹。相當於中文的「放鴿子」。
  Anh ấy hẹn **tôi** tối nay đi xem phim, cuối cùng **anh ấy** nói có việc bận, thế là **cho tôi leo cây**. 他約我今天晚上去看電影，結果他卻說他有事情要忙，於是放我鴿子了。

● **bình hoa di động**：移動的花瓶。比喻一個人（通常是女生）空有外表，而沒有任何真才實學。
Mọi người đều nói cô diễn viên ấy là **bình hoa di động**, ngoài nhan sắc ra **cô ấy** chẳng có kỹ năng diễn xuất nào cả.
人家都說那名女演員只是一個花瓶而已，除了有一張好看的臉之外，任何演技都沒有。

● 在花店會做什麼呢？

★★★
01 挑花

花的種類有哪些？

 BP08-02-03
NP08-02-03

hoa hồng
n. 玫瑰

hoa đỗ quyên
n. 杜鵑

hoa (phong) lan
n. 蘭花

hoa sen
n. 蓮花

hoa hướng dương
n. 向日葵

**hoa ly / hoa loa kèn /
hoa huệ tây /
hoa bách hợp**
n. 百合花

**hoa nhài /
hoa lài**
n. 茉莉花

**南 bông bụp /
北 hoa dâm bụt**
n. 扶桑花

hoa tu-lip
n. 鬱金香

hoa cẩm tú cầu

n. 繡球花

hoa cát tường

n. 洋桔梗

hoa cẩm chướng

n. 康乃馨

**hoa vạn thọ /
cúc vạn thọ**

n. 金盞花；萬壽菊

**hoa thược dược /
cúc thược dược**

n. 大麗菊

**hoa sao nhái /
hoa cánh bướm**

n. 波斯菊

hoa đồng tiền

n. 大丁草

cúc ngũ sắc

n. 百日菊

hoa baby

n. 滿天星

hoa păng-xê

n. 三色紫羅蘭

hoa thiên điểu

n. 天堂鳥

hoa lay ơn

n. 劍蘭

hoa diên vĩ

n. 鳶尾

hoa thủy tiên

n. 黃水仙花

hoa huệ (trắng)

n. 晚香玉

hoa rum
n. 海芋

hoa hồng môn
n. 火鶴花

hoa sứ
n. 緬梔

hoa anh đào
n. 櫻花

hoa đào
n. 桃花

hoa mai
n. 金蓮木

hoa phượng (vĩ)
n. 鳳凰花

hoa gạo
n. 木棉花

hoa sữa
n. 黑板樹花

hoa chùm ớt
n. 炮仗花

hoa giấy
n. 九重葛

hoa cúc
n. 菊花

hoa trà
n. 茶花

hoa mẫu đơn
n. 牡丹花

hoa mười giờ
n. 松葉牡丹

花的構造有哪些呢？

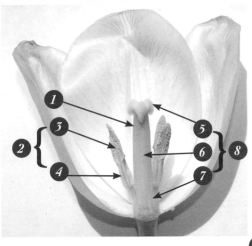

1. **ống phấn** n. 花粉管
2. **nhị** n. 雄蕊
3. **bao phấn** n. 花藥
4. **chỉ nhị** n. 花絲
5. **đầu nhụy** n. 柱頭
6. **vòi nhụy** n. 花柱
7. **bầu nhụy** n. 子房
8. **nhụy** n. 雌蕊

9. 南 **bông** / 北 **hoa** n. 花
10. **cánh hoa** n. 花瓣
11. **nụ (hoa)** n. 花蕾
12. **đế hoa** n. 花托
13. **đài hoa** n. 萼片
14. **thân** n. 花莖；梗
15. **lá** n. 葉子
16. **gai** n. 刺；荊棘

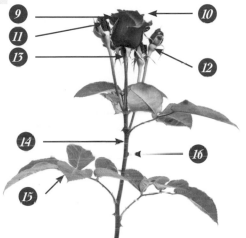

★★★
02 購買花束／包裝花束

包裝方式有哪些？

hoa cưới
n.新娘捧花

hoa chú rể
n.（新郎的）胸花

hoa đeo tay
n.手腕花

hoa bó dáng ngắn
n.（花朵數少的）小花束

hoa bó dáng dài
n. 手臂式捧花

hoa bó dạng thác nước
n. 小瀑布式捧花

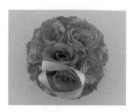
hoa bó tròn
n. 花球

vòng hoa
n. 花圈

lẵng hoa
n. 花籃

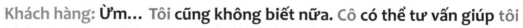

花店購花時，常說的基本對話有那些？

● 情人節 **Lễ tình nhân**

Chủ tiệm hoa: Xin chào, anh cần giúp gì không ạ?
花店老闆：您好，有什麼能為您服務的嗎？

Khách hàng: Ngày mai là Valentine. Tôi muốn mua một bó hoa tặng vợ tôi.
顧客：明天是情人節。我想買束花給我老婆。

Chủ tiệm hoa: Anh biết chị nhà thích hoa gì không?
花店老闆：您知道她喜歡哪種花嗎？

Khách hàng: Ừm… Tôi cũng không biết nữa. Cô có thể tư vấn giúp tôi không? 顧客：嗯～我不太知道耶。你可以給點建議嗎？

Chủ tiệm hoa: Chúng tôi có một số hoa hồng tươi.
花店老闆：我們有一些新鮮的玫瑰。

Khách hàng: Hoa hồng bán thế nào? 顧客：嗯，請問玫瑰怎麼算？

Chủ tiệm hoa: Hoa hồng vàng một bó 200 ngàn, hoa đồng đỏ một bó 300 ngàn. 花店老闆：黃玫瑰一束 20 萬盾，而紅玫瑰一束只要 30 萬盾。

Khách hàng: Tốt quá. Vậy tôi lấy một bó hồng đỏ.
顧客：太好了。那我要一束紅玫瑰。

Chủ tiệm hoa: Tôi chắc chắn chị nhà sẽ rất thích bó hoa này.
花店老闆：我相信您的夫人一定很喜歡這束花的。

Khách hàng: Cô có thể gửi hoa đến địa chỉ này trước trưa ngày mai không? 顧客：請問明天中午以前可以幫我送到這個地址嗎？

Chủ tiệm hoa: Được chứ ạ. Chúng tôi sẽ gửi hoa đến địa chỉ này đúng giờ. 花店老闆：當然可以。我們會準時幫你將這束花送達。

● 探病 Thăm bệnh

Chủ tiệm hoa: Tôi có thể giúp gì cho anh?
花店老闆：請問有什麼能為您服務的嗎？

Khách hàng: Bạn tôi nằm viện. Tôi muốn mua hoa tặng cô ấy.
顧客：我的朋友住院了。我想買些花去看她。

Chủ tiệm hoa: Anh có thể tặng cô ấy một giỏ hoa lan. Hoa lan năm nay rất đẹp. 花店老闆：您可以帶一籃蘭花送給她。今年的蘭花長得很漂亮。

Khách hàng: Wa... trông đẹp quá. Một giỏ hoa lan bao nhiêu tiền, vậy cô? 顧客：哇～它們看起來真的很漂亮耶。請問一籃蘭花多少錢呢？

Chủ tiệm hoa: Một giỏ 250 ngàn ạ. 花店老闆：一籃只要 25 萬盾。

Khách hàng: Ừ, tôi lấy một giỏ. 顧客：好的，我要一籃。

Chủ tiệm hoa: Anh có muốn quấn dây ruy băng bên trên không ạ?
花店老闆：請問需要為您在上面綁緞帶嗎？

Khách hàng: Được vậy thì tốt quá. 顧客：好的，能加綁的話就太好了。

Chủ tiệm hoa: Anh cần gì khác nữa không ạ?
花店老闆：請問您還需要些什麼嗎？

Khách hàng: Ừm... tôi muốn một tấm thiệp. Cô có thể lấy cho tôi một tấm không? 顧客：嗯～我還需要一張卡片。請問可以給我一張嗎？

Chủ tiệm hoa: Dạ được chứ ạ. 花店老闆：好的，沒問題。

BP08-02-06
NP08-02-06

你知道嗎？

Trong đầm gì đẹp bằng sen
Lá xanh, bông trắng lại chen nhị vàng
Nhị vàng, bông trắng, lá xanh
Gần bùn mà chẳng hôi tanh mùi bùn.

池中何物勝於蓮
綠葉白花開黃蕊
黃蕊白花襯綠葉
自出淤泥而不染

蓮花普遍被視為越南的國花，故自古以來便傳流許多詠蓮的作品。而這首體例為六八詩體的詠蓮民謠便是其一（其著作者已亡佚）。對越南人而言，這首民謠意境優美，膾炙人口，廣受人們的喜愛。

★★★ Chương 3
Trung tâm triển lãm 展覽館

這些應該怎麼說？

展場的擺設

1. **trung tâm triển lãm** n. 展覽館
2. **gian hàng triển lãm** n. 展覽攤位
3. **bảng quảng cáo** n. 廣告面板
4. **logo** n. 商標
5. **doanh nghiệp tham gia triển lãm**
   n. 參展廠商
6. **khách tham quan** n. 參觀者
7. **lối đi** n. 走道
8. **quầy ẩm thực** n. 美食攤
9. **khinh khí cầu quảng cáo** n. 廣告氣球
10. **đại diện kinh doanh** n. 業務代表

中文一樣都是「展覽會」，但在越南語中的 triển lãm 和 hội chợ 有什麼不同呢？

Triển lãm 是展覽會的總稱。而 triển lãm 又分成兩種：triển lãm thương mại（商業性目的的展覽）和 triển lãm phi thương mại（非商業性目的的展覽）。Triển lãm thương mại 通常是一種促銷活動，企業透過展示他們的服務及商品以便找尋夥伴或商業機會。Triển lãm thương mại 一般又稱為 hội chợ thương mại 或 hội chợ。Hội chợ 有許多種種類，例如 hội chợ việc làm（就業博覽會）、hội chợ nông nghiệp（農業展覽會）等等。

Triển lãm phi thương mại 只是單純展示某些展品給觀眾欣賞，其目的是在於宣傳。展品往往具有藝術性、政治性或文化性的提倡。例如：triển lãm tranh（畫展）、triển lãm gốm sứ（瓷器展）。

Cuối tuần này có **triển lãm tranh** ở nhà văn hóa Thanh Niên, nghe nói rất đặc sắc. **Anh** có muốn đi xem với **tôi** không?
這週末在青年文化館有一場畫展，聽說很精彩。你想要跟我一起看嗎？

★★★
01 看展覽

常見的展覽有哪些？

 BP08-03-02
NP08-03-02

hội chợ thương mại
n. 貿易展

hội chợ mỹ phẩm
n. 美容展

hội chợ thực phẩm
n. 食品展

triển lãm nghệ thuật
n. 藝術展

triển lãm xe hơi
n. 車展

**triển lãm khoa học
công nghệ**
n. 科技展

hội chợ sách
n. 書展

hội chợ giáo dục
n. 教育展

hội chợ việc làm
n. 就業博覽會

hàng mẫu
n. 展示品

tặng phẩm
n. 贈品

hộp đèn (quảng cáo)
n. 燈箱

**giá X / standee /
banner cuốn**
n. 易拉寶展示架

giá để catalogue
n. 資料展示架

**màn hình cảm ứng
đứng**
n. 平板電腦立架

Ấn phẩm quảng cáo（廣告印刷品）有多種分類，目的主要都是在推廣公司的產品。在越南語通常提到廣告印刷品時，往往都借用英文來講的外來語。那麼，每一種廣告印品有什麼不一樣呢？

● tờ rơi 或 tờ bướm：指「傳單」。傳單的目的通常是簡介產品資訊或優惠活動。因為通常都是大量發給顧客的宣傳品，所以設計得比較小，通常都是一張 A5 紙大小左右而已，以便節省紙張及印刷費用。常用於短期活動。

● brochure 或 tờ gấp quảng cáo：指「DM」或「小冊子」。其目的是為了詳細介紹某個產品、活動、景點等資訊。設計以圖片及明顯的色澤為主，顯目的內容以便跟顧客推廣某項產品，通常有兩頁左右，可以對折起來。

● catalogue：是指羅列一間公司裡，具有所有的「產品」或「服務」詳細資訊、圖片及報價內容的冊子。以便給客戶作購買時的參考。

● profile：是介紹公司的冊子（書籍）。內容通常包括公司 logo、歷史沿革、未來展望、社會使命、公司規模、產品宣傳等。一間公司通常可以製做出許多份 brochure ，但是 profile 只會製作一本。

● áp phích：是「海報」的意思。Áp phích 是來自法語 affiche 的外來語，又稱為 poster 。其版面的設計比較大，主要使用強力視覺刺激性的圖片及標語來吸引客戶。內容通常是是介紹一項產品或相關活動。

● băng rôn：是「布條」的意思。 Băng rôn 也是來自法語 banderole 的來外語，又稱 biểu ngữ。常掛在公共場所做產品廣告或當抗議遊行時寫上標語使用。

Thẩm mỹ viện 美容院

這些應該怎麼說？

BP08-04-01
NP08-04-01

美容院的擺設

1. **tiệm cắt tóc** n. 美髮店
2. **ghế cắt tóc** n. 理髮椅
3. **keo xịt tóc** n. 噴髮定型液
4. **gel tạo kiểu tóc** n. 造型膠
5. **sáp tạo kiểu tóc** n. 髮臘
6. **mỹ phẩm** n. 化妝品
7. 南 **kiếng** / 北 **gương** n. 鏡子
8. **bồn rửa** n. 洗頭槽
9. **giường gội đầu** n. 洗髮椅
10. **dầu gội đầu** n. 洗髮精
11. **dầu xả** n. 潤髮乳
12. **sản phẩm dưỡng tóc** n. 護髮用品
13. **tiệm làm móng / tiệm nail** n. 美甲店
14. **nước sơn móng** n. 指甲油
15. **nước rửa móng** n. 去光水
16. **gối làm móng** n. 腕墊

貼心小提醒 更多的化妝品相關內容，請翻閱第 201 頁－ P05-03-01【化妝品專櫃】。

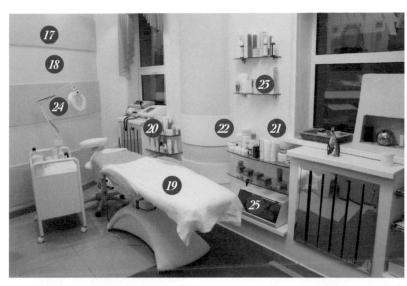

⑰ thẩm mỹ viện n. 美容院

⑱ phòng điều trị n. 治療室

⑲ giường thẩm mỹ viện n. 美容床

⑳ dụng cụ làm đẹp n. 美容用具

㉑ toner / nước hoa hồng n. 化妝水

㉒ mặt nạ n. 面膜

㉓ sản phẩm chăm sóc da n. 皮膚保養品

㉔ đèn lúp soi da n. 放大鏡檯燈

㉕ hộp sát trùng n. 消毒箱

㉖ phòng mát-xa n. 按摩室

㉗ giường mát-xa n. 按摩床

㉘ áo choàng tắm n. 浴袍

㉙ khăn tắm n. 毛巾

㉚ sauna / tắm hơi n. 三溫暖

● 在美容沙龍會做什麼呢？

★★★
01 洗髮／護髮

◀ 美容沙龍裡，常見的人有哪些？

BP08-04-02
NP08-04-02

**thợ cắt tóc /
thợ hớt tóc**
n. 理髮師

thợ làm tóc
n. 美髮師

nhà tạo mẫu
n.（燙髮或服裝）造型師

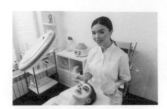

chuyên viên thẩm mỹ

n. 美容師

chuyên viên làm móng / chuyên viên nail

n. 美甲師

chuyên viên trang điểm

n. 彩妝師

chuyên viên trị liệu

n. 芳療師

nhân viên tiếp tân

n. 接待員

kỹ thuật viên nhuộm tóc

n. 染髮師

洗髮、護髮時，常用的基本對話

Chuyên viên làm tóc: Chào chị. Lâu quá không gặp. Dạo này chị thế nào ạ?
設計師：妳好。好久不見。妳最近好嗎？

Khách hàng: Tôi khỏe. Tôi muốn gội đầu.
顧客：謝謝，我很好。我想要洗頭。

Chuyên viên làm tóc: Dạ. Chị muốn uống gì không?
設計師：好的。請問妳要喝點什麼嗎？

Khách hàng: Cho tôi trà. Xin hỏi dưỡng tóc bao nhiêu tiền vậy?
顧客：我要茶，麻煩你了。請問你們護髮怎麼算呢？

Chuyên viên làm tóc: Xem chị muốn dùng loại dưỡng tóc nào. Hấp dầu 500 tệ, dưỡng thông thường thì chỉ 200 tệ thôi.
設計師：要看妳用什麼樣的護髮產品。熱油護髮五百元，一般護髮只要兩百元。

Khách hàng: Tôi muốn hấp dầu. Cảm ơn.
顧客：那我要做熱油護髮，謝謝。

Chuyên viên làm tóc: Chị muốn đọc báo hay tạp chí gì không?
設計師：妳要看報紙或雜誌嗎？

Khách hàng: Không cần, cảm ơn. Tôi muốn nhắm mắt nghỉ một chút.
顧客：不用了，謝謝。我要閉個眼休息一下。

(Trợ lý đang mát-xa đầu cho khách hàng.)（助理正在幫忙做頭皮按摩中。）

Trợ lý: Chị muốn mát-xa mạnh hay nhẹ ạ?
助理：需要我按大力一點，還是輕一點呢？

Khách hàng: Nhẹ một chút. Em mát-xa bên đây nhiều một chút dùm chị.
顧客：輕一點，謝謝。妳可以幫我在這邊多按一下嗎？

Trợ lý: Dạ. Nước có nóng quá không chị?
助理：當然沒問題。水會不會太燙？

Khách hàng: Không, vậy được rồi. 顧客：這樣可以。

Trợ lý: Có chỗ nào cần em mát-xa thêm không ạ?
助理：還有哪裡需要加強的呢？

Khách hàng: Không, cảm ơn em. 顧客：不用了，謝謝。

Trợ lý: Dạ, vậy em gội nước ạ. 助理：好的。那我們洗頭吧。

★★★
02 造型

美髮設計師常用的造型工具有哪些？

❶ thuốc nhuộm tóc n. 染髮劑

❷ máy sấy tóc n. 吹風機

❸ lược n. 扁梳

❹ đầu khuếch tán máy sấy tóc n. 烘髮罩

❺ tông đơ n. 電動推剪

❻ kéo n. 剪刀

❼ bàn chải tóc n. 按摩梳

❽ bình xịt nước n. 噴水瓶

❾ máy ép tóc n. 離子夾

❿ lược tròn n. 圓梳

⓫ keo xịt tóc n. 定型噴霧

⓬ bảng màu tóc nhuộm n. 髮色盤

⓭ ống cuốn tóc n. 髮捲

⓮ kẹp tăm n. 髮夾

⓯ kẹp mỏ vịt n. 一字夾

⓰ kẹp răng cưa n. 鯊魚夾

⓱ lô uốn tóc / lô cuộn tóc n. 髮捲

cắt tóc
ph. 剪髮

cạo
v. 推剪

tỉa ngắn
ph. 修剪；剪短一點

tỉa mái
ph. 修瀏海

cạo bass
ph. 修鬢角

uốn tóc
ph. 燙髮

nhuộm tóc
ph. 染髮

nhuộm highlight
ph. 挑染

duỗi tóc
ph. 燙直

tỉa layer / tỉa tầng
ph. 修層次

nối tóc
ph. 接髮

rẽ ngôi phải
ph. 右旁分
rẽ ngôi giữa
ph. 中分
rẽ ngôi trái
ph. 左旁分

常見的美甲工具有哪些？

BP08-04-05
NP08-04-05

1 dụng cụ làm móng n. 修指甲器具

2 kéo n. 剪刀

3 cây lấy ráy tai n. 掏耳棒

4 bấm móng n. 指甲剪

5 kìm cắt móng n. 甲皮剪

6 cây sủi da n. 推棒

7 dung dịch làm mềm da móng
n. 甲皮軟化液

8 dũa xốp n. 海綿指甲銼

9 dũa hai mặt n. 雙面指甲銼

10 dũa móng kim loại n. 不鏽鋼指甲銼

11 sủi da hai đầu n. 雙頭推棒

12 nhíp n. 鑷子

13 bàn chải chà móng n. 指甲清潔刷

14 nước sơn móng n. 指甲油

15 dụng cụ tách ngón chân
n. 腳趾矯正器

16 dụng cụ chà gót chân
n. 足部磨砂板

17 cây lấy mụn / cây nặn mụn
n. 粉刺棒

18 dụng cụ đánh bóng móng
n. 指甲拋光棒

19 bảng màu sơn móng n. 色卡

★★★ Chương 4
Thẩm mỹ viện 美容院

làm móng
ph. 修指甲

sơn móng
ph. 畫指甲

vẽ móng
ph. 指甲彩繪

đắp móng bột
ph. 凝膠指甲

tháo móng bột
ph. 卸除凝膠

mát-xa mặt
ph. 臉部按摩

đắp mặt nạ
ph. 敷面膜

tẩy tế bào chết
ph. 去角質

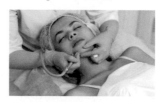

lấy mụn / nặn mụn
ph. 擠痘痘

nối mi
ph. 接睫毛

tẩy lông
ph. 除毛

xỏ lỗ tai / bấm lỗ tai
ph. 打耳洞

上指甲沙龍會用到的對話

Nhân viên làm móng: Chào chị. Chị muốn làm móng ạ?
美甲師：您好。您要修指甲嗎？

Khách hàng: Ừ, tôi muốn làm móng và sơn lại móng chân.
客人：嗯，我想修指甲和重新畫腳指甲。

Nhân viên làm móng: **Dạ, mời chị ngồi vào đây.**　美甲師：好，請您坐下。

Khách hàng: **Làm móng mất khoảng bao lâu, em?**

客人：修指甲大概需要多久時間呢？

Nhân viên làm móng: **Dạ, khoảng 1 tiếng trở lại. Em sẽ tẩy lớp sơn cũ trước, sau đó ngâm chân cho chị và vệ sinh móng. Cuối cùng sơn lớp sơn mới cho chị. Xin hỏi, chị muốn sơn màu gì ạ?**

美甲師：大概在一個小時以內。我先將您舊的指甲油卸掉，然後讓您的腳泡水並把指甲弄乾淨。
　　　　最後再塗上新一層的指甲油。請問您想要畫什麼顏色的呢？

Khách hàng: **Em thấy màu nào đẹp?**　客人：妳覺得什麼顏色比較好看呢？

Nhân viên làm móng: **Dạ, em thấy da chị trắng, sơn màu đỏ rất đẹp. Chị có thể vẽ thêm hoa lên móng, sẽ rất bắt mắt.**

美甲師：我覺得您的膚色比較白，畫紅色的話會很美。妳可以在指甲上畫上花的圖案，會很醒
　　　　目呢！

Khách hàng: **Vậy à? Vậy tùy em quyết định.**

客人：這樣呀！好的！那就麻煩妳幫我決定了！

Nhân viên làm móng: **Chị có muốn mát-xa chân không ạ?**

美甲師：您想要按摩腳嗎？

Khách hàng: **Ừ, cũng được. Dạo này tôi đi nhiều, chân mỏi quá.**

客人：好，可以啊。我最近走路很多，腳很酸。

Nhân viên làm móng: **Vậy chị cứ nằm nhắm mắt thư giãn đi, khi nào làm xong em sẽ gọi chị dậy.**

美甲師：那請您就閉上眼睛，放鬆一下吧！當我做完之後，我會叫醒您。

Khách hàng: **Cảm ơn em.**　客人：好，謝謝妳。

04 美容

皮膚護理　　　　　　　　　　　　　　　　BP08-04-07
　　　　　　　　　　　　　　　　　　　　　　NP08-04-07

soi da
ph. 膚質檢測

bắn laser
ph. 打雷射

lăn kim
ph. 微針滾輪

tắm trắng

ph. 美白

tẩy nốt ruồi

ph. 去痣

xóa tàn nhan

ph. 消除雀斑

xóa sẹo

ph. 除疤

triệt lông vĩnh viễn

ph. 永久除毛

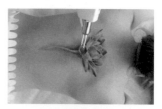

xóa hình xăm

ph. 除刺青

xăm chân mày

ph. 紋眉毛

xăm môi

ph. 紋唇

xăm hình

ph. 刺青

Tips　生活小常識：關於整形

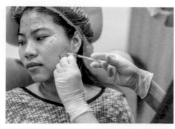

整形的越南語是 phẫu thuật thẩm mỹ。Phẫu thuật thẩm mỹ 現今在越南相當地盛行，從明星到一般的人都很喜歡整形。除了上述的 phẫu thuật thẩm mỹ 之外，現在流行語也把兩樣常用在整形手術的工具－刀子（dao）和剪刀（kéo）來合起來引申為「整形」的代名詞，合稱「dao kéo」。

Cô ca sĩ ấy **dao kéo** quá đà nên bây giờ nhan sắc còn xấu hơn lúc trước khi **phẫu thuật thẩm mỹ**. 那個女歌手整形太過頭了，弄得現在的容貌比還沒整形之前還要醜。

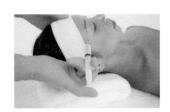

tiêm botox
ph. 打肉毒桿菌

căng da mặt
ph. 拉皮

nâng mũi
ph. 隆鼻

bơm môi
ph. 豐唇

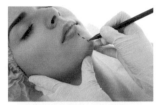

độn cằm
ph. 隆下巴

nâng trán
ph. 隆前額

cắt mí
ph. 割雙眼皮

**nâng ngực /
bơm ngực**
ph. 隆乳

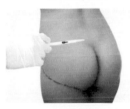

**nâng mông /
bơm mông**
ph. 豐臀

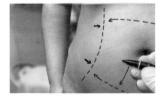

hút mỡ
ph. 抽脂

**gọt cằm / gọt mặt /
gọt hàm**
ph. 削骨

cấy tóc
ph. 植髮

★★★ Chương 4
Thẩm mỹ viện 美容院

Tips 跟美容有關的慣用語

● *cái nết đánh chết cái đẹp*：個性打死容貌。意指人的品德還是比容貌重要。

Chương 5

Công viên giải trí 遊樂園

這些應該怎麼說？

BP08-05-01
NP08-05-01

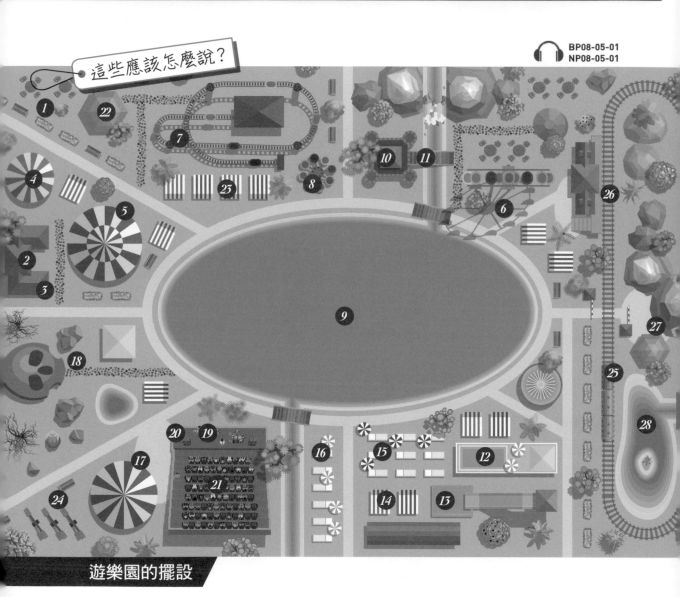

遊樂園的擺設

① **sơ đồ công viên giải trí** n. 遊樂園平面圖

② **cổng chính** n. 主要入口

③ **phòng bán vé / quầy vé** n. 售票亭

④ **quầy thông tin** n. 遊客中心

⑤ **khu trò chơi trong nhà** n. 室內遊樂場

⑥ **vòng đu quay** n. 摩天輪

⑦ **tàu lượn siêu tốc** n. 雲霄飛車

8 **đu quay dây văng** n. 旋轉鞦韆

9 **công viên nước** n. 水上樂園

10 **chòi nghỉ** n. 涼亭

11 **cầu đi bộ** n. 人行（小）橋

12 **khu vực trò chơi dưới nước** n. 戲水區

13 **máng trượt nước** n. 滑水道

14 **ghế bố** n. 躺椅

15 **khu vực nghỉ ngơi** n. 休息區

16 **khu vực picnic** n. 野餐區

17 **lều xiếc** n. 馬戲團篷

18 **nhà ma** n. 鬼屋

19 **chương trình biểu diễn** n. 現場表演秀

20 **rạp hát** n. 劇場

21 **chỗ ngồi** n. 座位

22 **quầy lưu niệm** n. 紀念品店

23 **quầy bán thức ăn** n. 小吃攤

24 **ghế băng** n. 長椅

25 **xe lửa công viên** n. 遊園火車

26 **đường ray** n. 軌道

27 **đường hầm** n. 隧道

28 **hồ nước** n. 湖

在遊樂園會做什麼呢？

★★★
01 搭乘遊樂器材

常見的遊樂器材有哪些？

BP08-05-02
NP08-05-02

đu quay
n. 旋轉木馬

xích đu
n. 鞦韆

bập bênh
n. 蹺蹺板

南 **cầu tuột** / 北 **cầu trượt**
n. 溜滑梯

南 **nhà banh** /
北 **nhà bóng**
n. 球池

xe điện đụng
n. 碰碰車

tách xoay
n. 旋轉茶杯

tàu hơi nước
n. 蒸氣小火車

cáp treo
n. 纜車

ném vòng
n. 套圈圈遊戲

bắn súng
n. 打靶

rạp xiếc
n. 馬戲團

diễu hành
v. 遊行

**leo núi trong nhà /
leo núi nhân tạo**
n. 室內攀岩

đua xe
n. 賽車；卡丁車

bắn súng sơn
n. 打漆彈

đu quay bạch tuộc
n. 八爪章魚

cưỡi bò tót
n. 機械公牛

tàu hải tặc
n. 海盜船

tháp rơi tự do
n. 自由落體

đu quay 3 chiều
n. 風火輪

đĩa bay

n. （終極）飛盤

tagada

n. 快樂轉盤

nhảy bungee

n. 高空彈跳

tàu lượn siêu tốc

n. 雲霄飛車

lâu đài cát

n. 沙堡

máng trượt nước

n. 滑水道

dòng sông lười

n. 漂漂河

chèo thuyền

ph. 划船

đạp vịt

n. 踩天鵝船

bãi biển nhân tạo

n. 人造沙灘

thuyền đụng

n. 碰碰船

hồ tạo sóng

n. 波浪池

lướt sóng

n. 巨浪灣

tàu trượt nước

n. 急流滑水道

trượt thác

n. 激流旅程

Văn hóa và Tôn giáo
文化與宗教

★★★
01 博物館

在博物館常見物品有哪些呢？ BP08-06-01
NP08-06-01

vật trưng bày
n. 展示品

cổ vật
n. 古物

tượng điêu khắc
n. 雕像

tranh ảnh
n. 畫作

chữ tượng hình
n. 象形文字

đồ gốm
n. 陶瓷

hóa thạch
n. 化石

phù điêu
n. 浮雕

sa bàn
n. 比例縮小模型

tượng sáp
n. 蠟像

xác ướp
n. 木乃伊

tiêu bản
n. 標本

在博物館會做些什麼呢？

tham quan
v. 參觀

nghe thuyết minh
ph. 聽講解

bán đấu giá
ph. 拍賣

在博物館常見的警告標語有哪些？

Cấm sờ vào hiện vật
禁止觸碰

Không gây ồn ào
禁止喧鬧

Cấm chụp ảnh
禁止攝影

Cấm mang đồ ăn, thức uống vào bảo tàng
博物館內禁止攜帶飲食

Không mang súc vật vào bảo tàng
博物館內禁止攜帶動物

Không dùng đèn flash khi chụp ảnh
攝影時禁止使用閃光燈

★★★ Chương 6
Văn hóa và Tôn giáo 文化與宗教

這些應該怎麼說？

BP08-06-04
NP08-06-04

寺廟的擺設

① **chùa** n. 寺

② **Phật** n. 佛

③ **tượng Phật** n. 佛像

④ **bàn thờ** n. 祭壇

⑤ **đồ cúng** n. 祭品

⑥ 南 **lư hương** / 北 **bát nhang** n. 香爐

⑦ **thùng công đức** n. 功德箱

⑧ **mõ** n. 木魚

⑨ **chuông gia trì** n. 銅磬

⑩ **chày gõ mõ** n. 木魚錘

⑪ **kinh** n. 抄經本、佛經

⑫ **đệm quỳ** n. 跪墊

⑬ 南 **ống xăm** / 北 **ống thẻ** n. 籤筒

⑭ **thẻ xăm** n. 籤

⑮ **keo (âm dương)** n. 筊杯

貼心小提醒 更多與祭祀相關的內容，請翻閱第 348 頁－ P10-02【葬禮】。

**南 đốt nhang /
北 thắp hương**
ph. 點香

lạy Phật
ph. 禮佛

khấn vái
ph. 祈求

xin xăm / xin quẻ
ph. 求籤

xin keo
ph. 擲筊

giải xăm
ph. 解籤

tụng kinh
ph. 誦經

quyên góp
v. 捐獻

xem bói / coi bói
ph. 算命

你知道嗎？

在越南語中，chùa, đền, miếu, đình 都是寺廟，但有什麼不一樣呢？

BP08-06-06
NP08-06-06

- Chùa 是供奉佛的地方，例如：chùa Long Sơn（龍山寺）。

- Đền 是供奉神明或是被封神的歷史人物的地方，例如：đền Khổng Tử（孔子廟）、đền Ma Tổ（媽祖廟）、đền Hùng（雄王廟）。

- Miếu 是規模比較小的 đền，供奉對象也較多樣化（如神明或孤魂），例如：miếu Thổ Địa（土地公廟）、miếu Cô（姑娘廟）。

- Đình 是村莊裡的廟，供奉城隍。由於 đình 同時也是越南村莊的集會的公共場所，所以面積會比較大，如 đình làng（村庭）、đình Thần Nông（農神廟）。

Chương 6 Văn hoá và Tôn giáo 文化與宗教

這些應該怎麼說？

教堂的擺設

1 **nhà thờ**   n. 教堂

2 **mái vòm**   n. 拱頂

3 **đèn chùm**   n. 吊燈

4 **kính màu ghép**   n. 花窗玻璃

5 **bức tượng**   n. 雕像

6 南 **đèn cầy** / 北 **nến**   n. 蠟燭

7 **Chúa Giê-su**   n. 耶穌

8 **Đức Mẹ Maria**   n. 聖母瑪利亞

9 **Cha Xứ / linh mục**   n. 神父

10 **con chiên**   n. 教徒

— **Tiệc Thánh**   n. 聖餐禮

⑪ **bánh Thánh** n. 聖餅

⑫ **ly Thánh** n. 聖杯

⑬ **Kinh Thánh** n. 聖經

⑭ **Thánh Giá / thập tự giá** n. 十字架

⑮ **bánh mì** n. 麵包

⑯ **lúa mì** n. 小麥

⑰ **nho** n. 葡萄

在教堂裡常會做什麼呢？

cầu nguyện
ph. 祈禱

xưng tội / sám hối
ph. 懺悔

rửa tội
ph. 受洗

đọc kinh thánh
ph. 念聖經

tổ chức lễ cưới
ph. 舉辦婚禮

tổ chức tang lễ
ph. 舉辦喪禮

Tips 越南的宗教

越南宗教信仰文化相當地多元，大多數越南人認為自己是 không tôn giáo（無神論），但是 80-90% 越南人實際上偏向佛教。一般的越南家庭會在家裡會供奉祖先或某位神明或佛像。由於越南自古長期受到中國文化的影響，越南最多的宗教是 Phật Giáo（佛教），接著才是 Đạo Cơ Đốc（基督教）、Đạo Hòa Hảo（和好教）、Đạo Cao Đài（高台教）及其他宗教等等。接下來，我們大概地具體提一下越南的宗教：

● Phật Giáo 佛教：越南佛教跟中國佛教一樣，大部分都是 Phật giáo Bắc Tông（北傳佛教）又稱 Phật giáo Đại Thừa（大乘佛教），所以除了供奉 Phật Tổ（佛祖）之外，還有供奉 Bồ Tát（菩薩）。另外，也有少部分的 Phật giáo Nam Tông（南傳佛教）又稱 Phật giáo Tiểu Thừa（小乘佛教）。（與柬埔寨、泰國相同的佛教）在越南裡流傳，主要由西南部的柬埔寨裔越南人在供奉。

● Đạo Cơ Đốc 基督教：越南基督教分成 Thiên Chúa Giáo（天主教）與 Đạo Tin Lành（新教）。其中，天主教佔大約總人口的 6.6%，新教則佔大概 0.9%。

● Đạo Hòa Hảo 和好教：和好教是越南本土的宗教，為佛教的一個分支教派，一位名為 Huỳnh Phú Sổ（黃富楚）的越南人於 1939 年在安江省和好村所創立的宗教。因地名之故，故稱為「和好教」。這是宗教的信仰人口是在越南佔第四高的宗教。信徒主要集中在西南部，特別是安江省、芹苴市、同塔省等地。

● Đạo Cao Đài 高台教：高台教也是越南本土宗教，於二十世紀初創立。「高台」是指最高的地方，即是指上帝所住的地方。高台教信徒相信上帝是創造所有宗教以及宇宙的人。所以高台教的核心是融合各種多宗教的教義如佛教、道教、儒教、回教、基督教等等。現在高台教的中心地稱為「Tòa thánh Tây Ninh（西寧教聖）」，位於西寧省。故高台信徒也主要在南部地帶活動較多。

● 其他：越南國內還有活動的宗教也包括 Hồi Giáo（回教）、Ấn Độ Giáo（印度教）、Tứ Ân Hiếu Nghĩa（四恩孝義）、Bửu Sơn Kỳ Hương（寶山奇香）、Baha'í Giáo（巴哈伊教）等，不過就是信仰人口比前述的宗教都還少之又少。

Phần 9
Thể thao và thi đấu 體育活動和競賽

★★★ Chương 1
Bóng rổ 籃球

這些應該怎麼說？

BP09-01-01
NP09-01-01

籃球場的擺設

● 籃球場

1 **bảng điểm** n. 計分板

2 **đội (chủ) nhà** n. 主隊

3 **đội khách** n. 客隊

4 **bảng rổ** n. 籃板

5 **vành rổ** n. 籃框

6 **lưới bóng rổ** n. 籃網

7 **đường biên dọc** n. 邊線

8 **đường giữa sân** n. 中線

9 **vạch 3 điểm** n. 三分線

10 **đường ném phạt** n. 罰球線

11 **vòng tròn khu vực ném phạt** n. 罰球圈

12 **vùng (lỗ) khóa** n. 禁區

13 **đường biên cuối sân** n. 底線

14 **sàn sân bóng rổ** n. 籃球場地板

15 **quyền kiểm soát bóng** n. 球權

16 **điểm số** n. 得分

⑰ phạt n. 加罰狀態　　**⑲ hiệp đấu** n.（比賽）節次
⑱ số lần phạm quy n. 犯規（次數）　**⑳ sân bóng rổ** n. 籃球場

● 籃球場人員

㉑ huấn luyện viên n. 教練
㉒ cầu thủ bóng rổ n. 籃球球員
㉓ cầu thủ dự bị n. 板凳球員
㉔ tấn công v. 進攻
㉕ phòng thủ v. 防守
㉖ trọng tài n. 裁判
㉗ khán giả n. 觀眾
㉘ quả bóng rổ n. 籃球

在籃球場會做什麼呢？

★★★ 01 打全場比賽

籃球球員位置有哪些呢？

 BP09-01-02
NP09-01-02

❶ vị trí của cầu thủ bóng rổ
　n. 籃球員位置
❷ hậu vệ dẫn bóng n. 控球後衛
❸ hậu vệ ghi điểm n. 得分後衛
❹ tiền đạo phụ n. 小前鋒
❺ tiền đạo chính n. 大前鋒
❻ trung phong n. 中鋒

① **trọng tài**   n. 裁判

  ② **bắt đầu trận đấu**   ph. 比賽開始

③ **kết thúc trận đấu**   ph. 比賽結束

  ④ **hết giờ**   ph.（比賽）暫停

⑤ **nhảy tranh bóng**   ph. 爭球、跳球

  ⑥ **thay người**   ph. 換人

⑦ **cho phép cầu thủ vào sân**   ph. 招呼示意

  ⑧ **1 điểm**   n. 一分

⑨ **2 điểm**   n. 兩分

  ⑩ **ném vị 3 điểm**   ph. 三分起跳

⑪ **3 điểm**   n. 三分球進

⑫ **không tính điểm số**　ph. 得分不算

⑬ **trở lại 24 giây**　ph. 重新計算進攻時間

⑭ **cầu thủ phạm lỗi**　ph.（球員）犯規

⑮ **chạy bước**　ph. 走步

⑯ **lỗi kỹ thuật**　n. 技術犯規

⑰ **lỗi đẩy người**　n. 推人

⑱ **lỗi cản người**　n.（進攻、防守時）阻擋犯規

⑲ **lỗi 3 giây**　n. 3 秒違例

⑳ **lỗi cố ý / lỗi phi thể thao**　n. 惡意犯規

㉑ **lỗi dẫn bóng**　n. 出手犯規

㉒ **lỗi 2 bên**　n. 雙方犯規

Chương 2

Bóng chày 棒球

BP09-02-01
NP09-02-01

這些應該怎麼說？

棒球場的擺設

① **sân bóng chày** n. 棒球場

② **bảng điểm** n. 計分板

③ **gôn nhà / dĩa nhà** n. 本壘

④ **trọng tài** n. 裁判

⑤ **cầu thủ bóng chày** n. 棒球員

⑥ **(chốt) gôn 1** n. 一壘

⑦ **(chốt) gôn 2** n. 二壘

⑧ **(chốt) gôn 3** n. 三壘

⑨ **ụ ném bóng** n. 投手丘

⑩ **sân trong** n. 內野

⑪ **sân ngoài** n. 外野

⑫ **khán đài** n. 看臺

⑬ **khán giả** n. 觀眾

⑭ **băng-rôn** n. 旗幟；橫幅

⑮ **khu vực huấn luyện viên** n. 教練指導區

⑯ **vị trí đánh bóng bên trái** n. 左打打擊區

⑰ vị trí đánh bóng bên phải n. 右打打擊區

⑱ khu vực cầu thủ dự bị n. 打擊預備區

⑲ đường biên ngoài n. 界外線

⑳ đường biên cỏ n. 草地線（內外野線）

㉑ gôn n. 壘包

㉒ khu vực cầu thủ nghỉ ngơi n. 選手休息處

① bảng điểm n. 計分板

② đội nhà n. 主場球隊

③ đội khách n. 客場球隊

④ hiệp đấu n. 局次

⑤ bóng lỗi n. 壞球

⑥ bóng tốt n. 好球

⑦ bóng ra ngoài biên n. 出局

⑧ đánh trúng n. 安打

⑨ đánh trật n. 失誤

在棒球場會做什麼呢？

★★★ 01 傳接球／打擊練習

① cầu thủ bắt bóng n. 捕手

② trọng tài n. 裁判

③ cầu thủ đánh bóng n. 打者

④ cầu thủ ném bóng n. 投手

⑤ cầu thủ gôn 1 n. 一壘手

⑥ cầu thủ gôn 2 n. 二壘手

⑦ cầu thủ gôn 3 n. 三壘手

⑧ cầu thủ phải ngoài n. 右外野手

⑨ cầu thủ giữa ngoài n. 中外野手

⑩ cầu thủ trái ngoài n. 左外野手

⑪ cầu thủ chặn ngắn n. 游擊手

⑫ cầu thủ chờ đến lượt n. 次名打者

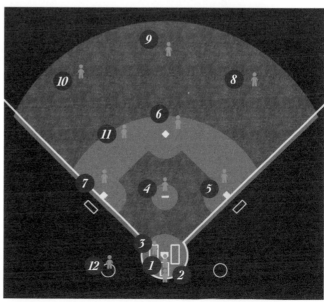

chuyền bóng
ph. 傳球

bắt bóng
ph. 接球

ném bóng
ph. 投手投球

đánh bóng
ph. 擊球

đánh ngắn
ph. 短打

cướp gôn
ph. 盜壘

trượt chạm gôn
ph. 滑壘

chạy về gôn
ph. 跑壘

vung chày
ph. 揮擊

★★★
02 比賽

Tips 關於基本棒球比賽規則的越南語

（在越南，棒球並非很興盛的運動，所以比賽術語大部分都直接引用英文來講，故以下的越南文翻譯只是以意思來翻並非正式的用語。）

棒球比賽是由兩組球隊相互以 đội tấn công（攻方）和 đội phòng thủ（守方）輪替的競賽。đội tấn công（攻方）在每場需指派數位 cầu thủ đập bóng（打擊手）上場打擊，đội phòng thủ（守方）則需由 9 名球員防守。整局比賽一共有 9 hiệp（局），每局分成 nửa đầu（上半場）和 nửa sau（下半場），若在第 9 局平手，比賽將進行 hiệp phụ（延長賽）。

那麼，常見的得分和出局規則有哪些呢？

● 安打 ghi bàn（英文：hit）

打擊手將投手所投出的球打擊出去，並順利地跑至一壘，越南文稱為 an toàn về gôn 1（英文：one-base hit）（一壘安打）；如果順利地跑至二壘，就是 an toàn về gôn 2（英文：two-base hit）（二壘安打）；如果順利地跑至三壘，就是 an toàn về gôn 3（英文：three-base hit 或 triple）（三壘安打）；有一種安打，只會出現在第9局的主場球隊上，當主場球隊在最後一局打出安打時，這時就稱為 ghi điểm cú chót（英文：walk off hit）（再見安打）。

● 全壘打 chạy về gôn nhà（英文：home run）

打者將球打出界內的全壘打外牆，稱為 chạy về gôn nhà（英文：home run）（全壘打）；如果打者在一、二和三壘壘上都有跑者之下，打擊出全壘打，這時一次就能夠得到4分，這樣的全壘打稱為 điểm tuyệt đối（英文：grand slam）（大滿貫；滿壘全壘打），但是如果壘上都沒跑者之下，而擊出的全壘打，則稱為 về gôn một mình（英文：solo home run）（陽春全壘打；陽春砲）；有一種罕見的全壘打，叫做 đánh bóng trong sân về gôn nhà（英文：inside-the-park home run）（場內全壘打），是指打者並沒有將球打出牆外，但是因為對方的防守失誤，又加上打者能夠疾速地跑完全壘，成功地回到本壘得分，所以又稱為 chạy về gôn nhà（英文：running home run）（閃電全壘打）。

● 出局 bị loại（英文：out）

棒球比賽中，描述出局的狀況都是以 out 來形容，例如：bị chạm（英文：tag out）（觸殺）是指跑者在尚未安全上壘前，被手中持球的防守員觸碰到身體，而出局的狀態；3 lần không trúng bóng（英文：strike out）（三振出局）是指打者在投手連續投出三次好球，但是每次都未揮棒，或揮棒落空的狀態之下出局；đội phòng thủ bắt được bóng（英文：fly out）（高飛球接殺）是指打者打出高飛球時，被防守球員接殺出局的狀態；bóng ra ngoài biên（英文：foul out）（界外出局）是指打者打出界外飛球時，被防守員接殺出局的狀態；đánh ngắn ra ngoài biên（英文：bunt out）（短打出局）是指在已有兩個好球數的狀態之下，打者以短打的方式，將球打出界外，而被判出局；bị cướp gôn（英文：thrown out）（盜壘出局）是指在壘上的跑者企圖盜壘，但在上壘前被防守球員觸殺出局的狀態。

Bóng đá 足球

這些應該怎麼說？

BP09-03-01
NP09-03-01

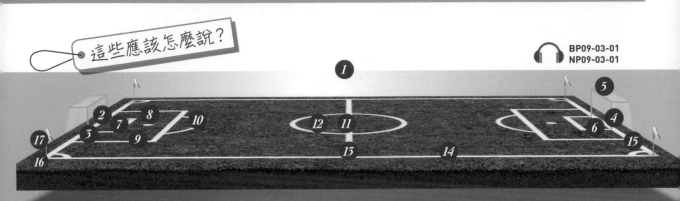

足球場的擺設

1. **sân bóng đá** n. 足球場
2. **khung thành / cầu môn** n. 球門
3. **lưới khung thành** n. 球門網
4. **cột dọc (khung thành)** n. 球門柱
5. **xà ngang (khung thành)** n. 橫木
6. **vạch khung thành** n. 球門線
7. **khu vực khung thành**
   n.（小禁區）球門區
8. **điểm sút quả phạt đền**
   n.（12 碼球）罰球點
9. **vùng cấm địa** n.（禁區）罰球區
10. **vòng tròn khu phạt đền**
    n. 罰球區弧線
11. **điểm phát bóng giữa sân** n. 中點
12. **vòng tròn giữa sân** n. 中圈
13. **đường giữa sân** n. 中線
14. **đường biên dọc** n. 邊線
15. **đường biên ngang** n. 端線
16. **cung phạt góc** n. 角球區弧線
17. **cột cờ góc** n. 角球旗

你知道嗎？

足球比賽也要日新月異

BP09-03-02
NP09-03-02

時代一天天地進步，足球比賽的模式也不斷推陳出新。
在 2014 年世界盃成為焦點，裁判用來劃清人牆位置的
「泡沫噴霧劑」，越南語稱為「bọt sơn tự hủy」。

在 2018 年世界盃首度登場提供賽程影像給主審裁判，
協助他做出精準判斷的「影像助理裁判」，越南語則稱
為「video hỗ trợ trọng tài」。

● 在足球場會做什麼呢？

★★★
01 幫隊伍加油

在足球場上常做的事有哪些？

 BP09-03-03
NP09-03-03

hát quốc ca
ph. 唱國歌

đội ca
n. 隊歌

cổ vũ cho ~
ph. 為～鼓舞加油

vây cờ
ph. 揮舞旗幟

đấu với ~
ph. 與～對戰

cảm ơn người hâm mộ
ph. 感謝球迷

球迷常用的加油用具有哪些？

 BP09-03-04
NP09-03-04

kèn

n. 喇叭、號角

kèn lưỡi

n. 派對吹笛

còi
n. 哨子

★★★ Chương 3
Bóng đá足球

323

bóng đập cổ vũ
n. 打氣棒

ống nhòm
n. 望遠鏡

bàn tay cổ vũ
n. 鼓掌手拍

loa cầm tay
n. 大聲公

cờ cầm tay
n. 手搖小國旗

bông tua cổ vũ
n. 彩球

★★★
02 比賽

足球球員的位置有哪些？

BP09-03-05
NP09-03-05

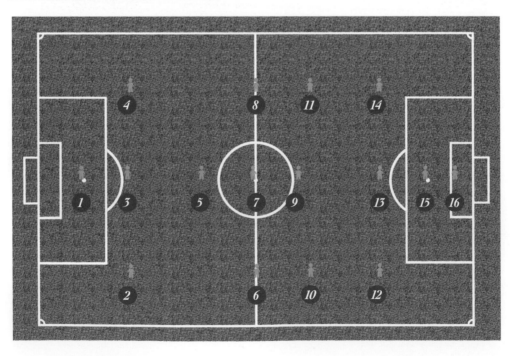

● 前鋒

1 **tiền đạo trung tâm** n. 中前鋒
2 **tiền đạo cánh trái** n. 左前鋒
3 **tiền đạo thứ hai** n. 第二攻擊手
4 **tiền đạo cánh phải** n. 右前鋒

● 中場

5 **tiền vệ tấn công** n. 進攻中場
6 **tiền vệ cánh trái** n. 左中場
7 **tiền vệ trung tâm** n. 中間中場
8 **tiền vệ cánh phải** n. 右中場
9 **tiền vệ phòng ngự** n. 防守中場

● 後衛

10 **hậu vệ biên trái** n. 左鋒衛
11 **hậu vệ biên phải** n. 右鋒衛
12 **hậu vệ cánh trái** n. 左後衛
13 **hậu vệ trung tâm** n. 中後衛
14 **hậu vệ cánh phải** n. 右後衛
15 **hậu vệ quét** n. 清道夫、自由後衛
16 **thủ môn** n. 守門員

足球的基本有哪些？

dẫn bóng / dắt bóng
ph. 盤球

chuyền bóng
ph. 傳球

xoạc bóng / tắc bóng
ph. 鏟球

ném biên
ph. 丟邊線球

sút bóng
ph. 射門

đánh đầu
ph. 頭槌

(ngã người) móc bóng
ph. 倒掛金鉤

phút bù giờ
n. 傷停補時

đá luân lưu
ph. PK 戰

❶ trọng tài n. 裁判

❷ đá phạt gián tiếp ph. 間接自由球

❸ đá phạt trực tiếp ph. 直接自由球

❹ thẻ vàng n. 黃牌

❺ thẻ đỏ n. 紅牌

❻ chơi tiếp ph. 繼續比賽

❼ phạt đền / đá phạt 11 mét / penalty n. 罰 12 碼球

❽ việt vị n. 越位

❾ vị trí việt vị n. 越位位置

❿ thay người ph. 更換球員

⓫ ghi bàn ph. 進球

⓬ bàn thắng không được chấp nhận ph. 進球無效

⓭ hết giờ ph. （比賽）暫停

⓮ phạt góc n. 角球

⓯ lỗi nhảy vào đối phương n. 跳向對方

⓰ lỗi cản người n. 阻擋

⓱ lỗi xô đẩy n. 推人

⓲ lỗi bóng chạm tay n. 手球

⓳ lỗi thúc cùi chỏ n. 肘擊

⓴ lỗi ngáng chân n. 絆人

㉑ lỗi đá đối phương n. 踢人

足球積分表上的越南語有哪些？

❶ BẢNG XẾP HẠNG

❺ Xếp hạn	❻ Tên đội		❼ Số trận	❽ Thắng	❾ Hòa	❿ Thua	⓫ Số bàn thắng	⓬ Số bàn thua	⓭ Hiệu số	⓮ Điểm
	❷ Tổng			❸ Sân nhà			❹ Sân khách			
1	★	Việt Nam	1	1	0	0	4	0	4-0	3
2		Đài Loan	1	1	0	0	3	0	3-0	3
3		Trung Quốc	1	0	1	0	2	2	2-2	1
4	●	Nhật Bản	1	0	0	1	0	2	0-2	0

❶ **bảng xếp hạng** n. 積分表
❷ **tổng** n. 所有
❸ **sân nhà** n. 主場
❹ **sân khách** n. 客場
❺ **xếp hạng** n. 排名
❻ **tên đội** n. 隊名
❼ **số trận** n. 已完成的比賽數

❽ **thắng** n. 勝
❾ **hòa** n. 和局、平手
❿ **thua** n. 負
⓫ **số bàn thắng** n. 進球數
⓬ **số bàn thua** n. 失球數
⓭ **hiệu số** n. 淨勝球
⓮ **điểm** n. 積分

Tips 足球是越南的國球

如果說棒球運動令多數台灣人為之瘋狂，那麼相對地令越南人造成轟動的運動就是足球了。

普遍越南人對於足球的熱愛程度，往往是超出一般外國人的想像。在越南，當越南足球隊參加國際級的大型比賽期間，家家戶戶都會有人聚精會神地盯著電視螢幕專心觀看球賽，而這些往往也是街頭巷尾間閒聊的重要話題。如果贏了球，很多球迷就騎車上路，拿著國旗揮一揮、大喊「Việt Nam vô địch（越南無敵）」的口號，慶祝越南的勝利，並由此產生紅旗星海徹夜慶祝狂歡的壯觀景象。這個上路騎車慶祝的動作越南語叫做「đi bão」。「Bão」是「颱風」的意思，其程度自然激烈、瘋狂。所以越南人就引用「bão」這個字來形容這個熱鬧、激烈的景象。不過如果你在越南參加「đi bão」的話，可要注意交通和安全了。因為那時候人潮眾多又場面激奮，因此有些人就失控瘋狂騎車，導致發生許多意外，原本的一樁美事便因此徒增了幾分遺憾。

因為足球在越南是全民最矚目的運動項目，所以很多人也利用足球賽的輸贏來 cá độ（賭博）。賭贏了就不說，但賭輸賭到家破人亡的，卻也並非罕事。

Chương 4

Điền kinh 田徑

這些應該怎麼說？

BP09-04-01
NP09-04-01

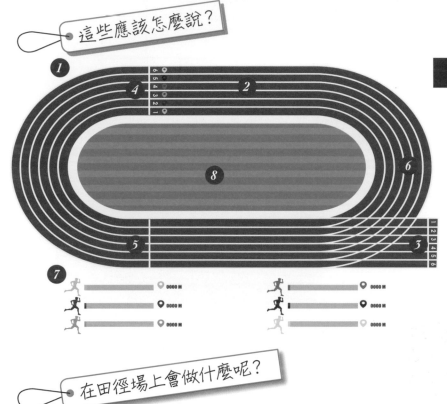

田徑場的擺設

① **sân điền kinh** n. 田徑場

② **đường chạy** n. 跑道

③ **số đường chạy**
n. 跑道號碼

④ **vạch xuất phát**
n. 起跑線

⑤ **vạch đích** n. 終點線

⑥ **đường vòng** n. 彎道

⑦ **vận động viên**
n. 運動員

⑧ **thảm cỏ giữa sân**
n. 運動場草皮

在田徑場上會做什麼呢？

★★★
01 徑賽運動

常見的徑賽項目有哪些？

BP09-04-02
NP09-04-02

chạy marathon
/ma-ra-tông/
n. 馬拉松

chạy bán marathon
/ma-ra-tông/
n. 半程馬拉松、半馬

chạy vượt rào
n. 跨欄

**chạy cự ly ngắn /
chạy nước rút**
n. 短跑

**chạy cự ly trung
bình**
n. 中長跑

chạy cự ly dài
n. 長跑

**chạy vượt chướng
ngại**
n. 障礙賽跑

đi bộ
n. 競走

chạy tiếp sức
n. 接力賽

◄ 田徑場上常見的人有哪些？

 BP09-04-03
NP09-04-03

vận động viên
n. 運動員

huấn luyện viên
n. 教練

trọng tài
n. 裁判

 BP09-04-04
NP09-04-04

Tips 跟動作有關的慣用語

● chạy nước rút：短跑。指事情已經到了快完成的階段，近似中文的只差一點點就可以完成，所以要趕快把握時間一口氣做到完。

Chỉ còn 1 tháng nữa là khai mạc thế vận hội. Tất các các vận động viên đang trong giai đoạn "chạy nước rút" để chuẩn bị cho cuộc thi.

離奧運只剩下一個月了，所有的運動員為了參加比賽，都在最後的關頭努力衝刺。

● đi đêm có ngày gặp ma：深夜前往總會有遇見鬼的日子。相當於中文的「夜路走多了，總會碰到鬼。」

常見的田賽項目有哪些？

nhảy sào
n. 撐竿跳高

nhảy xa
n. 跳遠

nhảy cao
n. 跳高

ném tạ xích
n. 擲鏈球

ném lao
n. 擲標槍

nhảy 3 bước
n. 三級跳遠

ném đĩa
n. 擲鐵餅

đẩy tạ
n. 推鉛球

3 môn phối hợp
n. 鐵人三項

**5 môn phối hợp
hiện đại**
n. 現代五項全能

**7 môn phối hợp
nữ**
n. 女子七項全能

**10 môn phối
hợp nam**
n. 男子十項全能

Tips 跟田賽運動有關的慣用語

● đâm lao phải theo lao：標槍都擲了，只好跟著標槍的方向去。比喻壞事做都做了，已經沒有回頭的餘地，只好繼續做下去。

● chưa học bò đã lo học chạy：還沒學爬，就顧著學跑。比喻還沒依序經過一定的步驟，就妄想著跳級做下個階段的事。相當於中文的「還不會走就想飛了」。

● ném đá giấu tay：丟了石頭就把手藏起來。比喻批評他人做了某件壞事又想盡辦法加以隱藏的行為。

● ném đá：丟石頭。指反對或批評某個人的發言、意見（常見的網路用語）。反之被批評的人便可形容他是 nhận gạch đá（收到瓷磚和石頭）。當被很多人 ném đá 時，就類似中文的網路用語「圍剿」。

在田徑場上，常見的競賽設備有哪些？

chướng ngại vật
n. 跳欄

**đệm nhảy cao /
nệm nhảy cao**
n. 安全墊

xà đơn
n. 單槓

xà kép
n. 雙槓

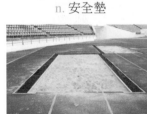

hố nhảy xa
n. 沙坑

bục nhảy
n. 跳箱

bàn đạp xuất phát
n. 起跑器

còi
n. 哨子

gậy tiếp sức
n. 接力棒

trượt băng
n. 溜冰

trượt patin / trượt pa-tanh
n. 滑直排輪

trượt tuyết
n. 滑雪

lướt sóng
n. 衝浪

cử tạ
n. 舉重

đẩy xà
n. 拉單槓

南 hít đất / 北 chống đẩy
n. 伏地挺身

gập bụng
n. 仰臥起坐

nhảy dây
n. 跳繩

chạy bộ
n. 慢跑

chạy xe đạp / đi xe đạp
騎腳踏車

tập thể hình / tập gym
n. 健身

thể dục nhịp điệu
n. 有氧運動

yoga
n. 瑜伽

đá cầu
n. 踢毽子

boxing / quyền Anh / đấm bốc
n. 拳擊

taekwondo
/tây-kun-đô/
n. 跆拳道

nhu đạo
n. 柔道

Vovinam / Việt võ đạo
n. 越武道

thái cực quyền
n. 太極拳

bóng chuyền
n. 排球

bóng bầu dục
n. 橄欖球

khúc côn cầu trên băng / ice hockey
n. 冰上曲棍球

tennis / quần vợt
n. 網球

cầu lông
n. 羽毛球

cầu mây
n. 藤球

bóng bàn
n. 乒乓球

bi-da / 🀄 bi-a
n. 撞球

đánh gôn
ph. 打高爾夫球

bowling
n. 保齡球

Chương 5

Hồ bơi 游泳池

這些應該怎麼說？

BP09-05-01
NP09-05-01

游泳池的擺設

1 **ghế cứu hộ hồ bơi** n. 救生員椅

2 **ghế hồ bơi** n. 躺椅

3 南 **hồ bơi** / 北 **bể bơi** n. 游泳池

4 **làn bơi chậm** n. 慢速道

5 **làn bơi nhanh** n. 快速道

6 **thang** n. 梯子

7 **phao phân làn hồ bơi** n. 水道繩

8 **khăn tắm** n. 浴巾

9 **sàn / nền** n. 地板

10 **biển báo sàn trơn trượt** n. 地板濕滑標示

11 **tay vịn hồ bơi** n. 游泳池扶手

12 **hồ bơi nước nóng** n. 溫水池

13 **hồ bơi trẻ em** n. 孩童池

14 **tủ cá nhân / locker** n. 置物櫃

15 **phòng thay đồ** n. 更衣室

★★★
01 換上泳具

BP09-05-02
NP09-05-02

常見的泳具有哪些？

1 **dụng cụ bơi** n. 泳具
2 **đồ bơi / đồ tắm** n. 泳衣
3 **khăn tắm** n. 毛巾
4 **bình nước** n. 水壺
5 **đồng hồ bấm giờ** n. 碼錶
6 **kính bơi** n. 泳鏡
7 **quần bơi** n. 游泳褲

8 **còi** n. 哨子
9 南 **dép kẹp** / 南 **dép lào** / 北 **dép tông** / 北 **dép xỏ ngón** n. 拖鞋
10 南 **nón bơi** / 北 **mũ bơi** n. 泳帽
11 **nút bịt tai** n. 耳塞
12 **kẹp mũi** n. 鼻夾

13 **thiết bị lặn** n. 潛水設備
14 **đồ lặn** n. 潛水衣
15 **kính lặn** n. 潛水目鏡
16 **ống thở** n. 潛水呼吸管
17 **chân nhái / chân vịt** n. 蛙鞋

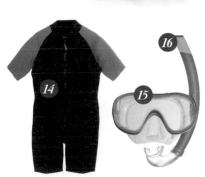

335

đệm phao
n. 氣墊床

phao đeo tay
n. 充氣臂圈

南 **hồ bơi phao /**
北 **bể bơi phao**
n. 充氣游泳池

ghế phao
n. 充氣椅

bóng hơi bãi biển
n. 海灘球

ván (tập) bơi
n. 浮板

phao tròn
n. 游泳圈

đồ chơi hồ bơi
n. 泳池玩具

áo phao
n. 救生衣

★ ★ ★

02 游泳

bơi trườn sấp /
bơi sải / bơi tự do
ph. 自由式

bơi ngửa
ph. 仰式

bơi chó
ph. 狗爬式

bơi bướm
ph. 蝶式

bơi ếch
ph. 蛙式

bơi nghiêng
ph. 側泳

你知道嗎？

✗×★×✗×★×✗×★×✗×★×✗×★×✗×★×✗×★×

奧運的 thể thao dưới nước（水上運動），有哪些比賽項目呢？

BP09-05-05
NP09-05-05

除了常見的 bơi tự do（自由式）、bơi ngửa（仰式）、bơi ếch（蛙式）、bơi bướm（蝶式）以外，還有 bơi hỗn hợp（混合泳）和 bơi tiếp sức（接力）。

● bơi hỗn hợp 混合泳

Bơi hỗn hợp（混合泳）是指運動員需在一次比賽裡，完成四種不同的泳姿，包含了 bơi tự do（自由泳）、bơi ngửa（仰泳）、bơi ếch（蛙泳）和 bơi bướm（蝶泳）等四種，以總距離計算，每種泳姿皆需泳完四分之一的距離。

● bơi tiếp sức （游泳）接力

Bơi tiếp sức（接力）又可分成 bơi tiếp sức tự do（自由接力）和 bơi tiếp sức hỗn hợp（混合泳接力），每項比賽需以 4 位選手以相同的游泳距離接力完成。

● bóng nước 水球

Bóng nước　水球比賽是一項結合了 bơi（游泳）、bóng ném（手球）、bóng rổ（籃球）和 bóng bầu dục（橄欖球）的水上團體競賽，比賽的全長時間為 32 分鐘，每個球隊需以 13 位球員組成。比賽開始時，水中上場人數 7 人（包含一名守門員），另外 6 位則需在場外待命，以便隨時替補水中的球員。

● nhảy cầu 跳水

Nhảy cầu（跳水）可分成 bục nhảy cầu（跳臺跳水）和 ván nhảy cầu（彈板跳水），選手需在指定的彈板或跳臺上完成指定的動作，才能得分。

● bơi nghệ thuật 花式游泳

Bơi nghệ thuật（花式游泳）又稱 ba-lê dưới nước（水上芭蕾），是一種結合 bơi（游泳）、khiêu vũ（舞蹈）和 thể dục（體操）的水中競賽項目，可分成單人、雙人和團體等項目，選手需依序完成指定的動作，依動作的難易度及美感度給予評分。

 BP09-05-06
NP09-05-06

Tips 跟水有關的慣用語（其他與水相關的慣用語請參考 59 頁及 179 頁）

● nước mắt cá sấu：鱷魚的眼淚。因為鱷魚在吞噬獵物時，身體為了代謝眼睛會流出帶有鹽份的液體，看起來像難過在流淚。相當於中文的「假哭」或「貓哭耗子假慈悲」或「黃鼠狼給雞拜年，沒安好心眼」。

● đục nước béo cò：水變濁，鸛就吃得肥肥的。一定混濁度的水適合引來魚類棲息，鸛便有機會來這裡捕食魚類。即趁著亂行事，相當於中文的「趁火打劫」。

● thừa nước đục thả câu：趁著水變濁時垂釣。亦相當於中文的「趁火打劫」。

Phần 10
Các sự kiện đặc biệt 特殊場合

CHỦ TỊCH HỒ CHÍ MINH
(1890 – 1969)

Chương 1

Hôn lễ 婚禮

這些應該怎麼說？

BP10-01-01
NP10-01-01

婚禮的擺設

❶ **lễ kết hôn / hôn lễ /**
   đám cưới / lễ cưới　n. 婚禮

❷ **cổng cưới**　n. 婚禮拱門

❸ **lối đi lễ cưới**　n. 婚禮步道

❹ **sân khấu lễ cưới**　n. 婚禮舞台

❺ **bánh cưới**　n. 結婚蛋糕

❻ **lẵng hoa**　n. 花籃

❼ **hệ thống âm thanh ánh sáng**
   n. 燈光音響系統

❽ **bàn tiệc**　n. 婚宴桌

❾ **ly rượu vang**　n. 高腳杯

❿ **hoa trang trí**　n. 花藝佈置

⓫ **bục phát biểu**　n. 司儀台

貼心小提醒 更多與婚姻相關的內容，請翻閱第 10 頁，P01-03【婚姻】。

Tips 生活小常識：捧花篇

為什麼新娘在婚禮上要丟捧花呢？丟捧花的由來又是從何開始的呢？

據說在數百年前，人們認為只要觸碰到新娘，就能帶來好運，於是甚至有些人在觸碰新娘的同時，會撕開新娘的禮服做為幸運物，但是這樣的習俗不但帶給新娘許多困擾，也讓新娘感到十分不舒服。因此為了避免人們觸碰到新娘，於是就想出讓新娘丟花束在人群裡的辦法，如此一來，新娘不但可以擁有自己的隱私，賓客也能收到新娘送的幸運花，這樣丟捧花的動作，越南語稱之為 tung hoa cưới。

早期的越南並沒有這樣的習俗，但這幾年來因為受到西方文化的影響，因此現在的越南婚禮中也有 tung hoa cưới 這個節目了。接花束的人都必須是還未婚的女性賓客，當誰接到新娘的花束後，接下來就輪到她有機會結婚了。

Tung hoa cưới trong ngày cưới là tập tục phổ biến ở nhiều quốc gia.
在很多國家裡，婚禮上丟花是件普遍的習俗。

在婚禮會做什麼呢？

★★★
01 致詞、宣誓、丟捧花

婚禮中常見的人有哪些？

🎧 BP10-01-02
NP10-01-02

1 chú rể　n. 新郎

2 cô dâu　n. 新娘

3 (chú) rể phụ / phù rể　n. 伴郎

4 (cô) dâu phụ / phù dâu　n. 伴娘

5 phù dâu nhí　n. 女花童

6 chủ hôn　n. 主婚人

7 người tổ chức đám cưới /
chuyên gia hôn lễ　n. 婚禮策劃人

8 南 thợ chụp hình /
北 thợ chụp ảnh　n. 攝影師

9 khách mời　n. 賓客

phát biểu trong lễ cưới
ph. 婚禮致詞

trao nhẫn cưới
ph. 交換戒指

đọc lời thề
ph. 宣讀結婚誓言

hôn cô dâu
ph. 親吻新娘

tung hoa cưới
ph. 丟捧花

mời rượu ~
ph. 向～敬酒

rót rượu cưới
ph. 倒香檳

cắt bánh cưới
ph. 切結婚蛋糕

uống rượu giao bôi
ph. 喝交杯酒

★★★
02 參加宴席

khăn voan cô dâu
n. 頭紗

thiệp cưới
n. 喜帖

bàn lễ tân tiệc cưới
n. 婚禮迎賓牌

quà cưới cho khách mời
n. 婚禮小物

xe cưới
n.（結婚）禮車

váy cưới / áo cưới
n. 婚紗

vest cưới
n. 婚禮西裝

tiền mừng cưới
n. 禮金

hoa cài áo
n. 男性胸花

hoa đeo tay
n. 女性腕花

của hồi môn
n. 嫁妝

sính lễ
n. 聘禮

> 夫妻間的親密互動有哪些？

BP10-01-05
NP10-01-05

1. **nói lời yêu thương**　ph. 談情說愛

2. **hôn**　v. 親吻

3. **khen**　v. 讚美

4. 南 **chọc** / 北 **trêu** /
　　北 **ghẹo**　v.（趣味的）妥弄

5. 南 **dựa vai** /
　　北 **tựa vai**　ph. 靠肩、依偎

6. **nắm tay**　ph. 牽手

7. **ôm**　v. 擁抱

8. **ôm từ phía sau**　ph. 從背後擁抱

9. **quan tâm**　v. 關心

10. **an ủi**　v. 安慰

11. **chăm sóc / săn sóc**　v. 照顧

12. **ở bên cạnh**　ph. 陪伴

越南傳統習俗中的婚禮

BP10-01-06
NP10-01-06

對越南人來說，婚禮是人生最為重要的一件大事。因此，在舉行結婚之前，男女家雙方先合男女兩人的八字，看是否相合，這在個越南語中叫做 **xem tuổi**（合八字），因為越南人的傳統觀裡，深信八字相合與否將關乎到男女婚後的生活是否圓滿融洽。如果合適，男女家雙方也要協商找好一個 **ngày lành tháng tốt**（良辰吉日）舉行婚禮的儀式。在越南傳統文化觀裡，正式辦理婚禮之前也需要經過許多儀式，而且依各地風俗不同，細節的文化面也各有所異，但是還是有部分極為重要的儀式，在越南全國是幾乎都會進行的，例如：

●**Lễ chạm ngõ, lễ dạm ngõ** 或 南 **đám nói**（雙方家庭見面禮）：就是 **đàn trai**（男方）家人到 **đàn gái**（女方）家向女方家請求准許讓男女雙方可以正式交往的一項禮俗（通常男女之間已經自行認識並交往了，就是過個場，尊重女方父母的形式），這同時也是讓男女雙方的家庭相互認識、開始交流的機會。這一天男方家可不能空手到，必須準備好稱為 **sính lễ**（聘禮）的見面禮品。而 **sính lễ** 的準備算比較簡單的了，其中必備一定要有的禮品有 ❸ **trầu cau**（茗葉與檳榔），另外可以再增添 南 **trà** / 北 **chè**（茶葉）、**rượu**（酒）、**thuốc lá**（香菸）、❹ 南 **trái cây** / 北 **hoa quả**（水果）等，

這些準備的禮品一定要是偶數，男女雙方會在這一天協議出一個黃道吉日進行後續的「問名禮（提親）」和「婚禮」。

● **① Lễ ăn hỏi**、**đám hỏi** 或 **lễ đính hôn**（問名禮、訂親禮）：男女雙方家庭見面禮之後，下一步就是問名禮了。問名禮就是女方正式表明，願意把女兒嫁給男方，而女方當事人從這一天起便正式成為男方的准新娘。問名禮要有 **②** 南 mâm quả / 北 tráp ăn hỏi（問名禮盒）（如圖，鐵製的越南式圓型禮盒。本文下略：禮盒），通常北部的禮盒數量是奇數的 5、7、9 或 11 個禮盒，而南部則反過來為偶數。但是不論南、北部禮盒裡面的聘禮總數一定要是偶數。聘禮的準備除了跟雙方家庭見面禮的物品一樣之外，還必須要有 **⑤** bánh phu thê（又稱 bánh su sê（夫妻糕））、mứt sen（糖蓮子）；此外還要有 xôi（糯米）和 **⑥** 南 heo quay / 北 lợn quay（烤豬）這幾項禮品。除此之外，男方還必須要準備三個紅包給女方，越南語稱為 tiền nạp tài、tiền nát 或 tiền đen，這三包紅包分別是一包給新娘的父親、一包是給母親，另一包則放在新娘家的祖先祭壇上，以示對所有先人的敬重。

● **Lễ cưới**（婚禮）：這是在越南結婚過程中最後的一項步驟，也是最隆重的禮節。在這天男女雙方會邀請親友來參加他們的婚禮，通知與慶祝男女成大妻。基本的婚禮有以下幾項儀式：

● **⑦ Lễ rước dâu**（接親禮）：即男方的家人到女方家去接新娘的禮數，通常是由男方家一位高齡的長輩負責帶隊，接著是新郎與新郎的父親等人走在他的後面，端著禮盒排成一隊，接著這隊人馬便請求女方准許把新娘帶到男方家去。此外，在南部還有一個不能省的習俗就是 lễ lên đèn（點蠟燭禮）。通常男方會帶一對 **⑧** đèn (cầy) long phụng（龍鳳蠟燭）到女方家去，並在女方家的祭壇上舉行點燈禮，旨在向祖先、雙方家人的宣佈兩人正式結婚的儀式，同時也有祈求男女雙方永遠幸福，家庭溫暖之意。當新娘來到新郎家時，新郎母親會出來迎接新娘並收下新娘帶來的 của hồi môn（嫁妝），而越南的嫁妝通常是黃金或貴重的首飾。

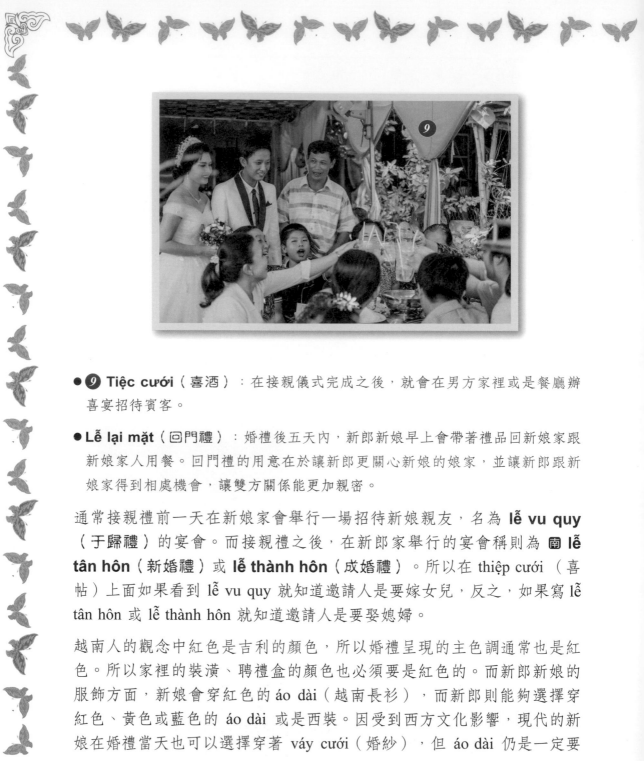

- **⑨ Tiệc cưới**（喜酒）：在接親儀式完成之後，就會在男方家裡或是餐廳辦喜宴招待賓客。

- **Lễ lại mặt**（回門禮）：婚禮後五天內，新郎新娘早上會帶著禮品回新娘家跟新娘家人用餐。回門禮的用意在於讓新郎更關心新娘的娘家，並讓新郎跟新娘家得到相處機會，讓雙方關係能更加親密。

通常接親禮前一天在新娘家會舉行一場招待新娘親友，名為 **lễ vu quy**（于歸禮）的宴會。而接親禮之後，在新郎家舉行的宴會稱則為 南 **lễ tân hôn**（新婚禮）或 **lễ thành hôn**（成婚禮）。所以在 thiệp cưới（喜帖）上面如果看到 lễ vu quy 就知道邀請人是要嫁女兒，反之，如果寫 lễ tân hôn 或 lễ thành hôn 就知道邀請人是要娶媳婦。

越南人的觀念中紅色是吉利的顏色，所以婚禮呈現的主色調通常也是紅色。所以家裡的裝潢、聘禮盒的顏色也必須要是紅色的。而新郎新娘的服飾方面，新娘會穿紅色的 áo dài（越南長衫），而新郎則能夠選擇穿紅色、黃色或藍色的 áo dài 或是西裝。因受到西方文化影響，現代的新娘在婚禮當天也可以選擇穿著 váy cưới（婚紗），但 áo dài 仍是一定要

穿的。

在問名禮和接親禮這兩天，一定要有一隊送禮盒和收禮盒的男女，在越南語中稱之為 ❿ 南 bưng (mâm) quả / 北 bê tráp。而這些男女都必須要是未婚者才能擔任！男方帶去端禮盒的人自然清一色必須都是男性才行。相對的，女方收禮盒的人也清一色的必須是女性。當他們在執行這項習俗時，必須穿著正式的服裝。男性可以選擇穿 áo dài 或白襯衫，女性則是穿亮色系的 áo dài。當然，新郎新娘也會給他們紅包，感謝他們前來幫忙。

由於現代的生活型態相對忙碌，越南的婚禮儀式顯得沒有早期那麼地複雜了。甚至於有時候，在男女雙方家庭的合議之下，連雙方家庭見面禮和問名禮都可以省略了。喜酒也沒有一定要在家準備，在高級的飯店、餐廳都有婚禮服務，既專業又方便。參加喜宴的客人一般也會送新郎新娘禮物，但越南人習慣上還是會給現金。現金的數字範圍不一，一般會看賓客跟新郎新娘的親疏關係及舉行婚宴餐廳的氣派度而定，通常最少會在越盾三十萬（約臺幣 450 元）以上。

如果有機會參加越南婚禮時，可以用一些簡單的吉祥話來祝福新郎與新娘。例如：trăm năm hạnh phúc（百年好和）、vĩnh kết đồng tâm（永結同心）、răng long đầu bạc（白頭偕老）、sớm sinh quý tử（早生貴子）等等。

Tang lễ 喪禮

這些應該怎麼說？

葬禮的擺設

1 **tang lễ / đám tang / đám ma** n. 喪禮

2 **nhà tang lễ** n. 殯葬廳

3 **hòm / linh cữu / quan tài** n. 靈柩；棺木

4 **bàn thờ** n. 祭壇

5 **đồ cúng** n. 供品

6 南 **nhang** / 北 **hương** n. 線香

7 南 **đèn cầy** / 北 **nến** n. 蠟燭

8 **vòng hoa tang lễ** n. 殯葬花圈

9 **thùng phúng điếu / hòm phúng điếu** n. （越南喪禮的）奠儀箱

貼心小提醒 越南的奠儀交付方式是直接放在現場的奠儀箱內的。

⑩ 南 **nón tang** / 北 **mũ tang** n. 喪帽
⑪ **áo tang** n. 喪服
⑫ **gậy tre** n. 竹竿
⑬ **di ảnh** n. 遺照
⑭ 南 **lư hương** / 北 **bát hương**
　　　n. 香爐

⑮ **bài vị / linh vị** n. 牌位
⑯ **người thân** n. 家屬
⑰ **nhà sư / thầy cúng** n. 法師
⑱ **nhân viên phục vụ tang lễ**
　　　n. 喪禮服務人員
⑲ **khách viếng** n. （弔唁的）賓客

Tips 生活小常識：殯葬篇

依各個國家習俗的不同，埋葬往生者遺體的方式也隨之不同，這些埋葬的方式，越南語總稱之為 các hình thức mai táng。

在過去，越南人一直以來都有入土為安的觀念，所以在人過逝後，家屬都會為往生者找尋一塊風水較好、景色優美的地方，好讓往生者能夠安心地離開這人世間，這樣埋葬的方式越南語稱為 thổ táng / địa táng（土葬），而後因土地的限制，thổ táng / địa táng（土葬）也漸漸地不適用於現代環境，取而代之的則是火葬，越南語則稱為 hỏa táng；到了現代，一般在往生者遺體火化後，大多數的家屬為了祭拜或紀念逝者，會選擇將火化的骨灰放置靈骨塔，越南語稱為 tháp cốt（靈骨塔）。（但是請注意，上述的單字 tháp cốt 是目前對多數越南人來說仍很生疏。因為越南至今的社會文化仍偏重於土葬，靈骨塔文化尚不普遍。）

Hỏa táng là hình thức mai táng phổ biến tại nhiều quốc gia.
在很多國家，火葬是最常見的埋葬方式。

● 在喪禮會做什麼呢？

★★★
01 參加告別式

在告別式中常見的人有哪些？ BP10-02-02
NP10-02-02

người đưa tiễn
n. 送喪者；哀悼者

mục sư
n. 牧師

đạo sĩ
n. 道士

★★★ Chương 2
Tang lễ 喪禮

349

đoàn tụng kinh
n. 誦經團

người khiêng quan tài
n. 抬棺者

đội kèn trống tang lễ
n. 送葬樂儀隊

告別式中常做的事有哪些？

BP10-02-03
NP10-02-03

viếng đám tang
ph. 參加告別式

南 đốt nhang / 北 thắp hương
ph. 上香

lạy / xá
v. 拜拜

khóc
v. 哭

tụng kinh
ph. 誦經、念經

南 đốt tiền vàng bạc / 北 đốt tiền vàng mã
ph. 燒紙錢

★★★
02 參加追思會

追思會常見的東西有哪些？

BP10-02-04
NP10-02-04

di ảnh
n. 遺照

南 hủ cốt / 北 lọ cốt
n. 骨灰罈、骨灰甕

thiệp báo tang
n. 白帖；訃聞

cáo phó

n.（登在報紙上或喪家門口貼的）訃聞

hòm / quan tài

n. 靈柩；棺木

xe tang

n. 靈車

BP10-02-05
NP10-02-05

Tips　生活小知識：越南喪禮篇

越南民族是一個非常注重家庭的民族，故對於越南人而言，失去親人是最痛心疾首的一件事了。所以目送親人最後一程時，喪禮的儀式也相當地講究，旨在期許已逝的親人可以前往西方極樂世界。早期的越南喪禮，儀式流程較為繁多，但到了現代因為人們變得生活比較忙碌，所以喪禮也逐漸地一切從簡。一般來說，越南喪禮會有以下不可或缺的主要步驟：

●**Khâm liệm**（包覆大體）：這個階段是用布將往生者大體包覆起來。

●**Nhập quan**（入棺）：khâm liệm 之後，家屬們站在棺材周圍，並將遺體放在棺材內。

●**Phúng viếng**（向靈前行鞠恭禮）：指弔唁的賓客前來祭拜，以示尊重和思念往生者。在越南，賓客行禮兩次，喪家也要向賓客人回禮鞠恭兩次（有的賓客會在這個階段贈送奠儀）。

●**An táng**（安葬）：依土葬或是火葬的方式，進行遺體的後續處理。

舉行喪禮的時候，如果喪家信仰佛教時，會請和尚來念經以便超渡往生者。為了減少喪禮暗淡的氣氛，一些喪家會請喪禮樂團來演奏及歌唱。在南部地區，特別是西貢甚至還找人妖來歌舞表演。

參加越南的喪禮時，通常須要準備奠儀。但是有些喪家會掛出「miễn phúng điếu」的告示牌，意思是表是不必破費的意思。所以如果碰到這類情況時，個人可以送上水果、線香；團體前往祭拜的話，則可以合資購買花圈以聊表心意。參加喪禮時，穿著必須正式得體，適合的衣服色調為白色或深色。態度必須嚴肅，絕不可以嬉笑吵鬧。

要安慰喪家時，可以跟家屬講這幾句話：
Xin chia buồn cùng **anh** và gia đình. 我替你和家人感到難過。
Cầu cho mẹ **anh** được an nghỉ nơi chín suối. 希望你的母親在九泉之下能夠安息。
Ai rồi cũng phải ra đi, **anh** đừng quá đau buồn. Cố gắng giữ gìn sức khỏe. 人世無常，請節哀順變，請不要太傷心了。

Chương 3

Tiệc tùng 派對

這些應該怎麼說？

派對的擺設

❶ **bánh kem / 南 bánh sinh nhật / 北 bánh gato** n. 生日蛋糕

❷ **quà** n. 禮物

❸ **南 đèn cầy / 北 nến** n. 蠟燭

❹ **dao cắt bánh kem** n. 蛋糕刀

❺ **thức ăn** n. 食物

❻ **南 đĩa giấy / 北 đĩa giấy** n. 紙盤

❼ **pháo giấy** n. 拉炮

❽ **thức uống** n. 飲料

❾ **kèn lưỡi** n. 派對吹笛

⑩ **bong bóng** n. 氣球

⑪ 南 **nón sinh nhật /**

　 北 **mũ chóp** n. 派對帽

⑫ 南 **ly thủy tinh /**

　 北 **cốc thủy tinh** n. 玻璃杯

⑬ **chủ tiệc** n. 派對主人

⑭ **khách mời** n. 客人

Tips 與蛋糕有關的慣用語

Gato /ga-tô/ 的語源來自法語的 gateau，這個詞在北部的用語中是指蛋糕的意思（南部叫 bánh kem）。但由於這個詞的剛好跟「ghen ăn tức ở（嫉妒）」的一詞四個字的簡寫相似（每個字的頭文字：g, a, t, o）。所以年輕人就把 gato 這個詞當動詞或形容詞用，引申出「嫉妒他人」的意思。

Nó gato với bạn vì không được mời ăn bánh **gato**.
他因為沒有被邀請吃蛋糕而嫉妒你。

Ngày mai bạn đi Đài Loan du lịch à? **Gato** quá. 你明天去台灣玩嗎？好嫉妒你哦。

在派對上會做什麼呢？

★★★
01 跳舞

常見的舞蹈有哪些？

BP10-03-02
NP10-03-02

1. **múa ba-lê** n. 芭蕾舞
2. **điệu jazz** n. 爵士舞
3. **tap dance** n. 踢踏舞
4. **múa bụng** n. 肚皮舞
5. **khiêu vũ** n. 國標舞；交際舞
6. **điệu swing** n. 搖擺舞
7. **điệu breakdance / điệu breaking** n. 霹靂舞
8. **nhảy hiện đại** n. 現代舞
9. **điệu La-tinh** n. 拉丁舞

10. **điệu tango**　n. 探戈舞
11. **điệu flamenco**　n. 佛朗明哥舞
12. **line dancing**　n. 排舞

★★★
02 玩遊戲

常玩的派對遊戲有哪些？

**board game /
cờ bàn**
n. 桌遊

cờ tỷ phú
n. 大富翁

cờ cá ngựa
n. 法國十字戲

lô tô
n. 賓果

**南 bầu cua (cá cọp) /
北 tôm cua cá**
n. 魚蝦蟹

oẳn tù tì
v. 剪刀石頭布

đánh bài
ph. 玩撲克牌

quay chai
ph. 轉瓶遊戲

đánh mạc chược
ph. 打麻將

đô-mi-nô
n. 骨牌

rút gỗ
ph. 疊疊樂

phóng phi tiêu
ph. 丟飛鏢

tiệc Giáng sinh / tiệc Noel
n. 聖誕派對

tiệc đứng / tiệc búp-phê
n. 自助餐派對

tiệc hóa trang
n. 變裝派對

tiệc chia tay
n. 歡送派對；歡送會

tiệc tân gia
n. 喬遷派對

tiệc sinh nhật
n. 生日派對

tiệc (mừng) thăng chức
n. 升職派對

tiệc tất niên
n. 尾牙

tiệc barbecue
n. 烤肉派對

Lễ kỷ niệm 紀念日

這些應該怎麼說？

BP10-04-01
NP10-04-01

政廳前的擺設

1 **ngày Quốc Khánh**　n. 國慶日

2 **tượng đồng**　n. 銅像

3 **Bác Hồ**　n. 胡伯伯 / **chủ tịch Hồ Chí Minh**　n. 胡志明主席

4 **quảng trường Ủy ban nhân dân Thành phố Hồ Chí Minh**
n. 胡志明市人民委員會大廳廣場

5 **ủy ban nhân dân Thành thành phố Hồ Chí Minh**　n. 胡志明市人民委員會大廳

6 **tháp**　n. 塔樓

7 **cờ / quốc kỳ**　n. 國旗

8 **tượng điêu khắc**　n. 雕像

9 **hồ sen**　n. 蓮花池塘

10 **mái ngói**　n. 屋瓦

越南目前有總共 10 個國定假日

名稱	中文	日期	休假日數
Tết tây / Tết Dương lịch	元旦	1 月 1 日	1
Tết Nguyên Đán / Tết Âm lịch / Tết ta	新春、農曆新年	除夕至正月初四	每年不同,大約都 5～9 天左右
Giỗ tổ Hùng Vương	雄王逝世紀念日	農曆三月初十	1
Ngày Giải phóng miền Nam, thống nhất đất nước	南方解放日及國家統一日	4 月 30 日	1
Ngày Quốc tế lao động	國際勞動節	5 月 1 日	1
Quốc khánh	國慶日	9 月 2 日	1

貼心小提醒 上述「越南春節」於 362 頁具有詳細介紹。

除了這些國定假日之外,越南也慶祝這些節日

名稱	中文	日期
Ngày thành lập Đảng Cộng sản Việt Nam	越南共產黨創黨紀念日	2 月 3 日
Lễ Tình nhân / Valentine	西洋情人節	2 月 14 日
Ngày Quốc tế Phụ nữ	國際婦女節	3 月 8 日
Ngày Quốc tế Thiếu nhi	國際兒童節	6 月 1 日
Ngày Phụ nữ Việt Nam	越南婦女節	10 月 20 日
Ngày Nhà giáo Việt Nam	越南教師節	11 月 20 日
Lễ Giáng sinh / Noel	聖誕節	24 月 12 日
Tết Đoan Ngọ	端午節	農曆五月初五
Tết Thanh Minh	清明節	農曆四月初四
Lễ Vu Lan	中元節(盂蘭盆節)	農曆七月十五
Tết Trung Thu	中秋節	農曆八月十五

貼心小提醒 上述「西洋情人節」、「婦女節」、「越南教師節」、「聖誕節」、「父親節」、「母親節」、「中秋節」、「元旦」於 366 頁具有詳細介紹。

★★★ Chương 4 Lễ kỷ niệm 紀念日

diễu hành
v. 遊行

🀄 **xem pháo bông /**
🀄 **xem pháo hoa**
ph. 看煙火秀

xem biểu diễn
nghệ thuật
ph. 看藝術表演

在紀念日裡會做些什麼呢？

★★★
01 特殊節慶

常見的紀念節慶有哪些？

BP10-04-05
NP10-04-05

lễ Giáng sinh / Noel
n. 聖誕節

lễ Tạ ơn
n. 感恩節

Halloween /
lễ hội hóa trang
n. 萬聖節

lễ Phục sinh
n. 復活節

lễ kỷ niệm
n. 周年紀念日

ngày của Mẹ
n. 母親節

南 ngày của Cha /
北 ngày của Bố
n. 父親節

tết Trung Thu
n. 中秋節

tết Nguyên Tiêu
n. 元宵節

tết Đoan Ngọ
n. 端午節

Tết Nguyên Đán /
Tết Âm lịch / Tết ta
n. 農曆春節

giao thừa
n. 跨年夜、除夕

Tips　生活小常識：送禮篇

送禮的越南語是「tặng quà」，在越南除了生日之外還有許多節日我們可以送禮物給別人。

● **Lễ tình nhân / Valentine**（西洋情人節，2 月 14 日）：以前的越南沒有過西洋情人節的習慣，但是隨著國際化的發展影響，情人節現今在越南也日益盛行。當男性要向情人表達情意時，這天就是一個用 hoa tươi（鮮花）、sô-cô-la（巧克力）及 thiệp（卡片）獻殷勤的大好機會。而情人節過後的一個月就是 Valentine trắng（白色情人節），這是女性回送禮物的好時機囉，通常女性會送給她的男朋友 sô-cô-la trắng（白色巧克力），以表達自己的情意。貼心地提醒一聲，「鞋子」、「拖鞋」不應列入情人禮品的名單之中，因為這些物品都有「分散、離別」的意思。此外，特別在南部的越南人觀念之中，情侶之間不可以送杯子當禮物，因為「杯子」的越南語南部音是「ly」，而「ly」也有「分離」的意思，一語雙關。

● **Ngày Quốc tế Phụ nữ**（國際婦女節）和 **ngày Phụ nữ Việt Nam**（越南婦女節）：在越南，婦女們一年能享有兩個慰勞自己的節日，一個是「國際婦女節」，另一個則是「越南婦女節」。在這兩個節日中，不僅是男朋友需要送東西給女朋友，包括普通關係之間的人們，男性們也都會送禮物給女性們。而這天最常見的禮物則是鮮花或其他小禮品。

● **Ngày Nhà giáo Việt Nam**（越南教師節）：是一個學生對老師們報恩的節日。在這一天，越南的學生會去探望老師並送上鮮花及小禮物。如果學生是還在「兒童」的年齡階段，家長們通常會代替小朋友們送禮物給老師。

- **Lễ Giáng sinh**（聖誕節）：越南的年輕人也跟歐美一樣，慶祝聖誕節。在這一天，家人與朋友們之間，都會進行互送 thiệp giáng sinh（聖誕卡）或 quà（禮物）的活動。禮物的種類就沒有設限，甚至於要送些奇奇怪怪的禮品用以增添歡樂的氣氛也無所謂。有些家庭會在聖誕節這天舉辦派對，派對中有時候也會進行的 trao đổi quà（交換禮物）的逗趣活動。

- **Ngày của Cha**（父親節）和 **ngày của Mẹ**（母親節）：這兩個日子是孩子向父母表達養育之恩的節日，所以孩子們會分別在這一天送禮物給父母。

- **Tết Trung Thu**（中秋節）：中秋節在越南並不是像台灣那麼重視的大節日，但是有樣東西在這一天非送不可，那就是 bánh trung thu（月餅）。在這個節日裡，大家會送月餅給親戚朋友；公司則會送月餅給員工之外，也會送給有往來的合作廠商。所以送月餅到了現在，已經變成了越南的一項交際文化。

- **Tết Dương lịch**（元旦）：因為元旦的日子是正好處於跨年的時段，所以公司會送 lịch năm mới（新年度的日曆、月曆、年曆）給員工及合作廠商。私人的朋友之間，則可以互送 thiệp năm mới（新年卡片）增加友誼。（中文會將不同機能的「日曆、月曆、年曆」依用詞分別的相當清楚，但是在越南語中，全部機能的曆種全部都只稱為「lịch」。）

- **Tết Nguyên Đán**（農曆新年）：農曆新年是越南最重要也最大的節日。每年這時大家都會回鄉並去探望親戚，朋友間會互送裝有許多零食的 giỏ quà（禮物籃），或是也可送一箱啤酒、汽水等以表祝福新年之意。除此之外，越南人也會在新年時給 bao lì xì（紅包），通常是成人送給孩童或是自己的父母，祝福大家新年福氣滿門，具有新希望。

★★★
02 生日

在慶生時常做的事有哪些？

BP10-04-06
NP10-04-06

hát chúc mừng sinh nhật
ph. 唱生日歌

cầu nguyện / ước
ph. 許願

南 **thổi đèn cầy /**
北 **thổi nến**
ph. 吹蠟燭

cắt bánh
ph. 切蛋糕

mở quà
ph. 拆禮物

đọc thiệp mừng
ph. 唸卡片

常說的生日賀詞有哪些？

1. **Chúc bạn sinh nhật vui vẻ.**　祝你生日快樂。

2. **Chúc cho những điều ước của bạn sẽ thành sự thật.**
   祝你所有的美夢都能成真。

3. **Chúc bạn luôn trẻ, khỏe và vui vẻ.**
   祝你青春永駐、健康快樂。

4. **Chúc bạn mãi tươi trẻ.**　祝你青春永駐。

5. **Chúc bạn càng ngày càng trẻ.**
   祝你越來越年輕。

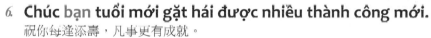

6. **Chúc bạn tuổi mới gặt hái được nhiều thành công mới.**
   祝你每逢添壽，凡事更有成就。

7. **Chúc bạn có một ngày sinh nhật tuyệt vời bên gia đình và bạn bè.**
   祝你與你的家人好友擁有一個美好的生日。

8. **Chúc bạn nhận được thật nhiều quà.**　祝你會收到很多禮物。

9. **Chúc bạn cười không ngừng vào ngày đặc biệt này.**
   希望在這特別的日子，你會笑到合不攏嘴。

10. **Chúc mọi điều tốt lành và may mắn sẽ đến với bạn.**
    願所有喜事及好運都降臨在你身上。

Tips　chúc 和 chúc mừng 有什麼不一樣？

● Chúc 是希望對象有某件好事降臨，所以當說 chúc 的時候事情還沒發生，如同中文的「預祝～」。例：chúc **bạn** đi chơi vui vẻ（祝你玩得愉快）（對方不見得會玩得愉快，還不知道，但希望他能有愉快的旅程）、chúc **bạn** năm mới phát tài（恭祝你新年發大財）（相同概念）等。

● Chúc mừng 則是當對方已經有某件好事降臨時向他恭喜、慶賀用的錦上添花用法。所以當說 chúc mừng 的時候事情已經發生。例：chúc mừng **anh** cưới được vợ đẹp（恭喜你娶到一位美嬌娘）（對方已經娶到一個很漂亮的老婆，很確確實實地有這麼一個人已經手牽在一起了）、chúc mừng **chị** được thăng chức（恭喜妳步步高陞）（相同概念）等。

越南春節

越南長久受到中國文化的影響，所以越南人也過農曆春節。越南語的「春節」通常簡地說是  Tết。Tết 字源自中文的「節」一字的古代漢越詞（現在「節」字的漢越詞是 tiết），即是指「節日」的意思。不過在越南，如果提到「tết」這個字時，越南人想到的一定是指春節。除了「Tết」之外，春節在越南語中還有其他的別名，例如：Tết Nguyên Đán（元旦節）、Tết Âm lịch（陰曆節）、Tết ta（我們的節日。因為這樣講可以跟 Tết tây（西方人的節日）有所區別）。

Tết 是越南最大的節日，因為這一天的習俗是闔家團圓，所以大家都很期待這個日子，到了這一天，不論人在多遠的外地謀生，大家都會想辦法趕回家跟家人一起過年。越南人一般是從農曆 tháng chạp（臘月、農曆 12 月）23 日大家就開始準備要過年了，那為什麼是從臘月 23 日開始呢？因為臘月 23 日越南人會舉行送灶君回天宮的儀式，越南語稱為 đưa Ông Táo về trời。「灶君」的越南語叫做 Táo Quân，與中國文化裡的灶君有所不同的是，越南的灶君有三位，兩位是 Ông Táo（或 Táo Ông）（公灶）、一位是 Bà Táo（或 Táo Bà）（母灶）。在越南人觀念中，灶君們住在每家每戶的廚房裡，保佑家人健康、平安、家庭富裕，每年臘月 23 日會回去天宮跟玉皇大帝報告每家每戶的情況。送灶君時，一定要準備三套衣服給灶君，還要附上一些食品等等，才算達到禮數。另外，因為越南人們認為 cá chép（鯉魚）是灶君的座騎，所以在這天，人們會放

生鯉魚，好讓灶君騎回天宮。

越南人準備過年時，必須要準備哪些東西呢？過年時，越南人也是一定要把家裡打掃乾淨；此外也是認為全新的一年必須要有新年新氣象，所以都會購買全新的物品，當然也會添購新衣來穿，藉以討個吉

利；越南人也常掛 ❷ câu đối（春聯），並在上面寫上吉利的話。越南春節著重的色彩是紅色與黃色，所以越南人也買黃色系的花回家點綴，例如：hoa cúc（菊花）、hoa vạn thọ（萬壽菊）等，讓家裡在新年期間更加地充滿生氣。除此之外，更值得一提的是特別象徵著南、北方春節到來意象的兩種花，分別就是 hoa đào（桃花）跟 ❺ hoa mai（金蓮木）。一片粉紅色桃花的盛開，是象徵北部春節的到來；而金蓮木的黃色媚影，則如似通報南部春節來了的信差。

說完了花就提水果，越南春節期間絕對不可或缺的水果，就是 ❸ dưa hấu（西瓜），通常越南人會擺放一對圓圓的西瓜在祭祀桌上，圓滾滾的大西瓜表示充足、圓滿、興旺的生活，而裡面紅色的果肉被視為吉祥的顏色，表示福祿，外面綠色的皮則具有青春和希望的意象。除了西瓜之外，還有 ❹ mâm ngũ quả（五果盤），而所謂的「五果盤」就是擺上五種水果的盤子。南、北部的五果盤上的水果會不一樣，一般在北部會擺香蕉、柚子、桃子、柿子和橘子；則南部的五果盤通常會有 mãng cầu（釋迦）、sung（無花果）、dừa（椰子）、đu đủ（木瓜）和 xoài（芒果）。南部人特別選這五種水果是因為這五種水果的名字在唸時，聽起來像 cầu sung vừa đủ xài 這一句吉祥話，意思是「希望得到富裕的生活」。

飲食方面，由於早期過年時，市場都不會開市，所以傳統過節時習慣選用能保存較久的食品，以便在三天的春節期間裡慢慢享用。例如：北部過節時會有 ❼ bánh chưng（方形粽子）、thịt đông（凍肉）、❽ dưa hành（醃蔥頭）；而南部則有 ❻ bánh tét（圓柱形粽子）、

❾ thịt kho nước dừa / thịt kho rệu（越式椰子滷肉）、❿ dưa kiệu（醃薤）。當家中有客人來拜年的時，主人家也會拿出 hạt dưa（瓜子）及各種 ⓫ mứt（蜜餞）來招待他們。

風俗方面，越南人過年都會進行 dựng nêu 的儀式。什麼是 dựng nêu 呢？就是拿一支上頭掛著一面旗子或一張符咒的長竿子插在家的前面，而在越南語中，那支竹竿稱為 cây nêu。而進行 dựng nêu 這項儀式的用意，是類似台灣人過年放鞭炮驅年獸的概念一樣，越南人也是希望藉此能把壞鬼趕走。

越南人在臘月的後一天煮一頓大餐來祭祀祖先，且家家戶戶一起迎接跨年時段，在越南語中稱為 đón giao thừa（迎接除夕）。越南人有一個過節的觀念，就是在大年初一時，第一個來拜年的人，就會影響那個家庭整年的運勢，這項習俗叫做 xông đất（沖年喜）。若這個來沖年喜的人的姓名中字帶吉利，而且八字跟主人家相當契合，這樣便能幫忙帶來很多好運。因此新年第的一天除非主人家主動邀請，不然不要四處去亂串門子，以免影響別人家中一整年的運勢，沒弄好還被人家認為你這麼人來是來觸人霉頭的喔！

越南新年也有 lì xì（給紅包）的習慣，「紅包」的越南語叫做 bao lì xì。Lì xì 的字源來自於廣東話的「利市」，意指「好運」的意思。所以給紅包的人就是想把好運分享給別人，特別是給小朋友。而北部會把 lì xì 稱為 mừng tuổi。

Mừng tuổi 這個字是「添壽（慶祝多了一歲）」的意思，用以表達新的一歲能夠得到好運。

越南人有一句話「mùng 1 tết cha, mùng 2 tết mẹ, mùng 3 tết thầy」，意思就是初一向父親拜年、初二向母親拜年、初三向老師拜年。因此越南人初一常去爺爺奶奶家拜年，初二去外公外婆家拜年，初三就去老師家拜年。這句話也彰顯出越南人敬老尊賢的普世觀。

由於新年大家都希望得到好運，所以商人會找舞麒麟團來 ❶❷ múa lân（表演舞麒麟），希望透過麒麟這項吉祥的象徵，讓家人能夠時來運轉。而越南在舞麒麟時，常會出現一位身形胖嘟嘟，手拿著扇子、頭戴著大的笑臉面具的 ❶❺ ông Địa（大頭佛）（這位是越南人信仰中的土地神，傳聞看到他就是見到彌勒佛現身）。ông Địa 在一旁的舞動，一方面象徵著替家家戶戶招徠福氣，另一方面也負責引導麒麟到各家樓居，如前述一樣彰顯著好運的到來。

此外，越南人也習慣新年去寺廟拜拜，順便摘一根樹枝下來，這個動作叫做 hái lộc（採祿）。Lộc 是「嫩葉」的意思，但取其漢越詞的諧音，會讓越南人聯想到是「祿（籍）」的意思，所以摘這根樹枝象徵著把祿籍（古時登載爵位、俸祿的冊子。引申為福祿、名聲）帶回家的涵意。但是由於這個行為會影響到樹木及寺廟的外觀，並不恰當。所以在文明觀的倡導下，至今已有慢慢在減少的趨勢。

如果在越南過春節可以用這幾句話來祝賀：

Chúc mừng năm mới 新年快樂

Vạn sự như ý 萬事如意

Cung hỷ phát tài 恭喜發財

An khang thịnh vượng 安康盛旺

Tấn tài tấn lộc tấn bình an
招財進寶闔家安康

BP10-04-08
NP10-04-08

越南也有 Tết Trung Thu（中秋節）、又稱 rằm tháng 8（農曆八月半）。在越南，中秋不算是大節，故不是越南的國定假日。雖然如此，越南人也像台灣人一樣過中秋節，而且越南的中秋節跟台灣挺不一樣的，接下來就簡單的談論比對一下。

對台灣人來說，中秋節要 nướng thịt（烤肉）。但對越南人而言，中秋節是屬於孩童的節日、也算是「燈籠節」。為什麼這樣呢？因為在這個節日裡，最顯著的特色就是 **1** lồng đèn（燈籠）。當中秋節快到的時候，小朋友們會踴躍地製做燈籠，並提著燈籠走在中秋節的夜裡，或參加燈籠製作的比賽。一般最常見的燈籠是 đèn ông sao（星形），但另外也有蓮花、鯉魚、蝴蝶、小船等造型的燈籠。除此之外，還有一些特別的燈籠如 đèn kéo quân（走馬籠）、lồng đèn hộp thiếc（用罐子做的燈籠）。在北部，中秋節還很流行一種民間手藝，就是 tò he（捏麵人）。捏麵人是用粉捏成可愛的玩具狀，可以食用。作法是將粉染色之後捏造成各種形狀，五顏六色的外表相當地討小朋友的喜愛。

越南的中秋節還有一項與中國或其他受中國文化影響的國家有點不一樣的文化活動，就是一定會有 múa lân（舞麒麟）或甚至於有華人社會不會在中秋節表演的 mùa rồng（舞龍）。除此之外，在中秋節那天，小朋友們「也集中起來點燈籠、提燈籠遊街、đánh trống（打鼓）、唱歌和吃餅乾及糖果」，這一連串的活動，越南語統稱為 rước đèn（接燈）。

當然，越南的中秋節也是需要祭祀的。中秋節當天，家家戶戶都會準備供品祭拜天地，祈求生意興隆、家庭幸福、生活富裕。供品盤上有酒、茶、餅乾及各種當季的水果，如：bưởi（柚子）、hồng（柿子）、chuối（香蕉）、**南** mãng cầu / **北** na（釋迦）及 cốm（綠扁米）等。此外，不可或缺當

然還有 bánh trung thu（月餅）及 bánh dẻo（糯米軟糕）這兩種糕餅。拜拜完之後，就是所謂「phá cỗ」的儀式，即是把糖果及糕餅分發給小朋友們，讓他們開心地大快朵頤！說到吃，還沒完呢！在中秋夜一輪皎潔的明月之下，越南人們也會全家團聚在一起 ngắm trăng（賞月）並享用可口的月餅，促進家人之間的感情融洽。

現代的中秋節已經不像以往具有濃厚的傳統氣息了。傳統的紙燈籠被各式各樣的電子燈籠給取代。但是每年到了中秋節，在胡志明市第五郡的 ❷ phố lồng đèn Lương Nhữ Học（梁如鵠燈籠街）裡，傳統燈籠發所出炫爛火光，依舊照亮街裡萬人空巷的光采。你也可以到會安（Hội An）參加燈會、融入五彩繽紛的燈籠世界，亦可參加在河邊的 ❸ thả đèn hoa đăng（放水燈）許願活動。

中秋節還有一項特色，若每逢佳節將近，幾乎在每條路都可以看到許多 ❹ quầy bánh trung thu（賣月餅的攤位），而這些攤位展現出的主要色澤通常是黃色系的。所以在中秋節到來的大約一個月前左右，越南的街景就會開始被這些亮黃色的攤位佔據。

因為現在越南大部分地區都開始都市化，所以越來越沒有足夠的空間讓小朋友舉辦燈籠遊行。因此，現在幼稚園與國小每逢中秋都舉辦中秋節活動，讓小朋友能夠有機會體驗唱歌及玩耍的中秋活動。在這個活動中有兩個不可或缺的人物，就是「姮姐」（chị Hằng）和「阿貴」（chú Cuội）。「姮姐」就是中國文化裡面的嫦娥（Hằng Nga）、而阿貴則是越南民間文化裡才見得到的特有人物（也有人說這是越南版的吳剛）。通常活動裡是由兩個主持人（大人）分別扮演姮姐跟阿貴的角色，然後帶領其他的小朋友一起唱唱跳跳，而孩子們總是能玩到樂不思蜀。

縱觀越南的中秋節文化，相信你應該已經知道為什麼孩子們這麼愛這個節日了吧！有機會時，請務必勞動尊駕，到越南來一同共襄盛舉吧！

台灣廣廈 國際出版集團
Taiwan Mansion International Group

國家圖書館出版品預行編目（CIP）資料

我的第一本圖解越南語單字 / 宋忠信著.
-- 初版. -- 新北市：國際學村，2018.11
面；　公分.
ISBN 978-986-454-083-9
1.越南語　2.詞彙

803.79　　　　　　　　　　　107010129

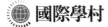 國際學村

我的第一本圖解越南語單字

作　　　者／宋忠信

編輯中心／第六編輯室
編 輯 長／伍峻宏・**編輯**／王文強
封面設計／何偉凱・**內頁排版**／亞樂設計有限公司
製版・印刷・裝訂／東豪・弼聖・秉成

發 行 人／江媛珍
法 律 顧 問／第一國際法律事務所 余淑杏律師・北辰著作權事務所 蕭雄淋律師
出　　　版／台灣廣廈有聲圖書有限公司
　　　　　　地址：新北市235中和區中山路二段359巷7號2樓
　　　　　　電話：（886）2-2225-5777・傳真：（886）2-2225-8052

行企研發中心總監／陳冠蒨
整合行銷組／陳宜鈴
媒體公關組／徐毓庭
綜合業務組／何欣穎
　　　　　　地址：新北市234永和區中和路345號18樓之2
　　　　　　電話：（886）2-2922-8181・傳真：（886）2-2929-5132

代理印務・全球總經銷／知遠文化事業有限公司
　　　　　　地址：新北市222深坑區北深路三段155巷25號5樓
　　　　　　電話：（886）2-2664-8800・傳真：（886）2-2664-8801
　　　　　　網址：www.booknews.com.tw（博訊書網）
郵 政 劃 撥／劃撥帳號：18836722
　　　　　　劃撥戶名：知遠文化事業有限公司（※單次購書金額未達500元，請另付60元郵資。）

■出版日期：2018年11月
ISBN：978-986-454-083-9　　　版權所有，未經同意不得重製、轉載、翻印。